இந்தியப் பிரிவினை

உதிரத்தால் ஒரு கோடு

ஆசிரியரின் பிற அரசியல் நூல்கள்

மால்கம் எக்ஸ்

விடுதலைப் புலிகள்

மாவோ: என் பின்னால் வா!

முதல் காம்ரேட் (லெனின் வாழ்க்கை)

சர்வம் ஸ்டாலின் மயம்

ஃபிடல் காஸ்ட்ரோ: சிம்ம சொப்பனம்

சே குவேரா: வேண்டும் விடுதலை!

ஹியூகோ சாவேஸ்: மோதிப் பார்!

சுபாஷ்: மர்மங்களின் பரமபிதா

திப்பு சுல்தான்: முதல் 'விடுதலை'ப் புலி

திபெத்: அசுரப் பிடியில் அழகுக் கொடி

முகமது யூனுஸ்

துப்பாக்கி மொழி (இந்திய தீவிரவாத இயக்கங்கள் பற்றிய ஆய்வு)

மும்பை: குற்றத் தலைநகரம்

இந்தியப் பிரிவினை

உதிரத்தால் ஒரு கோடு

மருதன்

கிழக்கு

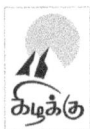

இந்தியப் பிரிவினை: உதிரத்தால் ஒரு கோடு
Indhiya Pirivinai: Uthirathal Oru Kodu
by Marudhan
Indira ©

First Edition: December 2008
184 Pages
Printed in India.

ISBN 978-81-8493-038-2
Title No. Kizhakku 363

Kizhakku Pathippagam
177/103, First Floor,
Ambal's Building, Lloyds Road,
Royapettah, Chennai 600 014.
Ph: +91-44-4200-9603

Email : support@nhm.in
Website : www.nhm.in

Author's Email : marudhan@gmail.com

Cover Image Courtesy: Wikimedia

Kizhakku Pathippagam is an imprint of New Horizon Media Private Limited

அன்புடன்

அனுஷாவுக்கு

பாதை

பிரிவினைக்கு முன்

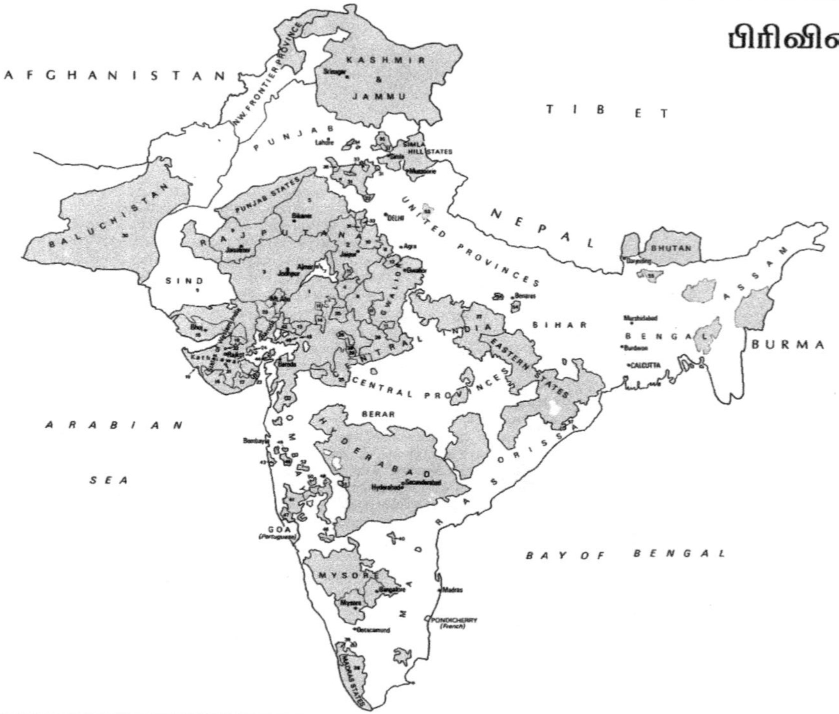
AFGHANISTAN
N.W. FRONTIER PROVINCE
KASHMIR & JAMMU
Srinagar
TIBET
PUNJAB
Lahore
SIMLA HILL STATES
Simla
Mussoorie
BALUCHISTAN
PUNJAB STATES
Bikaner
DELHI
UNITED PROVINCES
NEPAL
BHUTAN
Darjeeling
ASSAM
RAJPUTANA
Jaisalmer
Jodhpur
Ajmer
Jaipur
Agra
Gwalior
Mt. Abu
SIND
GWALIOR
CENTRAL INDIA
Benares
BIHAR
Murshidabad
BENGAL
Burdwan
CALCUTTA
BURMA
EASTERN STATES
Baroda
CENTRAL PROVINCES
BERAR
ARABIAN SEA
Bombay
BOMBAY
HYDERABAD
Hyderabad
Secunderabad
ORISSA
MADRAS
GOA (Portuguese)
BAY OF BENGAL
MYSORE
Bangalore
Mysore
Madras
Ootacamund
PONDICHERRY (French)
MADRAS STATES

பிரிவினைக்குப் பின்

1

கல்லறை

நீலத்தொப்பியை எடுத்து தலையில் கவிழ்த்துக் கொள்ளும்போது சானி சிங் என்கிற அந்த ரயில்வே ஸ்டேஷன் மாஸ்டர் நினைத்துக்கொண்டார். சமீப காலமாக, அடிக்கடி வந்து போகும் எண்ணம். 'இந்த வேலையை உதறித்தள்ளிவிட்டு எங்காவது ஓடித் தொலைந்துவிடலாமா? இன்னும் எத்தனை காலத்துக்கு இதுபோல் வாழமுடியும்? இப்படியொரு வாழ்க்கை வாழ்ந்தே தீரவேண்டும் என்று என்ன அவசியம்?'

சிவப்புக் கொடியையும் பச்சைக் கொடியையும் எடுத்துக்கொண்டு தன் அறையில் இருந்து வெளியில் வந்தார் சானி சிங். ஆகஸ்ட் 15, 1947. இன்றைய தினமாவது ஒழுங்காக இருக்குமா? தலையைக் குனிந்தபடி நடைபாதையில் நடக்க ஆரம்பித்தார். நேரு, ஜின்னா, காந்தி. இவர்களில் யார் ஒருவரை நேரில் சந்தித்தாலும் கேட்டுவிடத்தான் வேண்டும். அல்லது அனைவரையும் நிற்க வைத்து வரிசையாகக் கேட்கவேண்டும். 'சுதந்தரம், சுதந்தரம் என்று பேசிக் கொண்டிருக்கிறீர்களே ஐயா, ஒரு நடை அமிர்தசரஸ் ரயில் நிலையத்துக்கு வந்து பாரும். அதிக நேரம்கூட செலவிட வேண்டாம். ஒரு ஐந்து நிமிடம். என் பின்னால் நடந்து வாருங்கள். எதுவுமே செய்ய வேண்டாம். கண்களை அகலமாகத் திறந்துவைத்துக் கொண்டு பாருங்கள், போதும்.

இதோ இதுதான் பயணச்சீட்டு வழங்கும் அறை. ஒரு சில மாதங்களுக்கு முன்னால் சீராகத்தான் இருந்தது. இப்போது பார்த்தீர்களா? இந்தப் பாதையைக் கடந்து அந்தப் பக்கத்தில் உள்ள கவுண்டருக்குப் போய்விட முடியும் என்று நினைக் கிறீர்களா? பணத்தை வாங்கிப் பெட்டியில் போட்டுக்கொண்டு சீட்டுக் கிழித்துக்கொடுக்கமுடியுமா? அவ்வளவுகூட வேண்டாம். இங்கிருந்து ஒரே ஓர் அங்குலம் நகர முடியுமா?

எதிலுமே நேர்த்தியை விரும்பும் ஜின்னா தன் முகத்தைச் சுளித்துக்கொள்வதை என்னால் பார்க்கமுடிகிறது. ஸார், உங்களைப் போலவே எனக்கும் நேர்த்தி பிடிக்கும். சுத்தம் பிடிக்கும். ஒழுங்கு பிடிக்கும். என்ன செய்யச்சொல்கிறீர்கள்? உயிரைக் கையில் பிடித்தபடி, கொசகொசவென்று ஈக்கள் போல் மொய்த்துக் கிடக்கும் இவர்களிடம் இருந்து நேர்த்தியையும் சுத்தத்தையும் ஒழுங்கையும் எதிர்பார்க்கமுடியுமா?

துர்நாற்றத்தை சகித்துக்கொள்ள முடியவில்லை அல்லவா? அழுக்குச் சேராத உங்கள் வெள்ளை கைக்குட்டையை எடுத்து முகத்தில் பொத்திக்கொள்ளுங்கள். இதோ இங்கே தான் அவர்கள் மலம் கழிக்கிறார்கள். இங்கேயேதான் சாப்பிடுகிறார்கள். இவர்களில் யார் யாருக்கு என்னென்ன தொற்றுநோய்கள் இருக்குமோ, யாமறியேன். இவர்களில் எத்தனை பேர் இன்று சாப்பிட்டார்கள் என்று தெரியாது. இங்குள்ள குழந்தைகள் எப்படி, எதைத் தின்று ஜீவிக்கிறார்கள் என்றே தெரியவில்லை.

தயவுசெய்து அப்படி அருவருப்புடன் பார்க்காதீர்கள். இவர் களில் ஒருவரும் பிச்சைக்காரர் அல்லர். எல்லோருமே வசதி யுடன் வாழ்ந்தவர்கள்தாம். தங்கள் வீட்டை, நிலத்தை, சொத்துக் களை, கால் நடைகளை அப்படி அப்படியே போட்டுவிட்டு உயிர் பயத்துடன் ஓடி வந்துவிட்டார்கள். இதோ இங்கே மூட்டை, முடிச்சுகளுக்குப் பின்னால் ஒண்டிக்கொண்டிருக்கிறார்கள்.

எங்கிருந்து வந்திருக்கிறார்கள் என்கிறீர்களா? லாகூரில் இருந்து. கராச்சியில் இருந்து. நீங்கள் உருவாக்கிய பளபளப்பான புதிய பாகிஸ்தானில் இருந்து. இவர்கள் ஹிந்துக்கள், சீக்கியர்கள். இவர்களுக்கு உங்கள் தேசத்தில் இடமில்லையாமே? இருங்கள், இருங்கள். நான் அப்படிச் சொல்லவேயில்லை என்று நீங்கள் மறுக்கவேண்டாம். தவறு யார் மீது என்பதை பின்னால் பார்த்துக் கொள்ளலாம். சரித்திரத்தின் கையில் அந்தப் பொறுப்பை

ஒப்படைத்துவிடலாம். உங்கள் கண்ணால் பார்ப்பதை முதலில் ஏற்றுக்கொண்டுவிடுங்கள். நீங்கள் விரும்பினாலும் விரும்பா விட்டாலும் இவர்கள் துரத்தப்பட்டிருக்கிறார்கள். தப்பி ஓட முடியாதவர்கள் கொல்லப்பட்டிருக்கிறார்கள்.

மகாத்மாஜி, கொஞ்சம் முன்னால் வாருங்கள். இதோ, இந்தப் பக்கம். என் பிணத்தைத் தாண்டித்தான் இரு தேசங்களுக்கும் இடையில் கோடு போடவேண்டும் என்று சொன்னீர்களே, பாருங்கள். இவர்களின் கண்களில் தெரியும் மரண பயத்தைப் பாருங்கள். இவர்களிடம் பேசுவதில் உங்களுக்கு ஆட்சேபனை எதுவும் இருக்காது என்று எனக்குத் தெரியும். உட்கார்ந்து கேட்டுப்பாருங்கள். உங்கள் மனைவி எங்கே? பெற்றோர் எங்கே? குழந்தைகள்? நண்பர்கள்? உறவினர்கள்? நான் கேட்டிருக்கிறேன். என்னால் தாங்கிக்கொள்ளமுடியவில்லை.

அடுத்து யாரோ என்று தெரியாமல் கம்பளிப் பூச்சிகளைப் போல் கை, காலை சுருட்டிக்கொண்டு படுத்துக்கிடக்கும் இவர்களுக்கு இனி எது வீடு? எது நாடு?

அகிம்சையின் மகத்துவத்தை இவர்களிடம் மறந்தும் சொல்லி விடாதீர்கள். பொங்கிப் பீறிடும் இளஞ் சூடான ரத்தத்தை அருகில் இருந்து பார்த்தவர்கள் இவர்கள். உங்கள் சத்தியத் தேடலை, அகிம்சையை, கீதையை, தர்மத்தை இவர்களால் புரிந்துகொள்ளமுடியாது. இவர்கள் மீது ரத்தத்தின் வாடை படிந்திருக்கிறது. ஆம், ஒவ்வொருவர் மீதும்.

அதோ வருகிறதே ரயில். அதை மட்டும் பார்த்துவிட்டுக் கிளம்பிவிடுங்கள். ஒரு எச்சரிக்கை. இதுவரை வாழ்க்கையில் நீங்கள் சந்தித்திராத ஒரு காட்சியை நீங்கள் பார்க்கப்போகிறீர்கள். தயாராக இருங்கள். முடிந்தால், ஒருவரோடு ஒருவர் கையைக் கோர்த்துக்கொள்ளுங்கள். சேர்ந்தே நில்லுங்கள். பிரிந்து விட்டால், உங்களைத் தேடமுடியாது. தவிரவும், உங்கள் உயிருக்கு ஆபத்து நேரலாம். உங்கள் ஒவ்வொருவருக்கும் இங்கே விரோதிகள் இருக்கிறார்கள்.

அகதிகள் எழுந்துவந்துவிட்டார்கள் பார்த்தீர்களா? யாரோ மேலிருந்து வெடிகுண்டு வீசியதைப் போல் நடைபாதையில் எத்தனை களேபரம் பார்த்தீர்களா? ரயிலைப் பார்த்தாலே முண்டியடித்துக்கொண்டு இப்படித்தான் ஓடிவருவார்கள்.

உங்களைக் கீழே தள்ளிவிட்டு ஓடுவதற்கும் தயாராக இருப்பார்கள். இருங்கள், வண்டி நிற்கட்டும்.

புரிந்துகொள்ளமுடிகிறதா? பயணிகள் கீழே இறங்குவதற்குக் கூடக் காத்திராமல் ஏதேதோ பெயர்கள் சொல்லி கத்தியபடி ஓடுகிறார்களே, எதற்காக இவர்கள் உள்ளே ஓடுகிறார்கள் தெரியுமா? யாரைத் தேடுகிறார்கள் தெரிகிறதா? தங்கள் உறவினர்களை. குழந்தைகளை. பெற்றோரை. நண்பர்களை. மனைவியை. காதலியை. அவர்கள் உயிருடன் இருக்கிறார்களா இல்லையா என்றுகூட இவர்களுக்குத் தெரியாது. ஒவ்வொரு முறை ரயில் வந்து நிற்கும்போதும் இப்படித்தான் ஓடுவார்கள். கூச்சலிடுவார்கள். ரவிகிருஷ்ணா இருக்கிறாயா? குரு சிங் இரு க்கிறாயா? என்னிடம் வந்துவிடு மகனே. என் அன்பான அம்மா, உங்கள் மகன் இதோ இருக்கிறான். நீங்கள் எங்கே? வந்து விடுங்கள் அம்மா. என்னிடம் வந்துவிடுங்கள். ஒவ்வொரு பெட்டியாக ஏறி ஏறி இறங்குவார்கள். ரயில் கிளம்பிப் போகும் வரை பைத்தியம் பிடித்தவர்களாக அலைவார்கள். பிறகு, அழுதுகொண்டே திரும்பிவிடுவார்கள்.

சொல்லுங்கள். இன்னும் எத்தனை காலத்துக்கு இதுபோல் தேடிக் கொண்டிருக்கப்போகிறார்கள்? அவர்கள் தொலைந்து போனவர்களா இறந்துபோனவர்களா என்று எப்படி கண்டு பிடிப்பது?

ஐந்து நிமிடங்கள் கழிந்துவிட்டன. காந்தி, ஜின்னா, நேரு, நீங்கள் கிளம்பிச் செல்லலாம். சுதந்தரம் கிடைத்துவிட்டது. பிரிட்டிஷார் கிளம்பப்போகிறார்கள். இந்தியா சுதந்தரம் அடைந்துவிட்டது. யூனியன் ஜாக் கொடியை கீழே இறக்கிவிட்டு, மூவர்ணக் கொடியை ஏற்றி மகிழலாம். இனிப்பு கொடுத்துக் கொண் டாடலாம்.

நேருஜி, ஒரு கோரிக்கை. உங்கள் சட்டைப் பித்தானில் செருகப் பட்டிருக்கும் ரோஜாவை எடுத்து இந்த நடைபாதையில் வைத்து விட்டுச் செல்லுங்கள். இறந்தவர்களுக்கும் இறக்கப்போகிறவர் களுக்கும் சேர்த்து. இது ரயில் நிலையம் அல்ல. கல்லறை.

•

ஜின்னாவும், நேருவும், காந்தியும் சத்தியமாக இங்கே வரப் போவதில்லை. ரயில் வண்டி வந்து நின்றது. மக்கள் கூட்டத்தை

14

விலக்கிவிட்டு சானி சிங் முன்னேறினார். வழக்கத்தைவிடத் தள்ளுமுள்ளு அதிகமாகவே இருந்தது. நேற்று நள்ளிரவு சுதந்தரம் கிடைத்திருக்கும். இவர்களுக்கு அது தெரிந்திருக்குமா? சுதந்தரம் அடைந்துவிட்டோம் என்று அவர்களிடம் சென்று சொன்னால் என்ன பதில் சொல்வார்கள்?

அப்போதுதான் கவனித்தார். மூன்றாம் வகுப்புப் பெட்டியின் கதவு திறக்கப்படாமல் இருந்தது. விரைந்து சென்றார் சானி சிங். ஒருவேளை கதவைத் திறக்கமுடியவில்லையா? அட, பக்கத்துப் பெட்டியின் கதவும்கூட மூடியே இருக்கிறதே. ஒவ்வொரு பெட்டியாகப் பார்த்துக்கொண்டே வேகவேகமாக நடந்தார். ஒரு பயணியும் வண்டியில் இருந்து இறங்கவில்லை. பெரும்பாலான கதவுகள் மூடியே இருந்தன.

திறந்திருந்த ஜன்னல் வழியாக உள்ளே பார்த்தார். இருட்டு. ஆனால், மனித உருவம் எதுவும் அகப்படவில்லை. என்ன விந்தை இது? ஒருவருமே இறங்காமல் ஒரு வண்டி வந்து நிற்கிறதா? சுற்றிலும் பார்த்தார். அனைவருமே புரியாமல் நின்று கொண்டிருந்தனர். ஓட்டமும் நடையுமாக முதல் பெட்டியில் ஏறினார் சானி சிங். அழுத்தம் கொடுத்து கதவைத் திறந்து உள்ளே காலடி எடுத்து வைத்தார். தடுக்கியது. கீழே என்ன இது? ஏறும், இறங்கும் வழியில் இப்படியா பொருள்களைப் பரப்பி வைப்பார்கள்? அடச்சே! குனிந்தார்.

அதிர்ந்து பின்வாங்கினார்.

இன்னது என்று இனம்கண்டுகொள்ளமுடியாத சதைப் பிண்டம் அது. ரத்தச் சகதியில் மூழ்கிக் கிடந்தது. துணிந்து இன்னொரு அடி எடுத்து வைத்தார். இந்த முறை அவர் பூட்ஸ் கால்களுக்குக் கீழே அகப்பட்டது ஒரு குழந்தையின் மார்பு.

சத்தம் போட்டு அலறினார் சானி சிங்.

யாரோ ஓடிவந்தார்கள். எங்கோ தொலைவில் சைரன் ஒலி. தடதடக்கும் பூட்ஸ் கால்கள். கூச்சல். கூக்குரல். அழுகை. மரண ஓலம். அப்படியே நின்றுகொண்டிருந்தார் சானி சிங். இது பிணக்காடு. இருக்கைகளில் உட்கார்ந்த வாக்கில் சிலர் இறந்து போயிருந்தனர். கீழே, உதிரிகளாக, கைகளும் கால்களும். கழிப்பறைக்குப் போகும் பாதையில் தலை ஒன்று தனியாகக் கிடந்தது. ஆடைகளற்ற பெண்கள் சிதறிக்கிடந்தார்கள்.

சிதைந்தும். முழுக்கத் திறந்த கண்களுடன் ஒரு குழந்தை சுருண்டு படுத்திருந்ததைக் கண்ட மறுநொடி கதவுக்குப் பாய்ந்தார் சானி சிங்.

அடுத்த பெட்டிக்குள் ஏறினார். அங்கும் உடல்கள். அதற்கடுத்துப் பெட்டிக்குள் ஏறினார். அடுத்தடுத்து அனைத்துப் பெட்டிகளிலும் ஏறி இறங்கினார். உடல்கள். உடல்கள். உடல்கள்.

வெளியே வந்து விழுந்தார் சானி சிங்.

அதே சமயம் ஏதோ சத்தம் கேட்டது. உள்ளிருந்து. பாய்ந்து ஏறினார். யாராவது உயிருடன் இருக்கிறீர்களா?

சத்தம் போட்டு கத்தியபடி மீண்டும் ஒவ்வொரு பெட்டியாக ஏற ஆரம்பித்தார்.

யாராவது உயிருடன் இருக்கிறீர்களா? இது அமிர்தசரஸ். எந்தப் பயமும் இல்லாமல் வாருங்கள். இங்கே காவலர்கள் இருக் கிறார்கள். பயப்படாமல் வாருங்கள்.

ஒரே ஒரு பெட்டியில் ஒரு மூலையில் சிறு அசைவு கேட்டது. அந்தக் காட்சியை சானி சிங் தன் வாழ்நாளில் மறக்கவில்லை. பிணக்குவியல்களுக்கு மத்தியில் இருந்து ஒரு கை நீண்டது. ரத்தக்கறை படிந்த கை. மனித பாகங்களை உதறித்தள்ளியபடி ஓர் உருவம் எழுந்து நின்றது. ஒரு பெண். உடல் முழுவதும் ரத்தக்கறை. நிலைத்திருக்கும் விழிகளுடன் எழுந்து வெளியில் வந்தாள்.

'என் கணவரைக் காப்பாற்றுங்கள்.'

'எங்கே அவர்?'

ஒரு முண்டத்தை சானி சிங்கின் முன்னால் நீட்டினார் அந்தப் பெண்.

'இதோ.'

2

பைத்தியக்கார விடுதி

லூயி மவுண்ட்பேட்டனை அழைத்தார் பிரிட்டன் பிரதமர் கிளமண்ட் அட்லி.

'இந்தியாவில் தற்போது நிலவிவரும் சூழலை நீங்கள் நன்றாக அறிவீர்கள். என்ன செய்யவேண்டும், எவ் வளவு விரைவாக, எத்தனை சாதுரியமாக என்பதை நீங்கள் அறிவீர்கள். நேரடியாக விஷயத்துக்கு வரு கிறேன். இந்தியாவின் புதிய வைஸ்ராயாக உங்களை நியமிக்கிறேன். சம்மதமா?'

சம்மதமில்லை என்பதை மறைமுகமாகத் தெரிவிக்க விரும்பினார் மவுண்ட்பேட்டன்.

'எனக்கு சில விஷயங்கள் தேவைப்படும். அவை இருந்தால்தான் இந்தப் புதிய பொறுப்பை ஏற்றுக் கொள்ளமுடியும்.'

'எதுவாக இருந்தாலும் தயங்காமல் சொல்லுங்கள்.'

வந்து விழுந்தது பதில்.

'இந்தியாவில் இருந்து நம் படைகளை எப்போது வெளியேற்றப்போகிறோம்?'

'எவ்வளவு சீக்கிரம் முடியுமோ அவ்வளவு...'

மவுண்ட்பேட்டன் தலையை ஆட்டியபடி குறுக் கிட்டார்.

'இல்லை. இப்படிச் சொல்லிக்கொண்டிருந்தால் நிலைமை கைமீறிப்போய்விடும். எனக்கு தேதி வேண்டும்.'

'சரி கொடுத்துவிடுகிறேன். வேறு?'

'செயலாளர்கள் பலர் எனக்கு எப்போதும் பக்கபலமாக இருந்து வந்திருக்கிறார்கள். அவர்களையும் என்னுடன் இந்தியாவுக்கு அழைத்துச்செல்லவேண்டியிருக்கும்.'

'சரி. வேறு?'

'என் முந்தைய பணிகளில் நான் பயன்படுத்திய யார்க் எம் டபிள்யூ 102 விமானம் கிடைக்குமா?'

இது சற்று அதிகப்படியானது. அதிகப்பிரசங்கித்தனமானதும் கூட. தெரிந்தேதான் கேட்டார். அட்லி எரிச்சலடையவேண்டும். அதிகம் கேட்கிறாய் நண்பனே, போய் வா என்று திருப்பி அனுப்ப வேண்டும். முடியாது என்று என் வாயால் சொல்வதைவிட நீ வேண்டாம் என்று அவரே சொல்வதுதான் மரியாதை.

அட்லி, மவுண்ட்பேட்டனை வெறுமையாகப் பார்த்தார்.

'வேறு?'

'விமானம் கேட்டேனே?'

'ஓ, அது முடிந்தது. வேறு என்ன வேண்டும் உங்களுக்கு?'

இறுதி வாய்ப்பு.

'என்னுடைய இலக்கு என்ன என்பதை முடிவு செய்யும் அதிகாரம் உங்களுக்கு உண்டு. அது மட்டும்தான். மற்றபடி, எல்லா விஷயங்களிலும் நான் சொந்தமாக முடிவெடுக்க விரும்பு கிறேன். எதற்கும் லண்டனை நான் தொடர்பு கொள்ள மாட்டேன். ஒப்புதல் கேட்கமாட்டேன். என்ன செய்யப் போகிறேன், எப்படிச் செய்யப்போகிறேன் எதையும் யாருக்கும் தெரிவிக்கமாட்டேன். கட்டுப்பாடற்ற சுதந்தரம் எனக்குத் தேவை. எந்தவிதமான குறுக்கீடும் இல்லாத சுதந்தரம்.'

அட்லி புருவங்களை நெரித்தபடி யோசிப்பதைப் பார்த்ததும் முதன் முறையாக நிம்மதி பிறந்தது மவுண்ட்பேட்டனுக்கு. இதற்கு முன்னால் எந்தவொரு வைஸ்ராயும் இப்படி ஒரு கோரிக்கையை எழுப்பியிருக்க வாய்ப்பில்லை.

'அதாவது, நம் மன்னருக்கு இருப்பதைக் காட்டிலும் அதிகப் படியான அதிகாரத்தை நீங்கள் எதிர்பார்க்கிறீர்கள். சரிதானே?'

ஒருவகையில் அப்படித்தான். யாருக்கும் கட்டுப்படமாட்டேன், யாரும் கேள்வி கேட்கக்கூடாது என்பது மன்னருக்கு மட்டுமே பொருந்தக்கூடிய ராஜ குணாதிசயங்கள் அல்லவா?

தயங்கவில்லை மவுண்ட்பேட்டன்.

'ஆமாம்.'

சிறிது நேர அமைதிக்குப் பிறகு, அட்லி தலையாட்டினார்.

'சரி. எப்போது கிளம்புகிறீர்கள்?'

●

பிப்ரவரி 18, 1947. கூடியிருந்த மக்களவை உறுப்பினர்களை ஒரு விநாடி பார்த்துவிட்டு, தன் உரையின் இறுதிப் பகுதியை வாசித் தார் அட்லி. மேன்மை தாங்கிய மன்னரின் அரசு தெரியப்படுத்த விரும்புவது யாதெனில், 1948 ஜூன் மாதத்துக்கு முன்னால் அதிகாரத்தை இந்தியர்களுக்கு மாற்றித்தந்துவிடவேண்டும்.

வெளிப்படையாகவே உச்சுக்கொட்டினார் வின்ஸ்டன் சர்ச்சில். எதிர்க்கட்சி தலைவர் என்பதால் மட்டுமல்ல, பிரதம மந்திரியாக அவரே இருந்திருந்தாலும் இதை அவரால் ஏற்றுக்கொண்டிருக்க முடியாது. இந்தியாவுக்குச் சுதந்தரம் கொடுப்பது தொடர்பாக எந்தவொரு சிறு முயற்சியை யார் செய்தாலும் உச்சுக்கொட்டு வதை அவர் வழக்கமாக வைத்திருந்தார்.

எதற்கு சுதந்தரம்? போயும் போயும் இந்தியாவுக்கு? என்ன தெரியும் என்று சுதந்தரம் கேட்டுக்கொண்டிருக்கிறார்கள்? அதன் மகிமை தெரியுமா அவர்களுக்கு? இந்தா என்று கொடுத்து விட்டால் வைத்துக்கொண்டு என்ன செய்வார்களாம்? ச்சே, அவர்களுக்குத்தான் விவஸ்தை இல்லை என்றால் பிரிட்டனுமா ஒத்து ஊத வேண்டும்? மன்னராம். உத்தரவாம். அதிகாரத்தைக் கைமாற்றுவதாம். தலையைத் தொங்கப்போட்டுக்கொண்டு படித்துக்கொண்டிருக்கிறார்!

ஏகாதிபத்தியம் ஓர் அற்புதம். எல்லோருக்கும் இது வாய்க்கப் பெறாது. இத்தனை காலமாக ஜொலித்துக்கொண்டிருந்த ஒரு

19

சாம்ராஜ்ஜியத்துக்கு இந்தியா வடிவில் பிரச்னை வெடித் திருப்பது சாபக்கேடானது. இந்தியர்களுக்குச் சட்டம், ஒழுங்கு எதுவும் தெரியாது. சுயராஜ்ஜியம், சுயாட்சி போன்ற அரசியல் கருத்தாக்கங்களை அவர்களால் எந்தக் காலத்திலும் புரிந்து கொள்ளவே முடியாது. பிரிட்டனை அவர்கள் எதிரியாகப் பார்ப்பது விநோதமானது. ஆதிக்கம், ஏகாதிபத்தியம், காலனி யாதிக்கம் என்றெல்லாம் அவர்கள் பேசவேகூடாது. பிரிட்டன் அவர்களை உய்விக்க வந்த சக்தி. கையெடுத்துக் கும்பிட வேண்டிய கடவுள்.

ஏதாவது கருத்து இருக்கிறதா என்று அட்லி கேட்டபோது கையைத் தூக்கினார் சர்ச்சில். ஒரு பேச்சாளருக்கே உரிய லாகவத்துடன் ஏற்ற இறக்கத்துடனும் ஒருவித அலட்சிய பாவத்துடனும் பேசினார்.

'பிரிட்டிஷ் சாம்ராஜ்ஜியம் இதுவரை மனிதகுலத்துக்குச் செய்து வந்த அத்தனை நன்மைகளையும் அடித்துச் சாய்க்கும் விதமாக இந்தச் செயல் அமைந்துவிட்டதில் எனக்கு மிகுந்த மனவருத்தம். பிரிட்டனை அதன் எதிரிகளிடம் இருந்து பலர் காப்பாற்றி யிருக்கிறார்கள். ஆனால் தன்னைத் தானே காப்பாற்றிக்கொள்ள வேண்டிய ஒரு சூழலுக்குப் பிரிட்டன் இன்று தள்ளப்பட்டிருக் கிறது. உதவத்தான் யாரும் இல்லை. இப்படி திடீரென்று இந்தியாவில் இருந்து விலகுவது முதிர்ச்சியின்மையை வெளிப் படுத்துகிறது. வெட்ககரமான இச்செயலைச் செய்யாமல் இருப்போமாக.'

•

'வணக்கம், உங்களைச் சந்திப்பதில் மிக்க மகிழ்ச்சி என்று சொல்லத்தான் விரும்புகிறேன். ஆனால் இயலவில்லை. வருத்தமே எனக்கு மேலோங்கியிருக்கிறது. இப்படிச் சொன்ன தற்காக நீங்கள் கோபித்துக்கொள்ளக்கூடாது.'

மார்ச் 1947. புது தில்லியில் இருந்த அந்த வைஸ்ராய் மாளிகைக் குள் அப்போதுதான் நுழைந்திருந்தார் மவுண்ட்பேட்டன். ஒரு வெற்று புன்னகையுடன் கைகுலுக்கியபடியே வரவேற்ற ஆர்ச்சிபால்ட் வேவலை வியப்புடன் ஏறிட்டுப் பார்த்தார்.

'ஏன் என் திறமை மீது உங்களுக்கு நம்பிக்கை இல்லையா?'

‘உங்கள் மீது நம்பிக்கை இருக்கிறது. ஆனால் இந்தியா மீது நம்பிக்கையில்லை. இது ஒரு முட்டுச்சந்து. இத்தனை காலம் இதோடு முட்டி மோதிவிட்டேன். எந்தவித முன்னேற்றமும் இல்லை. லண்டனில் இருந்து எந்த உதவியும் கிடைக்க வில்லை.’

வெளியேறுவதற்கு முன்னால் ஒரு தடித்த கோப்பை மவுண்ட் பேட்டனிடம் ஒப்படைத்தார் வேவல். ஆபரேஷன் மேட்ஹவுஸ் என்று எழுதியிருந்தது. வேவல் விளக்கினார்.

‘ஒரு பைத்தியக்கார விடுதி சந்திக்கும் பிரச்னைக்கு ஒப்பானது இந்தியாவின் பிரச்னை. எனவேதான் அப்படி எழுதிவைத்தேன். நிதானமாகப் பாருங்கள். நான் சொல்வது உண்மை என்பதை நீங்களே உணர்வீர்கள்.’

•

உணர ஆரம்பித்தார் மவுண்ட்பேட்டன். பொறுப்பேற்று ஐந்து நாள்கள்கூட ஆகவில்லை. ஒரு சிறிய குன்று போல் மேஜை மீது உருவெடுத்திருந்த அறிக்கைகளில் ஒன்றை எடுத்து வாசித்தார். அதிர்ந்தே போனார். பஞ்சாபில் இருந்து பிரிட்டிஷ் கவர்னர் அனுப்பியிருந்தார். ராவல்பிண்டியில் இது நடந்திருக்கிறது. ஒரு எருமை மாடு. இப்படிச் சொன்னால் போதாது. ஒரு முஸ்லிமின் எருமை மாடு. ஒரு அதிகாலை வேளையில் பக்கத்துத் தோட்டத்துக்குள் நுழைந்துவிட்டது. அது ஒரு சீக்கியரின் தோட்டம். போ போ என்று கம்பைத் தூக்கிக்கொண்டு விரட்ட ஆரம்பித்திருக்கிறார் அந்தச் சீக்கியர். தன் மாட்டை காணோமே என்று தேடிக்கொண்டு பக்கத்துத் தோட்டத்துக்குள் நுழைந்திருக் கிறார் அந்த முஸ்லிம் சீக்கியருக்கு அதிர்ச்சி. ஏய் இது உன் மாடா? ஆம் என்று அவர் சொன்னதுதான் தாமதம். கம்பை கீழே போட்டுவிட்டு மீசையை முறுக்கியிருக்கிறார் சீக்கியர். எத்தனை ஆணவம் இருந்தால் உன் மாட்டை என் தோட்டத்துக்குள் திருட்டுத்தனமாக அனுப்பியிருப்பாய்? போயும் போயும் ஒரு முஸ்லிம் மாடு என் தோட்டத்துக்குள் நுழைவதா? ஐயோ இதைக் கேட்க யாருமே இல்லையா?

அக்கம் பக்கத்தினர் திரண்டுவிட்டார்கள். கம்புகளுடன். கட்டை களுடன். முஸ்லிம் தொடர்பான தகராறு என்றதும் வெட்டறி வாளையும் கொண்டுவந்துவிட்டார்கள். அன்றைய தினம்

சீக்கியர்களும் முஸ்லிம்களுமாக நூறு பிணங்கள் வயல் வெளிக்குப் பக்கத்தில் சிதறிக்கிடந்திருக்கின்றன. இந்தச் சம்பவத்தை விவரித்துவிட்டு தன் ஆதங்கத்தை அழுத்தமாக வெளிப்படுத்தியிருந்தார் அந்த கவர்னர். ஐயா, எந்நேரமும் உள்நாட்டுப் போர் ஒன்று இங்கே வெடிக்கலாம். எச்சரிக்கை, எச்சரிக்கை, எச்சரிக்கை.

கல்கத்தாவிலும் பிரச்னை. ஹிந்துக்களுக்கும் முஸ்லிம்களுக்கும் இடையில். நூறு மரணங்கள். இரு தினங்கள் கழிந்து பம்பாயிலும். நாற்பத்தோரு சடலங்கள். நடைபாதையில் சிதறிக்கிடந்திருக்கின்றன.

மவுண்ட்பேட்டனால் அதிர்ச்சியில் இருந்து மீளமுடியவில்லை. கலவரம் என்று முன்னரே அவருக்குத் தெரியும். ஆனால் அதன் வீச்சை அவர் கணித்திருக்கவில்லை. அல்லது தவறாகக் கணித்திருந்தார். காவல்துறை அதிகாரியை அழைத்தார். 'உங்களால் இதைச் சரிசெய்ய முடியாதா?' 'அந்த அளவுக்கு எங்களுக்கு பலம் இல்லை' என்றார் அந்த அதிகாரி. ராணுவத் தலைமைத் தளபதியும் இதே பதிலை வேறு வார்த்தைகளில் சொன்னார்.

வேவல் விலகிக்கொண்டது இதனால்தானா? கேட்டது அனைத்தையும் மறுக்காமல் கொடுத்து புன்சிரிப்புடன் அட்லி அனுப்பி வைத்ததன் காரணம் இதுவா?

•

மழையில் நனைந்த சிட்டுக்குருவி போல் தன் உடலைக் குறுக்கி உட்கார்ந்துகொண்டிருந்தார் காந்தி. ஒரு சால்வையை எடுத்து வந்து பவ்யமாக அவரிடம் கொடுத்தார் எட்வினா. இது ஏன் தனக்குத் தோன்றாமல் போனது என்று நினைத்துக்கொண்டார் மவுண்ட்பேட்டன். பேசவேண்டும் வாருங்கள் என்று அழைத்துவிட்டாரே தவிர எப்படி ஆரம்பிக்கவேண்டும் என்று அவருக்குத் தெரியவில்லை. காந்தியை அவர் அறிவார். இந்தியாவின் ஆத்மா. சர்ச்சிலின் வார்த்தையில், அரை நிர்வாணப் பக்கிரி. வெகு சிறிய ஆனால் பலம் பொருந்திய ஆயுதத்தால் பிரிட்டனைக் கலங்கடித்துக்கொண்டிருக்கும் சக்தி. அஹிம்சை என்றோர் ஆயுதம். ஆன்மிகம் என்றோர் ஆயுதம். மிதமான குளிருக்கே உடல் நடுங்கும் இவர்தான் பிரிட்டிஷ் சாம்ராஜ்ஜி

யத்தை நடுநடுங்கவைக்கும் பலம் என்று சொன்னால் யார்தான் நம்புவார்கள்?

காந்தியின் முகத்தில் தெரிந்த சோக ரேகைகளைக் கண்டு கொண்டார் மவுண்ட்பேட்டன். இந்தச் சந்திப்பு நடப்பதற்கு சில தினங்கள் முன்புகூட ஒரு பொதுக்கூட்டத்தில் அழுத்தமாகத் தன் கருத்தை வெளியிட்டார் காந்தி. என் சடலத்தின் மீது மட்டுமே இந்தியா துண்டாடப்படவேண்டும்.

'உங்கள் சோகத்தை என்னால் புரிந்துகொள்ளமுடிகிறது மிஸ்டர் காந்தி.'

'நல்லவேளை நீங்கள் புரிந்துகொண்டுவிட்டீர்கள். எனக்கு உடைமைகள் மீது பெரிய பிடிப்பு எதுவும் கிடையாது. ஆனால் அந்தக் கடிகாரத்தை மட்டும் பத்திரப்படுத்தி வைத்திருந்தேன். அதுவும் கூட பொருள் ஆசையினால் அல்ல. இறைவன் எனக்களித்த நேரத்தை எப்படிப் பயன்படுத்துகிறேன் என்பதை சரிபார்ப்பதற்காக. ஆனால் அதுவும் இப்போது களவாடப்பட்டுவிட்டது.'

இருண்ட புதைகுழிக்குள் சிக்கிக்கிடந்த காந்தியின் கண்களை உற்றுப்பார்த்தார் மவுண்ட்பேட்டன். மெய்யான கவலை. தொலையக் காத்திருக்கும் ஒரு தேசத்துக்காக மட்டுமல்ல, தொலைந்து போன கடிகாரத்துக்காகவும் அசலாகக் கவலைப்படமுடிகிறது இவரால். அதுவும் இந்த வேளையில்.

பளிங்குக்கோப்பைகளில் தேநீர் வந்து சேர்ந்தது. காந்தி ஒரு புன்னகையால் அதை மறுத்தார். காந்தியின் உதவியாளர் ஒரு தட்டை சுமந்துவந்து மேஜையில் வைத்தார். எலுமிச்சை சாறு. ஒரு அலுமினியக் கிண்ணத்தில் வெள்ளாட்டுத் தயிர். பேரீச்சம் பழங்கள். ஒரு கரண்டியால் தயிரை அள்ளி மவுண்ட்பேட்டனிடம் நீட்டினார்.

'சுவையாக இருக்கும். சாப்பிடுங்கள்.'

கலவரத்துடன் தலையசைத்தார் மவுண்ட்பேட்டன்.

'இல்லை எனக்கு வேண்டாம். பழக்கமில்லை.'

'எதையும் எப்போதாவது பழக்கப்படுத்திக்கொண்டுதானே ஆகவேண்டும்? இப்போது ஆரம்பியுங்கள்.'

மவுண்ட்பேட்டன் ஆரம்பித்தார்.

‘கூடியவிரைவில் நாங்கள் இந்தியாவைவிட்டு வெளியேறிவிடுவோம். உங்கள் அஹிம்சை போராட்டம் வெற்றி பெற்றுவிட்டது.’

‘ஓ! ஆனால் ஒரு விஷயத்தில் நீங்கள் மிகவும் கவனமாக இருக்க வேண்டும். எந்த நிலையிலும் இந்தியாவை பாகப்பிரிவினை செய்துவிடவேண்டாம். அப்படிச் செய்தால் தேசமெங்கும் ரத்தக்களரியாகிவிடும்.’

‘புரிகிறது. பிரிவினை செய்துதான் தீரவேண்டும் என்ற கட்டாயம் எங்களுக்கில்லை. சூழல் எப்படி இருக்கிறது என்பதை கவனத்துடன் நாங்கள் பார்த்துக்கொண்டிருக்கிறோம். வேறு எதுவும் சாத்தியமில்லை என்னும் நிலையில் மட்டுமே பிரிவினையைப் பற்றி நாங்கள் யோசிப்போம்.’

காந்தியின் கையில் இருந்த கரண்டியை அப்போதுதான் கவனித்தார் மவுண்ட்பேட்டன். கரண்டியின் முனை உடைந்திருந்தது. உடைந்த இடத்தில் ஒரு மூங்கில் குச்சி நூல் சேர்த்துக் கட்டப்பட்டிருந்தது. இது காந்தியே வலிய ஏற்படுத்திக்கொண்ட ஏழைமை என்று அவருக்குத் தெரியும். தங்குவது குடிசையில். எந்த நிலையிலும் மூன்றாவது வகுப்புப் பெட்டியில் மட்டுமே பயணம். வந்து சேரும் கடிதத்தின் அடியிலேயே பதில் எழுதுவது வழக்கம். அல்லது உரையின் மீது. ஒவ்வொரு பைசாவுக்கும் கணக்குச் சொல்லியாகவேண்டும். பரம சாது. அதே சமயம், முரட்டுத்தனமான பிடிவாதத்துக்குச் சொந்தக்காரர்.

அலுமினியத் தட்டை கீழே வைத்துவிட்டு மிக நிதானமாகக் கேட்டார் காந்தி.

‘இரு துண்டாக அறுத்து வீசுவதற்குப் பதிலாக ஒருவரே முழுவதையும் பெற்றுக்கொள்ளலாமே!’

‘மன்னிக்கவும், நீங்கள் என்ன சொல்கிறீர்கள்?’

‘பாகிஸ்தானைப் பிரித்துக்கொடு என்று கறாராகக் கேட்கிறார் ஜின்னா. பேசாமல் முழு இந்தியாவையும் அவரிடமும் முஸ்லிம் லீகிடமும் ஒப்படைத்துவிடலாமே.’

‘நீங்கள் உண்மையாகத்தான் சொல்கிறீர்களா? நீங்கள் அளிக்கும் தீர்வாக இதை எடுத்துக்கொள்ளலாமா?’

'தாராளமாக. முஸ்லிம் லீக் ஆட்சி செய்வதில் எனக்கு எந்தவித மான சங்கடமும் கிடையாது. ஹிந்துக்களுக்கும் முஸ்லிம்களுக் கும் இடையே நல்லுறவை ஏற்படுத்துவதுதான் என் வாழ்நாள் கனவு. ஜின்னாவிடம் தலைமைப் பொறுப்பை ஒப்படைப்பதில் தவறேதுமில்லை.'

'இதை உங்கள் காங்கிரஸ் கட்சிகூட ஒப்புக்கொள்ளாதே!'

'யார் சொன்னது? பிரிட்டனிடம் இருந்து சுதந்தரம் கிடைக்க வேண்டும் என்பதுதான் காங்கிரஸின் குறிக்கோள். நிச்சயம் அவர்கள் என் வாதத்தை ஏற்றுக்கொள்வார்கள். நீங்கள் கவலைப் படாதீர்கள்.'

சிறு புன்னகையுடன் விடைபெற்றுக்கொண்டார் காந்தி.

ஜின்னாவையும் அழைத்து ஒரு முறை பேசிவிட்டால் பிரச்னை தீர்ந்தது என்று நினைத்துக்கொண்டார் மவுண்ட்பேட்டன். மிஸ்டர் ஜின்னா, பாகிஸ்தான் தானே கேட்டீர்கள்? கவலை வேண்டாம். ஹிந்துஸ்தான் முழுவதும் உங்களுக்குத்தான். ஹிந்துக்களுடன் இணைந்திருக்க உங்களுக்கு விருப்பமில்லை. ஆனால், முஸ்லிம்களுடன் இணைந்திருக்க எங்களுக்குச் சம்மதம் என்று காந்தி சொல்லிவிட்டார். போதுமா? இனி பிரச்னை எதையும் நீங்கள் எழுப்ப மாட்டீர்களே! ஓ, மிக்க நன்றி என்று வாய் முழுவதும் புன்னகையுடன் கைகுலுக்கிவிட்டு வெளியேறிவிடப்போகிறார் ஜின்னா.

பிறகென்ன? அவ்வளவுதான்.

கைக்கெட்டிய தொலைவில் ஒரு சுலபத்தீர்வு. கத்தியின்றி ரத்த மின்றி ஒரு சுதந்தரம் உருவாகப்போகிறது. வெள்ளைக் கையுறை களை அசைத்தபடி நான் விமானம் ஏறி மீண்டும் பிரிட்டன் போகப்போகிறேன். வணக்கம் இந்தியா! நான் போய் வரு கிறேன்! சேதம் எதையும் உண்டுபண்ணாமல் நல்லவிதமாக அதிகாரத்தைக் கைமாற்றியவன் என்னும் பெயர் எனக்குக் கிடைக்கட்டும்.

அன்று மாலை நடைபெற்ற பிரார்த்தனை கூட்டம் ஒன்றில் காந்தி வழக்கத்தைவிட உற்சாகமாகப் பேசினார்.

'அனைத்து பிரச்னைகளையும் தீர்த்துவிட்டேன். இனி யாரும் கவலைப்படவேண்டாம்.'

25

3

ஆணிவேர்

தன் ராணுவ பலம் குறித்து பிரிட்டன் எந்நேரமும் சந்தேகம் கொண்டதில்லை. திறமையான, வலிமை யான படைகள். மகாராணிக்கு விசுவாசமாக இருப் பதைத் தவிர வேறொன்றுக்கும் பழக்கப்படாத அதிகாரிகள். இந்தியாவை சுண்டுவிரல் நுனியால் சுழற்றியடிக்க இவர்கள் போதும்தான். என்றாலும் ஒரு மாற்று ஏற்பாடு அவசியம் என்று தோன்றியது.

ஆங்காங்கே சிறு குழுக்கள் புரட்சி, ஏகாதிபத்தியம், காலனியாதிக்கம் என்று ஏதேதோ பேசிக்கொண்டிருக் கிறார்கள் என்கிறது உளவு ரிப்போர்ட். துண்டு அறிக்கைகள் தயார் செய்து முக்காடு போட்டுக் கொண்டு தெரு முனையில் நின்றபடி விநியோகித்துக் கொண்டிருக்கிறார்களாம். ஆயுதப் பயிற்சியும் எடுத்துக்கொண்டிருக்கிறார்கள் போலும். அவ்வப் போது அணிதிரள்கிறார்கள். விவாதிக்கிறார்கள். திட்டமிடுகிறார்கள். வேறென்ன? கவிழ்ப்புத் திட்டம்தான்.

இந்தச் சுண்டைக்காய் உதிரிகளால் பெரிதாக ஆபத்து எதுவும் வந்துவிடப்போவதில்லை. ஆனால், எதற் காக அநாவசியமாக இவர்களை வளரவிட்டு வேடிக்கை பார்க்கவேண்டும்? என்னதான் சொல்கி றார்கள் கேட்போமே என்று மக்கள் இவர்களை நாட ஆரம்பித்துவிட்டால்? இவர்கள் பின்னால் அணி

வகுக்க ஆரம்பித்துவிட்டால்? நடந்தபின் வருந்துவதை விட இப்போதே ஏதாவது செய்து வைத்துக்கொள்வது நல்லது அல்லவா?

பிரிட்டன் சிவில் அதிகாரி ஆலன் ஆக்டேவியன் ஹியூமிடம் ஒரு தற்காப்புத் திட்டம் இருந்தது. இந்திய மக்களின் வாழ்க்கை நிலையில் பெரும் சரிவுகள் ஏற்பட்டுக்கொண்டிருக்கின்றன. இன்னும் எத்தனை காலத்துக்கு நமக்குச் சலாம் போட்டுக் கொண்டிருப்பார்கள் என்று தெரியாது. பயத்தை மட்டுமே முதலீடு செய்து ஒரு தேசத்தைக் கட்டுப்படுத்த முடியாது. எந்நேரமும் இங்கே கலகம் வெடிக்கலாம். 1857 நினைவிருக்கிறது அல்லவா? அதுபோல் இன்னொன்று வெடிக்கும் என்று என் உள்மனம் சொல்கிறது. நாம் உடனடியாகச் செய்யவேண்டியது ஒன்றுதான். பிரிட்டனுக்கு ஒரு பாதுகாப்பு வால்வு அவசியம். அழுத்தத்தைக் கட்டுப்படுத்தவும். சேதத்தைத் தவிர்க்கவும்.

ஹியூமின் திட்டத்தை முழுமைப்படுத்தினார் டஃப்ரின். இந்தியர்களைப் பிரதிநிதிப்படுத்தும் வகையில் ஒரு அமைப்பு. ஒரு வடிகால் என்று சொல்வது இன்னமும்கூட பொருத்தமாக இருக்கும். அரசியல் அதிருப்தி கொண்டவர்களின் கூடாரமாக இது செயல்படவேண்டும். பிரிட்டன் ஜனநாயகத்தை விரும்பும் தேசம். ஆகவேதான் மாட்சிமை தாங்கி மகாராணியின் ஆட்சியில் எதிர்க்கட்சி பங்குபெறுகிறது. அரசியாரின் ஆட்சியில் ஏற்படும் குறைகளை இந்த எதிர்க்கட்சி சுட்டிக்காட்டும். மக்களின் தேவைகளை அரசுக்குத் தெரியப்படுத்தும். எதிர்க்கட்சி என்று இதற்கு ஒரு பெயர் இருந்தாலும், நிஜத்தில் இது நமக்கு தோழமைக் கட்சிதான்.

இந்தியாவில் விரவிக்கிடக்கும் வெற்றிடத்தை இட்டு நிரப்ப இப்படியொரு அமைப்பு தேவைப்படுகிறது. இது இல்லாததால் தான் ஆங்காங்கே சில துடிப்பான இளைஞர்கள் மீசையை முறுக்கிவிட்டுக்கொண்டு அரசியல் பேசுகிறார்கள். அரசை விமரிசிக்கிறார்கள். அரசியையும். இந்த அதிருப்தியாளர்களை ஒரு பந்துபோல் திரட்டிச் சுருட்டி வீசியெறியவேண்டுமானால் ஒரு வலிமையான அரசியல் எதிர்க்கட்சி இங்கே உருவாக்கப் படவேண்டும்.

பொறுங்கள், பொறுங்கள், வலிமை என்றதும் தவறாக நினைத்து விடவேண்டாம். மாட்சிமை பொருந்திய மகாராணிக்குக்

கட்டுப்பட்டே இந்த அமைப்பு இயங்கும். ஆனால், வெளித் தோற்றத்தில் வலிமையான ஓர் அரசியல் அமைப்பு போல் தோற்றமளிக்கவேண்டும். உள்நாட்டு அதிருப்தியாளர்கள் ஒன்று சேர்ந்து சதி வேலைகளில் ஈடுபடாமல் இருக்க இந்த அமைப்பு மிகக் கடுமையாகவும் தீவிரமாகவும் பணியாற்றவேண்டும்.

இந்தியாவைப் பிரதிநிதிப்படுத்துபவர்கள் யார்? மேல்தட்டு வர்க்கத்தினர். அதீத அரசியல் ஆர்வம் கொண்டவர்களாக இவர்களே இருக்கிறார்கள். இவர்களை அமைப்புக்குள் இழுத்துக்கொள்ளலாம். வருடத்துக்கு ஒரு முறை இந்த அரசியல்வாதிகள் மாநாடு கூட்டிக்கொள்ளட்டும். பிரிட்டன் ஆட்சியில் ஏற்படும் குறைகளை மேடை போட்டுப் பேசட்டும். பக்கம் பக்கமாக எழுதி வைத்துக்கொண்டு வந்து ஒப்பிக் கட்டும். குறைகளை எப்படி நிவர்த்தி செய்யலாம் என்பதையும் அவர்களே ஆலோசனைகளாகக் கூறட்டும். நாம் அவற்றைக் குறித்து வைத்துக்கொள்வோம். எது முடியும் எது முடியாது என்பதை நாம் நமக்குள் பரிசீலிப்போம். துண்டு, துக்கடா தேவைகளை உடனுக்குடன் செய்துமுடித்து அமைப்பினரை திருப்திப்படுத்துவோம். வன்முறையை அடிப்படையாகக் கொண்ட ஒரு புரட்சிகரமான நிலைமை இனியொரு முறை இந்தியாவில் உருவாகக்கூடாது.

இந்தியர்களிடம் இந்த அமைப்பு பற்றி நல்லவிதமான அபிப் பிராயத்தை உருவாகவேண்டும். இவர்களிடம் குறைகளைக் கொண்டுசென்றால் நிவர்த்திசெய்யப்பட்டுவிடும் என்னும் நம்பிக்கை அவர்களுக்கு ஏற்படவேண்டும். இது அவர்களுக்கும் நல்லது. நமக்கும் நல்லது.

'இந்திய தேசிய காங்கிரஸ்' என்னும் பிரிட்டனின் பாதுகாப்பு வால்வு 1885ம் ஆண்டு டிசம்பர் 28ம் தேதி ஹியூமால் தொடங்கி வைக்கப்பட்டது. காங்கிரஸின் முதல் மாநாடு அதே ஆண்டு பம்பாயில் நடைபெற்றது. அடுத்ததாக, கல்கத்தாவில். பிறகு, சென்னையில். அமோகமான மாநாட்டுப் பந்தல்கள். அமர்க்கள மான அலங்காரங்கள். வண்ண மேடைகள். ஏற்ற, இறக்கத்துடன் அடுக்கு மொழியில் பேசும் பேச்சாளர்கள். மாநாட்டுப் பிரதிநிதிகளை வரவேற்று பாராட்டிப் பேசும் பொறுப்பை அந்தந்த மாகாணத்தைச் சேர்ந்த கவர்னர்கள், அதாவது ஆங்கிலேய கவர்னர்கள் ஏற்றுக்கொண்டார்கள்.

வாருங்கள் வாருங்கள் என்று பட்டுச் சால்வை போர்த்தி ஓர் ஆங்கிலேய உயர்அதிகாரி ஒரு காங்கிரஸ் பேச்சாளரை வரவேற்று உட்கார வைத்து, பேசுங்கள் ஐயா என்று கேட்டுக்கொண்டால் அவர் என்ன பேசுவார்? 'மாட்சிமை பொருந்திய மகாராணியே நீவிர் வாழ்க. உம் குலம் வாழ்க. உம் குலக்கொழுந்துகள் வாழ்க. பாரதத்தில் நீங்கள் அளிக்கும் நல்லாட்சியால் நாங்கள் இன்புற்றிருக்கிறோம். உங்கள் புண்ணியத்தில் பரம சௌகரியத்துடனும் சௌபாக்கியத்துடனும் இருக்கிறோம். தினமும் காலையில் எழுந்து பல் தேய்த்துமுடித்த கையோடு உங்கள் நாமத்தைத் துதிக்கிறோம். நாங்கள் உங்கள் குழந்தைகள். எங்களை என்றென்றும் கைவிடாமல் பாதுகாக்கவேண்டிய பொறுப்பு தங்களுடையது.'

துதிப்பாடல்கள் இசைப்பதற்கு இடையே அரசியல் பணிகளிலும் காங்கிரஸ் ஈடுபட்டது. அரசியல் பணி என்றால் மனுக்கள் எழுதுவது. அன்புள்ள ஐயா என்று அந்த மனுக்கள் தொடங்கும். கீழ்கண்ட சமாசாரங்களை தங்கள் மேலான கவனத்துக்குக் கொண்டுவர விரும்புகிறோம். தாங்கள் தயவு செய்து (அல்லது அருள் கூர்ந்து) இவற்றை உடனுக்குடன் நிறைவேற்றித் தருமாறு மிகுந்த தாழ்மையுடன் கேட்டுக்கொள்கிறோம். அவ்வாறு செய்துமுடித்தால், நாங்கள் என்றென்றும் உங்களுக்குக் கடன் பட்டவர்களாக இருப்போம். இப்படிக்கு, தங்கள் தாழ்மையுள்ள, பெயர், ஒப்பம், தேதி. தீர்ந்தது கதை.

நாடகக்கலையின் உச்சம் என்று இதைச் சொல்லமுடியும். பிரிட்டனின் ஆசிர்வாதத்துடன் தொடங்கப்பட்ட ஓர் இயக்கம் இதுபோலன்றி வேறெப்படியும் இருக்கமுடியாது.

பிரிட்டன் வந்ததால்தான் இந்த அளவுக்காவது பிழைக்க முடிகிறது, அவர்கள் இல்லாவிட்டால் பாரதம் அதோகதிதான் என்று காங்கிரஸில் இருந்தவர்கள் பூரித்துப்போனார்கள். நசிந்து கிடக்கும் தேசத்துக்கு உயிரூட்ட வந்த பிதாமகனாகவே பிரிட்டனை அவர்கள் பார்த்தனர். காங்கிரஸின் தொடக்ககாலத் தலைவர்களாக அறியப்பட்ட தாதாபாய் நவ்ரோஜி, சுரேந்திரநாத் பானர்ஜி போன்றவர்கள் பிரிட்டனின் நீண்ட ஆயுளுக்காகப் பிரார்த்தனை செய்பவர்களாக இருந்தனர். ஆமென்!

•

ஒரு தேசிய இயக்கமாக, ஒட்டுமொத்த இந்தியர்களின் பிரதிநிதியாகத் தன்னை முன்னிறுத்திக்கொள்ள காங்கிரஸ் எடுத்த

முயற்சிகள் வெற்றிபெறவில்லை. தேசிய இயக்கமாக அல்ல, ஹிந்துக்களின் பிரத்தியேக அமைப்பாக மட்டுமே காங்கிரஸ் பார்க்கப்பட்டது.

காங்கிரஸ் தொடங்கப்பட்ட அதே 1885ல் சையது அகமது கான் (இஸ்லாமிய அறிஞர், கல்வியாளர், சீர்திருத்தவாதி) ஒரு பொதுக்கூட்டத்தில் இப்படிப் பேசினார். ஹிந்துக்களே! முகமதி யர்களே! உலகத்தில் ஹிந்துஸ்தானம் தவிர்த்து உங்களுக்கு என்று ஒரு தனி தேசம் இருக்கிறதா? நான் சொல்வதை கவனமாகக் குறித்துக்கொள்ளுங்கள். ஹிந்துக்கள், முஸ்லிம்கள் என்று சொல்வதெல்லாம் ஒருவரது மதத்தைக் குறிப்பதற்குத்தான். ஒரு தேசத்தில் பல்வேறு மதத்தினர் இருப்பது இயற்கை. ஹிந்துக்கள், முஸ்லிம்கள் அனைவரும் சொந்தக்காரர்கள். தேச நலன் அனை வருக்கும் பொது. ஆகவே, தேசத்தின் நலனை முன்னிட்டு நாம் அனைவரும் ஒன்றுபடவேண்டும்.

பிறிதொரு சந்தர்ப்பத்தில், ஹிந்துக்களையும் முஸ்லிம்களையும் புதிய மணப்பெண்ணின் இரண்டு கன்னங்களுக்கு ஒப்பிட்டார் சையது அகமது கான். இரண்டும் ஒன்றுபோல் ஒற்றுமையாக இருந்தால்தான் பெண்ணுக்கு அழகு.

இதே கான், 1888ல் தன் கருத்தை அடியோடு மாற்றிக்கொண்டார். தேசிய காங்கிரஸ் என்றால் என்ன? பல்வேறு மதப்பிரிவினரும் ஒரே தேசத்தின் சொந்தக்காரர்கள் என்கிறார்களா? அதெப்படி முடியும்? அனைவரையும் ஒரே பெயரில் அழைப்பது சாத் தியமா? பாரதத்தை ஒரே தேசம் என்று சொல்லும் ஒவ்வொரு காங்கிரஸ்காரரையும் நான் எதிர்க்கிறேன்.

•

சளைக்காமல் மனு எழுதிப் போடுவது; வெற்றிலை, சீவல் மென்றுகொண்டே மனித உரிமைகள் பற்றி விவாதிப்பது; பிரிட்டிஷ் மகாராணியை வாய் கொள்ளாமல் புகழ்ந்து தள்ளு வது. காங்கிரஸின் ஆரம்பக்காலப் பணிகள் இவை. என்றாலும், இத்தனை பேர் சேர்ந்து ஏதோ ஒன்றை எதற்காகவோ தொடங்கி யிருக்கிறார்கள் என்னும் செய்தி இந்தியா முழுவதும் பரவ ஆரம்பித்தது. காங்கிரஸ் நடத்தும் மாநாட்டுக் கூட்டங்களை எட்டிப் பார்க்க மக்கள் திரள ஆரம்பித்தார்கள். 1900 வாக்கில், ஓர் அகில இந்திய அரசியல் அமைப்பாக காங்கிரஸ் வளர்ச்சி பெற்றது.

கிட்டத்தட்ட இதே சமயம், சமூகச் சீர்திருத்த அலையும் ஆன்மிக அலையும் இந்தியா முழுவதும் வீச ஆரம்பித்தது. ராஜா ராம் மோகன் ராய் (உள்ளிட்டவர்கள்) தொடங்கி வைத்த பிரம்ம சமாஜம் சில சீர்திருத்தக் கோட்பாடுகளை மக்கள் முன்வைத்தது. தயானந்த சரஸ்வதி (ஆரிய சமாஜத்தை ஆரம்பித்தவர்), விவே கானந்தர், ராமகிருஷ்ண பரமஹம்ஸர், அரவிந்தர், பாரதியார், பங்கிம் சந்திர சாடர்ஜி, ரபீந்திரநாத் தாகூர் ஆகியோர் தேசியம், ஆன்மிகம் இரண்டையும் கலந்து உபதேசிக்க ஆரம்பித்தார்கள்.

பாரதம் நம் தேசம். நாம் அதன் குழந்தைகள். நம் தேசத்தை அந்நியர்களிடம் இருந்து மீட்டெடுத்தாகவேண்டும். வளமை யான நம் பாரம்பரியத்தை, அபூர்வமான கலாசாரத்தை எக் காரணத்தைக் கொண்டும் விட்டுக்கொடுக்கக்கூடாது.

அதே சமயம், ஹிந்து மதத்துக்குள் ஊடுருவியிருக்கும் சீர்கேடு களைக் கண்டறிந்து உடனுக்குடன் களையவேண்டும். கணவன் இறந்தால் மனைவியை உடன்கட்டை ஏற்றுவது; மாடுகளை இம்சித்துக் கொன்று உணவாக்கிக்கொள்வது ஆகியவை நிறுத்தப்படவேண்டும். மதமாற்றம் கூடவே கூடாது. ஹிந்து மதம் புனிதமானது. ஓர் ஹிந்துவாக இருந்துகொண்டு இன்னொரு மதத்துக்குத் தாவுவது மகா பாவம்.

பொங்கி வந்த இந்த அலைகளால் முதலில் பீதியடைந்தவர்கள் முஸ்லிம்கள். யோசித்துப் பார்த்தபோது, பீதியடையத் தேவை யில்லை கோபப்படுவதுதான் சரி என்று தோன்றியது. என்ன பேசிக்கொண்டிருக்கிறார்கள் இவர்கள்? இந்தியா என்பது ஹிந்துக்களை மட்டுமே கொண்ட தேசம் என்று நினைத்து விட்டார்களா? ஒட்டுமொத்தத் தேசமும் ஹிந்து மதத்தைத் தூக்கிவைத்துக் கொண்டாடிக்கொண்டிருந்தால் முஸ்லிம்கள் நாங்கள் எங்கே போவதாம்? இறைச்சி உண்பது பாவம், மதம் மாறுவது பாவம் என்றெல்லாம் உபதேசம் செய்ய இவர்கள் யார்? எண்ணிக்கையில் பெரும்பான்மையாக இருக்கிறோம் என்னும் ஆணவம் அல்லவா அவர்களை இப்படியெல்லாம் பேச வைக்கிறது?

காங்கிரஸ்? அங்கே மட்டும் என்ன வாழ்கிறது? வழக்கறிஞர்கள், பத்திரிகையாளர்கள், ஆசிரியர்கள் என்று மெத்தப் படித்தவர்கள் மட்டுமே காங்கிரஸில் பிரதானமாக இருக்கிறார்கள். அதாவது, ஹிந்துக்கள். அதாவது, மேல் ஜாதியினர். தம் சக ஹிந்துக்

களுக்காக மட்டும் அவர்கள் கவலைப்படுகிறார்கள். இந்தியா என்றால் அவர்களுக்கு ஹிந்துக்கள் மட்டுமே. எனில், எங்கள் கதி? எங்களை யார் பிரதிநிதிப்படுத்தப்போகிறார்கள்? எங்களுக்காக யார் குரல் கொடுக்கப்போகிறார்கள்? ஹிந்து மதத்தைச் சீர்திருத்தி, ஹிந்துக்களின் வாழ்க்கை நிலையை மாற்றினால் போதும், இந்தியா உருப்பட்டுவிடும் என்று நினைப்பவர்கள் மத்தியில் எங்களால் எப்படி நிம்மதியாக வாழமுடியும்?

அழுத்தம் திருத்தமாக ஒரு விஷயம் புரிந்துபோனது. சிறு பான்மையிரான முஸ்லிம்களால் பெரும்பான்மை ஹிந்துக் களோடு ஒன்று கலந்து இருக்கமுடியாது. இன்று (வரை) எரிந்து கொண்டிருக்கும் ஹிந்து-முஸ்லிம் பிரச்னைகள் அனைத்துக்கு மான ஆணிவேர் இந்தப் புரிதலில் இருந்து வெடித்துக் கிளம்பு கிறது.

•

இஸ்லாமிய மக்களிடையே பெரும் தாக்கத்தை ஏற்படுத்திய அமைப்பு அலிகார் இயக்கம் (1858-1898). முஸ்லிம்களின் ஒரே பிரதிநிதியாக அறியப்பட்ட, கொண்டாடப்பட்ட இயக்கம் அது.

1857 புரட்சிக்குப் பிறகு, இஸ்லாமியர்களை அவநம்பிக்கையுடன் மட்டுமே அணுகியது பிரிட்டன். அவர்கள் மதம், மொழி, கலாசாரம், பண்பாடு, இலக்கியம் அனைத்தையும் வலுக் கட்டாயமாக ஒதுக்கி வைத்தார்கள். வெறுப்பு கோபமாக மாறி யது. முஸ்லிம்கள் அதிக அளவில் தண்டனைக்கு உள்ளாக்கப் பட்டார்கள். முஸ்லிம்களை அடக்கிவைக்க என்னென்ன வழிமுறைகள் இருக்குமே அனைத்தையும் பயன்படுத்தினார்கள். நேரடியாகவும் மறைமுகமாகவும் முஸ்லிம்கள் மீது தொடுக்கப் பட்ட போர் அது. போரின் முடிவில் முகலாய ஆட்சி முடிவுக்கு வந்தது. பிரிட்டன் இந்தியாவைக் கைப்பற்றியது.

தன் கனவுகளை ஒவ்வொன்றாக நிறைவேற்ற ஆரம்பித்தது பிரிட்டன். ஆட்சியில் வெவ்வேறு துறைகளில் ஒட்டிக் கொண்டிருந்த முஸ்லிம்கள் அகற்றப்பட்டனர். புதிய திட்டங் கள், புதிய கல்வி முறை புகுத்தப்பட்டது. இஸ்லாமிய நெறிப்படி நடப்பவர்கள் தங்களை உடனடியாக மாற்றிக்கொள்ளும்படி நிர்ப்பந்திக்கப்பட்டனர். அராபிய, பெர்ஷிய முறை கல்வி தடை செய்யப்பட்டது.

முஸ்லிம் சமூகம் மிகுந்த மனஉளைச்சலையும் மனவேதனையை யும் அடைந்தது. புதிதாகக் கொண்டு வந்த எந்தவொரு திட்டத்தையும் அவர்கள் அச்சத்துடன் மட்டுமே பார்க்கப் பழகிக்கொண்டனர். நம் பாரம்பரியப் படிப்பை எடுத்துவிட்டு ஆங்கிலம், அறிவியல் என்று என்னென்னவோ புகுத்துகிறார்கள். எப்படி ஏற்றுக்கொள்ளமுடியும்?

சர் சையது அகமது கான் மாறுபட்டார். தார்மீக அடிப்படையில் பார்க்கும்போது இந்த எதிர்ப்பு சரியானதுதான். ஆனால், கொஞ்சம் யோசித்துப் பார்த்தால் உண்மை புரியும். ஆங்கிலேயர் களை எதிர்க்கிறோம் என்னும் பெயரில் எதற்கு அறிவியலைப் புறக்கணிக்கவேண்டும்? பிரிட்டன் மட்டுமல்ல பல்வேறு மேற்கத்திய நாடுகள் இன்று முன்னேற்றம் கண்டதற்குக் காரணம் அறிவியல்தான். அறிவியல்பூர்வமான அணுகுமுறைதான்.

அலிகார் இயக்கத்தை ஆரம்பித்துவைத்தார் சையது அகமது கான். பிரசாரமாகத்தான் தொடங்கியது. முஸ்லிம்களிடம் பரவியிருந்த அறிவியல் பயத்தைப் போக்கவேண்டும். அவர்கள் வாழ்நிலையில் ஆரோக்கியமான மாற்றம் ஏற்படவேண்டும். முன்னேறவேண்டும். சாதிக்கவேண்டும். இந்த இயக்கத்துக்கு அலிகார் மையமாக அமைந்தது. குறிப்பிடத்தக்க வகையில் சில மாற்றங்களைக் கொண்டு வந்தது அலிகார் இயக்கம். முரதாபாத், காஸியாபுர் உள்ளிட்ட பல்வேறு பகுதிகளில் ஆங்கில வழிப் பள்ளிக்கூடங்கள் திறந்துவைக்கப்பட்டன. பள்ளி கல்லூரியாக மாறியது. கல்லூரி, பல்கலைக்கழகமாக. கல்வி, சமுதாயச் சீர்திருத்தம் போதும் அரசியல் வேண்டாம் என்று சொல்லி வந்த இயக்கம் ஒரு கட்டத்தில் அரசியலிலும் ஆர்வம் செலுத்த ஆரம்பித்தது. தவிர்க்க இயலவில்லை. ஒரு சமூகத்தின் வாழ் நிலையில் நிரந்தர மாற்றம் வேண்டுமானால் அரசியல் ரீதியில் சில முன்னேற்றங்கள் ஏற்படவேண்டும் அல்லவா?

எல்லாவற்றுக்கும் மேலாக, சையது அகமது கான் தன் மாணவர் களுக்குப் போதித்த முக்கியப் பாடம் இது. தப்பித்தவறியும் காங்கிரஸில் ஒருவரும் சேர்ந்துவிடாதீர்கள். ஹிந்துக்கள் வேறு இனம். நமக்கும் அவர்களுக்கும் துளி சம்பந்தமும் கிடையாது. நமக்குத் தனி தொகுதிகள் வேண்டும். தனிப் பிரதிநிதித்துவம் வேண்டும். நம்மைக் கவனித்துக்கொள்ள நமக்குத்தானே தெரியும்?

தொடங்கப்பட்ட காலம் முதலே ஒதுங்கித்தான் இருந்தார்கள் முஸ்லிம்கள். காங்கிரஸின் எந்தவொரு கூட்டத்திலும் எந்த வொரு அரசியல் நடவடிக்கையிலும் முஸ்லிம்கள் கலந்து கொள்ளவில்லை. மும்பை மாநாட்டில் கலந்துகொள்ளுமாறு சையது அகமது கானுக்கு அழைப்பு அனுப்பப்பட்டது. அவர் போகவில்லை. தோழர்களை எச்சரித்தார். யார் அழைத்தாலும், எத்தனை முறை அழைத்தாலும் போய்விடாதீர்கள்.

அக்டோபர் 16, 1905 அன்று நடைபெற்ற வங்கப் பிரிவினைக்கு அடிப்படை பிரிட்டனின் பிரித்தாளும் சூழ்ச்சி. ஹிந்துக்களும் முஸ்லிம்களும் இணைந்திருப்பது அத்தனை உசிதமல்ல. பிரித்துவிட்டால் தங்களுக்குள் மோதிக்கொள்வார்கள். கவனம் சிதறும். இன்றைய வங்காளம், அஸ்ஸாம், பிகார், ஒரிஸ்ஸா அனைத்தையும் உள்ளடக்கிய பிரதேசம் அன்றைய வங்காளம். இதை இரு துண்டுகளாகப் பிரித்தார்கள். கிழக்கு வங்காளம் மற்றும் மேற்கு வங்காளம். கிழக்கு வங்காளத்தில் முஸ்லிம்கள் பெரும்பான்மையினராக இருந்தனர். மேற்கில், ஹிந்துக்கள்.

இந்தப் பிரிவினையைக் கொண்டு வந்தவர் கர்சன் பிரபு. முஸ்லிம் களுக்கு இந்தப் பிரிவினையால் அதிக பலம் கிடைக்கும் என்று அவர் நம்பிக்கையளித்தார். இது நிர்வாக ரீதியான பிரிவினை. இதற்கு எந்த உள்காரணமும் கிடையாது என்றும் பிரிட்டன் சார்பில் சொல்லப்பட்டது. அதென்ன நிர்வாகக் காரணம் என்று கேட்டபோது சரியான விளக்கங்கள் வெளிவரவில்லை. தவிர வும், இந்தப் பிரிவினையால் முஸ்லிம்களுக்கு எந்தவித நன்மை யும் கிடைக்கவில்லை. கொந்தளித்துப்போன மக்கள், தேசம் தழுவிய போராட்டத்தில் ஈடுபட்டனர். வேறு வழியின்றி 1911-ல் பிரிவினையைத் திரும்பப்பெற்றுக்கொண்டது பிரிட்டன்.

•

காங்கிரஸின் அணுகுமுறையிலும் சில மாற்றங்கள் ஏற்பட்டன. எத்தனை காலத்துக்கு வெட்டியாக மனுக்களை மட்டும் அனுப்பிக்கொண்டிருப்பது? ஒட்டுமொத்த இந்தியாவின் பிரதி நிதி இயக்கமாக இருந்துகொண்டு சும்மா நகம் கடிப்பது சரி யில்லை அல்லவா? அதிகம் கேட்கவில்லை. அதிகாரத்தைக் கொடு என்று அதட்டவில்லை. ஆனால், சில குறைந்தபட்ச உரிமைகள் எங்களுக்கு வழங்கப்படவேண்டும். நிர்வாகத் துறையில் நாங்கள் பங்கேற்கவேண்டும். ஆட்சியில் எங்களுக்

குரிய இடத்தை அளிக்கவேண்டும். சட்டங்கள் இயற்றப்படும் போது நாங்களும் உடன் இருக்கவேண்டும். எங்கள் அபிப் பிராயங்களைக் கணக்கில் எடுத்துக்கொள்ளவேண்டும். சுருக்கமாகச் சொல்வதானால், நீங்கள் இருங்கள். உடன் நாங் களும் இருக்கிறோம். அவ்வளவே!

அதற்கான முயற்சியையும் காங்கிரஸ் ஆரம்பித்துவைத்தது. தேர்தலில் போட்டியிட்டு மக்களவை உறுப்பினராகத் தேர்ந்தெடுக்கப்பட்ட முதல் இந்தியராக தாதாபாய் நவ்ரோஜி அறியப்பட்டார். இதை ஒரு வெற்றியாகக் காங்கிரஸ் எடுத்துக்கொண்டது. காங்கிரஸ் மட்டும்.

இனி காங்கிரஸை நம்பிப் பிரயோஜனமில்லை என்னும் முடிவுக்குப் பலர் வந்து சேர்வதற்கும் இதுவே ஒரு காரணமாக அமைந்தது. சுயராஜ்ஜியம் எங்கள் பிறப்புரிமை; அதை நாங்கள் அடைந்தே தீருவோம் என்றார் பால கங்காதர திலகர். ஆங்கிலக் கல்வி முறை இந்தியக் கலாசாரத்தை சீரழிக்கும். ஆங்கிலேயர் களிடம் இருந்து கற்றுக்கொள்வதற்கு எதுவுமில்லை. உடனடி யாக, நாம் ஒரு முடிவுக்கு வரவேண்டும். தகுந்த போராட்ட முறையை உருவாக்கவேண்டும். பட்டவர்த்தனமாக எதிர்க்க வேண்டும், வாருங்கள்.

உங்கள் போராட்ட முறை தவறு, அமைதியாகக் காய்களை நகர்த்துவோம் என்று திலகரைத் திருத்த முயன்றார் கோபால கிருஷ்ண கோகலே. ஆனால் திலகரால் சாத்வீக போராட்டத்தை ஏற்றுக்கொள்ள இயலவில்லை. 1907ம் ஆண்டு காங்கிரஸ் இரண்டாக உடைந்தது. ஒரு பக்கம் மிதவாதிகள். மற்றொரு பக்கம் திலகர், பிபின் சந்திர பால், லாலா லஜபதி ராய் போன்ற தீவிரவாதிகள். மகாராஷ்டிரா, வங்காளம், பஞ்சாப். இந்த மூன்று மாநிலங்களிலும் தீவிரவாதிகளின் தாக்கம் அதிகம் பரவியது. தலையே போனாலும் பரவாயில்லை, பிரிட்டனை எதிர்ப்போம் என்னும் எழுச்சி நிலையை மக்கள் அடைந்தனர்.

முஸ்லிம்களின் தீர்மானத்தில் மாற்றம் எதுவும் இல்லை. இது அவர்களுக்கான போராட்டம்; நமக்கானதல்ல. கத்தரித்துக் கொண்டு போகவேண்டும் என்னும் எண்ணம் எங்களுக்கு இல்லை. ஆனால் அவர்கள் எங்களை இணைத்துக்கொள்ள மறுக்கிறார்கள். வாருங்கள் இது நமக்கான போராட்டம் என்று அவர்கள் எங்களிடம் சொல்ல மறுக்கிறார்கள். திரண்டு

வாருங்கள் இந்தியர்களே என்று அவர்கள் அழைக்கும்போது திரண்டு வாருங்கள் ஹிந்துக்களே என்றுதான் எங்கள் காதுகளில் விழுகிறது.

ஆக, காங்கிரஸின் இரு பிரிவினருடனும் முஸ்லிம்களால் ஒன்ற முடியவில்லை. மிதவாதிகளுக்கு சுயராஜ்ஜியம் தேவையாக இருக்கவில்லை. அப்படியே தேவைப்பட்டாலும் அதை விண் ணப்பம் மூலமாகப் பெற்றுவிடமுடியும் என்று நினைக்கிறார்கள். திலகரின் வழியையும் பின்பற்றமுடியாது. தீவிர தேசியத் தலைவராக மட்டுமல்ல தீவிர ஹிந்து மதத் தலைவராகவும் அவர் இருக்கிறார்.

இனி தாங்காது.

இந்த அவசர நிலைக்கு முஸ்லிம்கள் தள்ளப்பட்டது தற்செய லானது அல்ல. பதினாறாம் நூற்றாண்டு தொடக்கம் முதல் பத்தொன்பதாம் நூற்றாண்டின் பாதி வரை கிட்டத்தட்ட இந்தியா முழுவதையும் (இன்றைய பங்களாதேஷ் தொடங்கி காஷ்மீர் வரை - ஆப்கானிஸ்தானையும் சேர்த்து) - ஆட்சி செய்தனர் முகலாயர்கள். 1725ம் ஆண்டுக்குப் பிறகு, மொகலாயர்களின் பிடி சிறிது சிறிதாக நழுவத்தொடங்கியது. மொகலாய வம்சத்தின் இறுதி மன்னர் இரண்டாம் பகதூர் ஷா ஆட்சியில் அவருக்கு எஞ்சியிருந்தது டெல்லி நகரம் மட்டுமே. 1857 சிப்பாய்ப் புரட்சியை அடுத்து பிரிட்டன் அவரைக் கைது செய்து நாடு கடத்தியது. வண்ணமயமான ஓர் இஸ்லாமிய கலாசாரம் முடிவுக்கு வந்தது. பிரிட்டன் இந்தியாவை முழுவதுமாகக் கைப்பற்றியது.

ஐயோ என் தேசம் போய்விட்டதே என்று அலறினார்கள் முஸ்லிம்கள். பாபர் தொடங்கி வைத்த அற்புதமான சகாப்தம் இப்படி அநியாயமாக முடிவுக்கு வந்துவிட்டதே! இனி, எங்கள் கலாசாரத்தை, எங்கள் மொழியை, எங்கள் வரலாறை யார் பாதுகாக்கப்போகிறார்கள்? எங்கள் தேசம் என்று சொல்லிக் கொள்ளும்படியாகவா இருக்கிறது இந்த இந்தியா? ஹிந்து இந்தியா?

பிரிட்டன் இந்தியாவில் முஸ்லிம்களின் எண்ணிக்கை அப்போது நாற்பது சதவீதம். பலுகிஸ்தான், கிழக்கு வங்காளம், காஷ்மீர் பள்ளத்தாக்கு, வட கிழக்கு மாகாணங்கள், பஞ்சாப், சிந்து, பம்பாய் ஆகிய பகுதிகளில் முஸ்லிம்கள் எண்ணிக்கையில்

பெரும்பான்மையினராக இருந்தனர். ஆனாலும், அரசாங்கப் பிரதிநிதித்துவம் கிடையாது.

1900ம் ஆண்டு இந்தி இந்தியாவின் அதிகாரபூர்வமான மொழியாக அறிவிக்கப்பட்டது. எனில், உருதுவையும் உடன் இணைத்துக்கொள்ளுங்கள் என்னும் கோரிக்கை ஏற்றுக் கொள்ளப்படவில்லை. இதிலிருந்து தெரிவது? வெள்ளைக்காரர்கள், ஹிந்துக்கள். இரு பிரிவினரையும் நம்பக்கூடாது. நமக்கென்று ஓர் அமைப்பு இருந்தால்தான் பிழைத்திருக்கமுடியும். இல்லாவிட்டால் இவர்கள் நசுக்கித் தேய்த்துவிடுவார்கள்.

டிசம்பர் 30, 1906ம் ஆண்டு டாகாவில் உள்ள ஷாஹாபாத் என்னும் இடத்தில் முஸ்லிம்கள் ஒன்றுகூடினார்கள். உண்மையில், முஸ்லிம்களுக்கான கல்வி இயக்கம் ஒன்றை ஆரம்பிப்பதற்காக ஏற்பாடு செய்யப்பட்டிருந்த நிகழ்ச்சி அது. மொத்தம் மூன்றாயிரம் பேர். தலைமை தாங்கியவர் நவாப் விகார் உல் முக் (Nawab Viqar-ul-Mulk). அரசியல்வாதி. முஸ்லிம்களின் நலன் விரும்பி.

இஸ்லாம் குறித்தும், மறை நூல்கள் குறித்தும், ஒழுக்கநலன்கள் குறித்தும், கல்வியின் மகத்துவம் குறித்தும் வாழ்நிலை மாற்றம் குறித்தும் பொதுவாக அவர் உரையாற்றுவது வழக்கம். அன்றைய தினமும் அப்படித்தான் பேசுவார் என்று எதிர்பார்த்திருந்தனர் பார்வையாளர்கள். இறுக்கமான முகத்துடன் மைக்கை நெருங்கினார் நவாப்.

'நண்பர்களே, இந்தியாவின் மொத்த மக்கள்தொகையில் முஸ்லிம்களாகிய நாம் ஐந்தாவது இடத்தில் இருக்கிறோம். இந்தியாவை பிரிட்டன் விடுவிக்கும் காலத்தில், ஆட்சி யார் கைக்குப் போய் சேரும் தெரியுமா? எண்ணிக்கையில் நம்மைவிட நான்கு மடங்கு அதிக பலத்துடன் இருக்கும் ஹிந்துக்களிடம் தாம். அவ்வாறு நிகழ்ந்தால், நம் வாழ்க்கை, நம் செல்வம், நம் மதிப்பு, நம் நம்பிக்கை அனைத்தும் அச்சுறுத்தலுக்கு உள்ளாகிவிடும். பலம் பொருந்திய பிரிட்டன் ஆட்சி செய்யும் இக்காலத்திலேயே நம் நலன்கள் புறக்கணிக்கப்படுவதை நம்மால் தடுத்து நிறுத்தமுடியவில்லை. நாளை நம் கதி என்ன ஆகும்?'

இந்தக் கேள்வியுடன் அனைத்திந்திய முஸ்லிம் லீக் தொடங்கி வைக்கப்பட்டது.

4
இரும்பு கோரிக்கை

நேரு, படேல் இருவரையும் அழைத்து தனித்தனியே பேசினார் மவுண்ட்பேட்டன். ஒரே பதிலை வெவ் வேறு வார்த்தைகளில் அவர்கள் தெரியப்படுத்தி னார்கள். வெகு விரைவில் இந்தியாவைவிட்டு பிரிட்டானிய படைகள் வெளியேறிவிடும் என்னும் உங்கள் வாக்குறுதியை நாங்கள் மதிக்கிறோம். காந்தி யின் வாதத்தை எங்களால் ஏற்றுக்கொள்ளமுடியாது. முஸ்லிம் லீகிடம் இந்தியாவை ஒப்படைப்பது சரி யல்ல. இந்தியாவை மீட்டெடுப்பதற்காக நாங்கள் எத்தனையோ தியாகங்களை செய்துவிட்டோம். இது எங்கள் தியாக எல்லைக்கு அப்பாற்பட்டது. சாத்தியமேயில்லை. உங்கள் தேநீருக்கு நன்றி.

உடைந்துபோனார் மவுண்ட்பேட்டன். எஞ்சியிருக் கும் ஒரே நம்பிக்கை ஜின்னா மட்டுமே. அழைத்தார்.

ஒரு சிறிய புன்னகையை உள்ளே நுழையும்போது உதிர்த்ததோடு சரி. அதற்குப் பிறகு ஜின்னாவின் முகத்தில் கடுமையைத் தவிர வேறு உணர்ச்சிகள் இல்லை. வணக்கம் எப்படி இருக்கிறீர்கள், நலமா போன்ற அறிமுக உரையாடல்கள்கூட இல்லாமல் எடுத்த எடுப்பிலேயே ஜின்னா தெரியப்படுத்திய விஷயம் இதுதான். 'எந்த முடிவை என்னால் ஏற்க இயலுமோ அது பற்றிப் பேசவே நான் இங்கு வந்துள் ளேன்.' ஆடித்தான் போனார் மவுண்ட்பேட்டன். மூச்சு

விடுவதற்குக்கூட இந்த மனிதர் அவகாசம் கொடுக்கமாட்டார் போலிருக்கிறதே. முதலில் நீங்கள் கொஞ்சம் உட்காருங்கள் மிஸ்டர் ஜின்னா என்று சொல்லி அவரை அமர வைத்தார்.

நம்பிக்கையுடன்தான் பேச ஆரம்பித்தார் மவுண்ட்பேட்டன். மிஸ்டர் ஜின்னா கொஞ்சம் யோசித்துப் பாருங்கள். தனியொரு தேசம் அமையவேண்டும் என்று உண்மையிலேயே நீங்கள் விரும்புகிறீர்களா? முஸ்லிம்களின் கோரிக்கை இதுதானா? காந்தியுடன் நான் பேசினேன். ஹிந்துக்களும் முஸ்லிம்களும் ஒன்றுசேர்ந்து சகோதரத்துவத்துடன் வாழமுடியும் என்று அந்த வயதான மனிதர் மிகவும் உறுதியுடன் கூறுகிறார். இது பற்றி நீங்கள் ஏன் யோசிக்கக்கூடாது? உடையாமல் ஒரே தேசமாக இந்தியா இருந்தால் நன்றாக இருக்கும் இல்லையா?

'இல்லை!' தீர்மானமான குரலில் சொன்னார் ஜின்னா. தன் நிலை யில் இருந்து சிறிதும் பின்வாங்கவில்லை ஜின்னா. முன்னரே தயாரித்து வைத்த உரைபோன்று அமைந்தது அவரது பேச்சு. இரண்டு மணி நேரங்கள். 'பாகிஸ்தான் வேண்டும். அவசியம். அத்தியாவசியம். இதில் மாற்றுக் கருத்துக்கு இடமே இல்லை. சரி நான் வருகிறேன்.' சொல்லிவிட்டுக் கிளம்பிவிட்டார் ஜின்னா.

கடினமான மனிதர். சந்தேகமேயில்லை. ஆனாலும் கரைத்துவிட முடியும் என்று நம்பினார் மவுண்ட்பேட்டன். 1947 ஏப்ரல் மாதம் மட்டும் ஆறு முறை இருவரும் சந்தித்துக்கொண்டார்கள். இதற்காகவே மெனக்கெட்டு குறிப்புகள் எல்லாம் தயாரித்து வைத்திருப்பார் மவுண்ட்பேட்டன். சாந்தமான குரலில், மிகப் பொறுமையாக தன் தரப்பு வாதத்தை முன்வைப்பார். இடுங்கிய கண்களுடன் அவரையே கூர்மையாகப் பார்த்துக்கொண்டிருப் பார் ஜின்னா. பிறகு, ஆச்சா என்பதுபோல் ஒரு பார்வை பார்த்து விட்டு அழுத்தம் திருத்தமாகச் சொல்வார். 'எனக்குப் பாகிஸ் தான் வேண்டும். இது தவிர்த்து வேறு ஏதாவது பேசலாமா?'

●

சிறிது காலத்துக்கு முன்னால் தான் ஏற்று நடத்திய ஒரு வழக்கின் தீர்ப்பு நினைவுக்கு வந்தது. தந்தை உயில் எழுதி வைத்துவிட்டு இறந்துவிட்டார். அவரது இரு மகன்களுக்கும் இடையில் மனக்கசப்பு. சொத்தை எப்படி பிரிப்பது? எந்தப் பங்கு யாருக்கு? ஏன்? நீதிமன்றத்துக்கு வழக்கை எடுத்துச்சென்றார் ஜின்னா.

பாகப் பிரிவினை தொடர்பான ஆவணங்களையும் தயார் செய்து கொடுத்தார். தீர்ப்பும் வந்து சேர்ந்தது. நீ யாரோ நான் யாரோ என்று இரு மகன்களும் தத்தம் சொத்துக்களைப் பிரித்து எடுத்துக் கொண்டு கிளம்பிவிட்டார்கள். இரு குடும்பத்தினருக்கும் இடை யில் பேச்சுவார்த்தை முறிந்துபோனது. சரியாக இரண்டு ஆண்டு கள். மீண்டும் அவர்கள் இணக்கமாகிவிட்டார்கள்.

குடும்பம். தேசம். இரண்டுக்கும் பெரிதாக வித்தியாசம் இல்லை. வருத்தம் இருக்கும். மனக்கசப்பு இருக்கும். விரோதமும்கூடத் தான். ஆனால் காலப்போக்கில் எல்லாம் சரியாகிவிடும். நாளை பாகிஸ்தான் துண்டாகப் பிரிந்து சென்றாலும் இந்தியாவின் நிரந்தர எதிரி தேசமாக அது என்றென்றும் நீடித்திருக்கும் என்று சொல்வதற்கில்லை. ஏன் அப்படி சிந்திக்கவேண்டும்? இன்று நீடிக்கும் வெறுப்புணர்வும் வெறுமையும் என்றென்றைக்கும் நீடித்திருக்கும் என்று ஏன் ஒருவர் நினைக்கவேண்டும்?

மவுண்ட்பேட்டனிடமும் இதையேதான் சொன்னார் ஜின்னா. 'நீங்கள் இது குறித்து அதிகம் கவலைப்படவேண்டாம். எப்படியும் கிளம்பப்போகிறீர்கள். போவதற்கு முன்னால் உருப்படியாக ஒரு காரியம் செய்துவிட்டுப் போங்கள். அதற்குப் பிறகு அது எங்கள் பிரச்னை. அதாவது பாகிஸ்தானின் பிரச்னை. இந்தியாவின் பிரச்னை. இதற்கு மேல் சொல்வதற்கு எதுவும் இல்லை.'

பிறிதொரு சமயம், விளக்கமாகவே பேசினார். முஸ்லிம்களுக்கும் இந்தியர்களுக்கும் பொதுவான விஷயங்கள் என்று எதுவுமே இல்லை. மதம், கலாசாரம், மொழி, பழக்கவழக்கங்கள், உணவு முறை, வழிபாடு என்று அனைத்திலும் இந்தியர்களிடம் இருந்து வேறுபடுகிறார்கள் முஸ்லிம்கள். எப்படி அவர்களால் ஒன்றாக வாழமுடியும் சொல்லுங்கள்? காந்தியால் எப்படி அவ்வாறு சொல்லமுடிகிறது? விந்தைதான்.

எனக்கு மாட்டு இறைச்சி பிடிக்கும். அது என் உணவுமுறை சார்ந்த சமாசாரம். மாடுகளைக் கொன்று தின்பது மகா பாவம் என்று அவர்கள் நினைக்கிறார்கள். பார்த்தீர்களா? உணவு முறையில்கூட எத்தனை முரண்பாடு பார்த்தீர்களா? இவர்கள் சொல்பேச்சுக் கேட்டு நான் என் உணவுப் பழக்கத்தை மாற்றிக்கொள்ளமுடியுமா? எனக்குப் பிடித்த உணவைச் சாப்பிடுவது மகா பாவம் என்று என்னால் நினைக்கமுடியுமா?

நான் என்ன சாப்பிடவேண்டும், என்ன சாப்பிடக்கூடாது என்று
சொல்ல இவர்கள் யார்?

இந்தியாவை ஏன் இரண்டாக்கக்கூடாது என்கிறீர்கள்? அப்படிப்
பிரித்தால் என்ன ஆகிவிடும் என்று நினைக்கிறீர்கள்? ரத்த ஆறு
வெடிக்கும், இரு தரப்பினரும் வெட்டி மடிவார்கள்
என்றெல்லாம் ஏன் நீங்கள் பயப்படவேண்டும்? காந்திக்கு ஏன்
இந்த அநாவசிய பீதி? ஓர் உண்மை சொல்லவா? நீங்கள்
பெருமை பொங்கச் சொல்லும் இந்த இந்தியா என்றைக்குமே
ஒன்றுபட்ட தேசமாக இருந்ததில்லை என்பதை நீங்கள்
அறிவீர்களா? இப்போதாவது தெரிந்துகொள்ளுங்கள். இந்தியா
ஒரே தேசம் அல்ல. அது ஒரு தொகுப்பு. பாகிஸ்தானை
அதனிடம் இருந்து பிரிப்பதன் மூலம் எந்தப் பெரும் தீங்கும்
யாருக்கும் நேர்ந்துவிடாது. மாறாக, பாகிஸ்தானியர்கள்
நன்மையே அடைவார்கள்.'

ஜின்னாவிடம் தெளிவான செயல்திட்டம் இருந்தது. கனவு
இருந்தது. அந்தக் கனவை நிறைவேற்றுவதற்கான பிடிவாதமும்
துடிதுடிப்பும் இருந்தது. அபரிமிதமாகவே. முஸ்லிம் லீக்
கட்சியிலேயே ஜின்னாவைத் தவிர வேறு யாரும் பாகிஸ்தான்
கோரிக்கையில் இத்தனைப் பிடிவாதமாக இல்லை.

இந்தியா அளவுக்கு வளமான தேசமாக பாகிஸ்தான் இருக்காது
என்பதும் அவருக்குத் தெரியும். அதற்கு ஒரு மாற்று யோசனை
வைத்திருந்தார். வங்காளம், பஞ்சாப் இரண்டையும் எங்களுக்குக்
கொடுத்துவிடுங்கள்.

'அதெப்படி தரமுடியும்? இரண்டும் இந்தியாவைச் சேர்ந்த
பகுதிகள் அல்லவா?'

'அதனாலென்ன?'

மவுண்ட்பேட்டன் புருவத்தை உயர்த்தினார்.

'இந்த இரு பகுதிகளிலும் ஹிந்துக்கள் சிறுபான்மையினராக
இருக்கிறார்கள். முஸ்லிம்களாகிய உங்களுடன் எப்படி இவர்கள்
இணைவார்கள்? சிறுபான்மை முஸ்லிம்கள் பெரும்பான்மை
ஹிந்துக்களுடன் இணைந்திருக்கமுடியாது என்பதுதானே
உங்கள் பாகிஸ்தான் கோரிக்கையின் அடிநாதம். உங்களுக்கு ஒரு
நியாயம், அவர்களுக்கு ஒரு நியாயமா?'

41

'ஆமாம். அது அப்படித்தான். என்ன தவறு? இந்த இரு பகுதி
களும் இல்லாவிட்டால் பாகிஸ்தான் நோஞ்சான் தேசமாகத்தான்
இருக்கும்.'

'அப்படியொரு நோஞ்சான் தேசம் எதற்கு வேண்டும்?'

பலமாகத் தலையை அசைத்து அது அப்படியில்லை என்று
சொல்லி மீண்டும் பேச ஆரம்பிப்பார் ஜின்னா. சுற்றிச் சுற்றிப்
பேசுவார். நீளநீளமாகப் பேசுவார். புள்ளிவிவரங்கள் அடுக்கு
வார். மவுண்ட்பேட்டன் முன்வைத்த எந்தவொரு தர்க்கத்தையும்
அவர் ஏற்றுக்கொள்ளத்தயாராக இல்லை. அப்படியே ஏற்றுக்
கொண்டாலும் அங்கீகரிக்கத் தயாராகயில்லை.

•

மவுண்ட்பேட்டன் புது தில்லியில் காலடி எடுத்து வைப்பதற்கு
ஒன்பது மாதங்களுக்கு முன்பு தயங்கித் தயங்கி ஜின்னாவிடம் ஒரு
விஷயத்தைச் சொன்னார் அந்த மருத்துவர். கரிய நிறத்தில்
இருந்த ஒரு எக்ஸ்ரேயைச் சுட்டிக்காட்டியபடியே பேசினார்
அவர். உங்கள் இரண்டு நுரையீரல்களிலும் ஓட்டை விழுந்திருக்
கிறது. திசுக்கள் சேதமடைந்திருக்கின்றன. காசநோய் உங்களைத்
தாக்கியிருக்கிறது. இரண்டு, மூன்று ஆண்டுகளுக்கு மேல் உங்க
ளால் உயிர் வாழமுடியாது. ஓ அப்படியா என்று கேட்டுக்
கொண்டார். யாருக்கோ ஏதோ என்பது போல். தேங்க்ஸ் டாக்டர்
என்று கட்டை குரலில் சொல்லிவிட்டு பைப்பை எடுத்து புகைக்க
ஆரம்பித்துவிட்டார்.

காந்தியைப் போலவே இங்கிலாந்து சென்று சட்டம் பயின்றவர்.
காந்திக்கு தொடக்கத்தில் மட்டுமே இருந்த ஆங்கிலேய கலாசார
மோகம், ஜின்னாவுக்கு இறுதி வரை நீடித்தது. மேற்கத்திய
உடைகளை மட்டுமே விரும்பி அணிந்தார். எதிலும் ஒழுங்கு
இருக்கவேண்டும் என்று எதிர்பார்த்தார். பத்தொன்பதாவது
வயதில், சட்டப்படிப்பு முடிந்தது.

இந்திய அரசியல் அவரை ஈர்த்ததும் இதே காலகட்டத்தில்தான்.
தாதாபாய் நவ்ரோஜி போன்ற இந்திய தலைவர்களின் மீது
ஈடுபாடு வளர்ந்தது. பிரிட்டிஷ் பாராளுமன்றத்தில் நுழைவதற்
காக தாதாபாய் நவ்ரோஜி போராடிக்கொண்டிருந்தபோது,
ஜின்னாவும் உடன் இருந்த மாணவர்களும் அவருக்கு ஆதரவாகக்
குரல் கொடுத்தனர். ஒரே விஷயத்தில் மட்டும் பிரிட்டனை

விரும்பவில்லை ஜின்னா. இந்தியாவில் உள்ள பிரிட்டிஷ் அதி காரிகள் இந்தியர்களிடம் மூர்க்கத்தனமாக நடந்துகொள்கிறார் கள். இந்தியர்களை கீழானவர்களாக நடத்துகிறார்கள். இது தவறு. கண்டிக்கத்தக்கது.

மற்றபடி, ஜின்னா பரவசத்துடன் காதல்வசப்பட்டார். பிரிட்டன் மீது. பிரிட்டிஷார் மீது. ஆங்கில மொழி மீது. ஐரோப்பிய கலா சாரத்தின் மீது. இஸ்லாமிய மதம் விதித்த அத்தனை கட்டுப்பாடு களையும் கட்டுப்பெட்டித்தனம் என்று முகம் சுளித்தார். மதச்சடங்குகளில் இருந்து ஒதுங்கி நின்றார். இஸ்லாம் பரிந்துரை செய்த வாழ்க்கை முறையை முழுமுற்றாக நிராகரித்தார். இஸ்லாம் தடை செய்த விஷயங்களுடன் சிநேகம் பிடித்துக் கொண்டார். சிகரெட் புகைத்தார். மது அருந்தினார். பன்றிக்கறி உட்கொண்டார்.

இந்தியா திரும்பியதும் (1896ம் ஆண்டில்) எல்லோரையும் போலவே காங்கிரஸில்தான் சேர்ந்தார். எல்லோரையும் போலவே பிரிட்டனை நம்பினார். இந்தியாவில் உள்ள சில அதிகாரிகள் மூர்க்கமானவர்களாக இருக்கலாம். ஆனால், பொதுவில் பிரிட்டிஷார் பண்பாளர்கள். அவர்கள் வந்தபிறகு தான் இந்தியா முன்னேற ஆரம்பித்திருக்கிறது. குழந்தைகள் பள்ளிக்கூடங்களுக்குப் போக ஆரம்பித்திருக்கிறார்கள். நான்கு எழுத்துக் கூட்டிப் படிக்கிறார்கள். தவிரவும், ஆங்கில மொழியில் பயிற்சி பெறுகிறார்கள். இது அவர்களுக்கு நல்லது. இருக் கட்டும். அவர்களே ஆளட்டும். கொஞ்சம் போல் நமக்கும் உரிமை கொடுத்தால் போதும். மேலதிகம் எதுவும் வேண்டிய தில்லை.

அனைத்திந்திய முஸ்லிம் லீகில் சேர்வதைப் பற்றி அப்போது அவரால் கற்பனைகூட செய்து பார்க்கமுடியவில்லை. முஸ்லிம் களுக்காக போராடுவதாக அவர்கள் சொல்கிறார்கள். அது போன்ற அமைப்பில் சேர எனக்கு விருப்பமில்லை. எதற்காக முஸ்லிம்களுக்குத் தனி அமைப்பு? காங்கிரஸ் போதாதா? இந்தியர்கள் அனைவருக்குமான அமைப்புதானே அது?

தன் கருத்துகளையும் ஜின்னா விரைவில் மாற்றிக்கொண்டார். பிரிட்டன், இந்தியர்களுக்குப் போதிய உரிமையை அளிக்க வில்லை. இந்நிலை மாறவேண்டும். காங்கிரஸ், முஸ்லிம் லீக் இரண்டும் இணைந்து செயல்படவேண்டும். இந்தியாவை சற்று

மிதமாக அணுகுமாறு பிரிட்டனுக்கு அழுத்தம் கொடுக்க வேண்டும்.

1913ம் ஆண்டு முஸ்லிம் லீகில் சேர்ந்துகொண்டார். கவனிக் கவும். முஸ்லிம் மைய கருத்தாக்கம் எதுவும் அப்போது அவருக்கு உருவாகியிருக்கவில்லை. காங்கிரஸில் இருந்து அவர் விலகவும் இல்லை. காங்கிரஸுக்கு எதிரான ஓர் இயக்க மாகவோ, காங்கிரஸுக்கு மாற்றான ஓர் இயக்கமாக அவர் முஸ்லிம் லீகைப் பார்க்கவுமில்லை.

ஜின்னாவைப் போலவே முஸ்லிம் லீகும் மாறிக்கொண்டிருந் தது. அலைஅலையாக மாற்றங்கள். தொடங்கப்பட்டபோது (டிசம்பர் 30, 1906-ம் ஆண்டு. முதல் தலைவர் சர் ஆகா கான். தலைமையகம் லக்னோ), லீகின் அரசியல் நிலைப்பாடு இது. பிரிட்டிஷ் ராஜாவுக்கு மானசீக ஒத்துழைப்பு. வம்பு, தும்பு செய்யாமல் அடக்கமாக இருக்கவேண்டும். ஹிந்துக்களுக்கு காங்கிரஸ். அது போல் முஸ்லிம்களுக்கு நாம். சர்க்காருடன் தொடர்ந்து நல்லுறவில் இருக்கவேண்டும். முஸ்லிம் மக்க ளுக்குத் தேவையான வசதிகளை சர்க்காரிடம் இருந்து பெற்றுக் கொள்ளவேண்டும். காங்கிரஸைப் போலவேதான் செயல் பட்டது முஸ்லிம் லீகும். அன்புள்ள ஐயா என்று தொடங்கி இப்படிக்கு உங்கள் சேவகன் என்று முடித்து, மனுக்களை அனுப்பிக்கொண்டிருந்தது.

முஸ்லிம் லீகின் நடவடிக்கைகளை உன்னிப்பாக ஆராய்ந்தார் ஜின்னா. முதல் பார்வையிலேயே முரண்பாடுகள் தட்டுப் பட்டன. எப்படி களையலாம் என்று யோசித்தார். தெளிவான ஓர் அரசியல் சித்தாந்தம் லீகுக்குத் தேவை. உருப்படியான யோசனை களும். கண்மூடித்தனமாக பிரிட்டனை ஆதரிப்பது சரியாகாது. முஸ்லிம் லீக் தன் சொந்தக் காலில் தெம்புடன் நிற்கவேண்டும்.

இந்தியாவை ஆள்வதற்கு இந்தியர்களுக்கு அதிக அதிகாரம் கொடுக்கப்படவேண்டும். கண்டிப்புடனும் கறாராகவும் பிரிட்ட னுக்கு இந்த விஷயத்தைத் தெரியப்படுத்தியாகவேண்டும். முஸ்லிம் லீகால் இதைத் தனியாக செய்து முடிக்கமுடியாது. அதற்கான அவசியமும் இல்லை. காங்கிரஸை ஏன் ஒதுக்கி வைக்கவேண்டும்? ஹிந்துக்களுக்கு ஓர் அமைப்பு முஸ்லிம் களுக்கு ஓர் அமைப்பு என்று தனியே நாம் பிரிந்திருக்கவேண்டிய அவசியம்தான் என்ன? நோக்கம் பொது என்னும்போது

இணைந்தே செயல்படுவதுதானே புத்திசாலித்தனம்? முஸ்லிம்களின் நலன் காக்கப்படவேண்டும். அதில் மாற்றுக்கருத்து கிடையாது. இந்திய பாராளுமன்றத்தில் மூன்றில் ஒரு பங்கு பிரதிநிதித்துவம் முஸ்லிம்களுக்குக் கிடைத்தாகவேண்டும். முஸ்லிம் லீக், காங்கிரஸ் இரண்டும் முதல் முறையாக ஓர் ஒப்பந்தம் போட்டுக்கொண்டன.

லக்னோ உடன்படிக்கை என்று இது அழைக்கப்படுகிறது. டிசம்பர் 1916ல் இது கையெழுத்தானது. லீகின் தலைவராக ஜின்னா உயர்ந்ததற்கு இந்த ஒப்பந்தமும் ஒரு காரணம். ஜின்னாவைப் பூரிப்புடன் புகழ்ந்து தள்ளினார் சரோஜினி நாயுடு. லக்னோ உடன்படிக்கை ஏற்பட்டதற்கு முக்கியக் காரணம் ஜின்னாவின் முன்முயற்சிதான். ஹிந்து முஸ்லிம் நல்லுறவின் சின்னமாக அவர் திகழ்கிறார்.

காங்கிரஸின் முக்கிய ஆளுமையாக காந்தி உருவெடுத்திருந்த சமயம் அது. போராட்டத்துக்கு ஒரு புதிய ஆயுதத்தை அவர் கண்டுபிடித்திருந்தார். ஒத்துழையாமை. அகிம்சை. ஆன்ம பலம். மேலும் உன்னிப்பாக காந்தியையும் அவர் கொள்கைகளையும் வாசிக்க ஆரம்பித்தார் ஜின்னா. அந்நிய ஆடைகளைப் பகிஷ்கரிக்கவேண்டும் என்கிறார். அனைவரையும் காலை மடக்கி உட்கார்ந்து ராட்டையைச் சுழற்றவேண்டும் என்கிறார். தீவிர ஹிந்து மதப் பிரசாரகராகவும் இருக்கிறார். நான் ஒரு சனாதன பிராமணன், மனுதர்மத்தை (இப்போதைய அர்த்தத்தில் அல்ல, புராதனக் கருத்தாக்கத்தின்படி) ஆதரிப்பதாக வெளிப்படையாகச் சொல்கிறார். வாழ்க்கைக்குத் தேவைப்படும் அத்தனை தத்துவங்களையும் பகவத் கீதை கொண்டுள்ளதாக சிலாகிக்கிறார். ராம ராஜ்ஜியம் அமைக்கவேண்டும் என்கிறார்.

இடிக்கிறதே!

1920ல் காந்தி கிலாஃபத் இயக்கத்துக்கு தன் ஆதரவைத் தெரிவித்தபோது, ஜின்னா முடிவு செய்துவிட்டார். இனியும் காந்தியை நம்பிக்கெண்டிருக்கமுடியாது. காந்தியை மட்டுமல்ல காங்கிரஸையும்.

கிலாஃபத் இயக்கத்தை ஆரம்பித்தவர்கள் அலி சகோதரர்கள் (முகமது அலி மற்றும் ஷௌகத் அலி). முதல் உலகப் போரை அடுத்து, பிரிட்டன் ஒட்டமான் சாம்ராஜ்ஜியத்தை சீரழிக்கிறது.

இது முஸ்லிம் சமுதாயத்தினரிடையே அதிருப்தியை ஏற்படுத்தி யிருக்கிறது. ஆகவே, பிரிட்டன் தன் போக்கை மாற்றிக்கொள்ள வேண்டும். ஒட்டமான் சாம்ராஜ்ஜியம் சிதறி விழுவதைத் தடுத்து நிறுத்த வேண்டும். இதுதான் இயக்கத்தின் நோக்கம். தெற்கு ஆசியா எங்கும் பரவிய இந்த இயக்கம், இந்தியாவை வந்தடைந்த போது, காந்தி அதை அரவணைத்துக்கொண்டார். இந்தியா முழு வதிலும் உள்ள முஸ்லிம்களைத் திரட்டி பிரிட்டனுக்கு எதிராக ஒத்துழையாமை இயக்கத்தை ஆரம்பித்துவைத்தார்.

ஜின்னாவுக்குப் புரியவில்லை. எதற்காக காந்தியும் காங்கிரஸும் கிலாஃபத்தில் ஆர்வம் செலுத்தவேண்டும்? ஒட்டமான் சாம் ராஜ்ஜியத்தின் மீது திடீரென்று இவர்களுக்கு ஏன் இத்தனைக் கரிசனம்? இதை ஏன் காந்தி அரசியலாக்கவேண்டும்? நான் ஹிந்து மதவாதி அல்ல, முஸ்லிம்களையும் அரவணைத்துக்கொள்கி றேன் என்பதை தேசத்துக்கு வெளிக்காட்டவா? இந்தியாவி லுள்ள முஸ்லிம்களின் ஆதரவை வளைத்துப்போடவா?

ஹிந்து மகா சபை என்னும் பெயரில் ஒரு அவஸ்தை இயங்கிக் கொண்டிருக்கிறது. ஹிந்துக்களின் நலனைக் காக்கும் அமைப் பாம். ஹிந்துக்கள் மட்டுமா இந்தியர்கள்? இதே தவறைதான் தொடக்கத்தில் முஸ்லிம் லீக் செய்துவந்தது. இப்போது கிலாஃபத். யார் தவறு செய்தாலும் தவறு தவறுதான். கிலாஃபத் துக்கு ஆதரவு தெரிவிப்பது இஸ்லாமிய அடிப்படைவாதத்துக்கு ஆதரவு தெரிவிப்பதற்குச் சமமாகும். ஹிந்து அடிப்படை வாதத்தைப் போன்றதுதான் முஸ்லிம் அடிப்படைவாதமும். காங்கிரஸ் இரண்டையுமே வளர்த்துக்கொண்டிருக்கிறது.

தவிரவும், சட்டத்துக்கு உட்பட்ட போராட்டமுறைதான் சிறந் தது. சட்டப்படிதான் நம் உரிமைகளை நாம் பெற்றாகவேண்டும். ஒத்துழையாமை இயக்கத்தை யார் ஆரம்பிக்கச் சொன்னது? யார் ஆதரவு திரட்டச்சொன்னது? அரசாங்கத்துக்கு ஒத்துழைக்க மறுத்தால், அரசாங்கத்தைப் புறக்கணிக்க ஆரம்பித்தால் அவர்கள் நம் கோரிக்கைக்கு இணங்கிவிடுவார்களா? இந்தா நீயே உன் தேசத்தை ஆட்சி செய் என்று கொடுத்துவிடுவார்களா? யோசிக்கவேண்டாமா?

அதே ஆண்டு காங்கிரஸைவிட்டு வெளியேறினார் ஜின்னா. கோபத்துடனும். ஏமாற்றத்துடனும். எரிச்சலுடனும். அப்போது அவர் உதிர்த்த வார்த்தைகள் இவை.

46

‘காந்தியின் போராட்ட முறை தவறானது. காந்தியின் தலைமையை நம்புபவர்கள் ஏமாறப்போவது நிச்சயம். காந்தியின் அணுகுமுறையால் இறுதியில், ஹிந்துக்களுக்கும் முஸ்லிம்களுக்கும் இடையில் நிரந்தர பகைமைதான் உருவாகும்.’

முஸ்லிம் லீகிடம் தன் கருத்தை அழுத்தமாகப் பதிவு செய்தார். நம்மை பலப்படுத்திக்கொள்ளவேண்டிய தருணம் இது. நமக்கு என்ன தேவை என்பதில் தெளிவடைவோம். இனியும் காங்கிரஸை நம்பிக்கொண்டிருக்கமுடியாது. குறித்துக்கொள்ளுங்கள். நம் தேவைகள் இவை. ஃபெடரல் முறையிலான சுதந்தரம். அனைத்து மாகாணங்களுக்கும் சம அளவில் சுயாட்சி உரிமை வழங்கப்படவேண்டும். சிறுபான்மையினருக்கு பிரதிநிதித்துவம் கிடைக்க பெரும்பான்மையினர் தயாராக இருக்கவேண்டும். பாராளுமன்றத்தில் மூன்றில் ஒரு பங்கு முஸ்லிம் பிரதிநிதித்துவம் வேண்டும். அவரவர் மதத்தை வழிபடவும் பிரசாரம் செய்யவும் உரிமை வேண்டும். பலுகிஸ்தானிலும் வடமேற்கு மாகாணங்களிலும் சீர்திருத்தங்கள் மேற்கொள்ளப்படவேண்டும்.

மொத்தம் பதினான்கு அம்சங்கள். தொகுத்து, மார்ச் 28, 1929 அன்று காங்கிரஸ், முஸ்லிம் லீக் உள்ளிட்ட அனைத்துக் கட்சியினரிடமும் சமர்ப்பித்தார். காங்கிரஸ் நிர்த்தாட்சண்யமாக நிராகரித்தது. கூடவே, பிற கட்சிகளும் நிராகரித்தன. ஜின்னாவுக்குப் புரியவில்லை. மிக மிக அடிப்டையான, குறைந்தபட்சக் கோரிக்கைகளைக்கூட ஏற்றுக்கொள்ளமுடியாமல் காங்கிரஸ் இருப்பது ஏன்? முஸ்லிம்களின் வாழ்க்கைநிலையில் குறிப்பிடத்தக்க மாற்றத்தைக் கொண்டு வர இந்தக் கோரிக்கைகள் நிறைவேற்றப்படுவது அவசியம். இதை ஏன் உணர மறுக்கிறார்கள்? செய்வதை எல்லாம் செய்துவிட்டு, ரகுபதி ராகவ ராஜா ராம் பாடி என்ன பயன்? ஈஷ்வர் அல்லா தேரா நாம் என்பது ஏமாற்று வித்தை என்பது தவிர வேறு எப்படி எடுத்துக்கொள்வது?

லண்டனில் முதல் வட்ட மேஜை மாநாடு (நவம்பர் 1930 & ஜனவரி 1931) நடைபெற்றபோது, ஜின்னா அதில் கலந்துகொண்டார். காங்கிரஸுக்கு பிரிட்டன் எவ்வளவோ பரவாயில்லை. நம் கோரிக்கையை அங்கே எழுப்பிப் பார்க்கலாம். நம்பிக்கையுடன் காத்திருந்தார். காங்கிரஸ் சார்பாக யாரும் மாநாட்டுக்கு வரவில்லை. முஸ்லிம்களின் பிரதிநிதிகளாக ஜின்னாவோடு சேர்த்து முகமது அலி, ஆகா கான் ஆகியோரும், ஹிந்து மகா

சபையில் இருந்து மூஞ்சேயும் வந்திருந்தனர். தாழ்த்தப்படுத்தப் பட்ட, பிற்படுத்தப்பட்ட மக்களின் சார்பாக, அம்பேத்கர். தனி வாக்காளர் தொகுதி வேண்டும் என்று இரு தலைவர்கள் விண்ணப்பித்துக்கொண்டார்கள். ஜின்னா மற்றும் அம்பேத்கர்.

இரண்டாவது வட்ட மேஜை மாநாட்டுக்கு (செப்டம்பர் & டிசம்பர் 1931) காந்தி வந்திருந்தார். எல்லோரும் பேசி முடித் ததும், தன் முடிவை சமரசமற்ற தொனியில் தெளிவாக அறி வித்தார். முதல் அடி, அம்பேத்கருக்கு. தாழ்த்தப்பட்ட மக்களுக்கு எதற்குத் தனி பிரதிநிதித்துவம்? எதற்கு தனி வாக்காளர் தொகுதி? அவர்கள் என்ன வேறு இனத்தைச் சேர்ந்தவர்களா? இப்படியொரு யோசனையை ஏன் ஒருவர் முன்வைக்கவேண்டும்? என்னால் இதை ஒரு போதும் ஏற்றுக்கொள்ளமுடியாது. தாழ்த்தப்பட்டவர் களும் ஹிந்துக்களே. ஹிந்துக்களுக்கு இடையே பிளவு ஏற்படு வதை என்னால் ஏற்றுக்கொள்ளமுடியாது.

அடுத்து, ஜின்னா. அவர் முன்வைக்கும் வாதம் ஏற்றுக்கொள்ளத் தக்கதல்ல. ஹிந்துக்களும் முஸ்லிம்களும் சகோதர்கள். அவர்களை மைனாரிட்டி என்று அழைப்பது தவறு. அப்படி ஒரு எண்ணத்தை ஏற்படுத்த முயல்வதே தவறானதுதான். இது பிளவுப்படுத்தும் செயல். முஸ்லிம்களுக்குத் தனி வாக்காளர் தொகுதி வேண்டாம். ஒட்டுமொத்த இந்தியாவின், இந்தியர் களின் பிரதிநிதி காங்கிரஸ். காங்கிரஸ் மட்டுமே.

இரண்டு வட்ட மேஜை மாநாடுகளிலும் ஜின்னாவுக்குக் கிடைத் தது வட்டமான இரு பூஜ்ஜியங்கள் மட்டுமே. உடைந்து போனார் ஜின்னா. காந்தியும் காங்கிரஸும் மட்டுமல்ல முஸ்லிம் லீகின் செயல்பாடுகள்கூட திருப்திகரமாக இல்லை. என் வாழ்நாளின் மிகப் பெரிய அதிர்ச்சியை நான் கண்டுகொண்டேன். என்னால் இந்தியாவுக்கு உதவமுடியாது. ஹிந்துக்களின் மனநிலையை மாற்றியமைக்கமுடியாது. முஸ்லிம்களின் மனநிலையையும் தான். நடந்துகொண்டிருக்கும் விபரீதத்தைப் புரிந்துகொள்ளும் மனநிலையில் அவர்கள் இல்லை. என் கோரிக்கைகள் மீது அவர்களுக்குப் பிடிப்பு இல்லை. முக்கியமாக, நம்பிக்கை இல்லை. முஸ்லிம்களைக் காப்பாற்றுவது இனி கடினம்.

ஜின்னா வெளியேறினார். முஸ்லிம் லீகில் இருந்து. இந்தியாவில் இருந்து. லண்டனில் வக்கீல் தொழிலைத் தொடர்ந்து நடத்தலாம் என்று முடிவுசெய்தார். ஆகா கான், முகமது இக்பால்

போன்றவர்கள் தொடர்ந்து வற்புறுத்தி அழைக்காமல் இருந்திருந்தால் லண்டனிலேயே இருந்திருப்பார். ஜின்னாவை அவர்கள் சமாதானப்படுத்த வேண்டியிருந்தது. உங்களால் மட்டும்தான் மாற்றத்தைக் கொண்டுவரமுடியும். காந்தியையும் காங்கிரஸையும் சமாளிக்கமுடியும். தயவு செய்து வாருங்கள். முஸ்லிம் லீக் இப்போது புதிதாக மாற்றியமைக்கப்பட்டுள்ளது. உங்கள் தலைமையை ஏற்றுக்கொள்ள எல்லோரும் தயாராக இருக்கிறார்கள்.

1934ம் ஆண்டு ஜின்னா இந்தியா திரும்பினார். மீண்டும் இயக்கப் பணிகளைத் தொடங்கினார். இந்த முறை அவருக்கு லீகின் ஆதரவு முழுவதுமாகக் கிடைத்தது. லியாகத் அலி கான், ஜின்னாவின் வலது கரமாக மாறினார். 1935ம் ஆண்டு பிரிட்டன் ஓர் அறிவிப்பை வெளியிட்டது. அதிகாரத்தைப் பெருமளவில் (கவனிக்கவும், முழுமையாக அல்ல) இந்தியர்களுக்குப் பகிர்ந்தளிக்க உத்தேசித்துள்ளோம். யாருக்கு அதிகாரத்தை அளிப்பது என்பது குறித்து முடிவெடுக்க இரண்டு ஆண்டுகளில் தேர்தல் ஒன்றை நடத்தப்போகிறோம். பெரும்பான்மை வாக்கெடுப்பில் யார் வெற்றிபெறுகிறார்கள் என்பதைப் பொறுத்து மேற்கொண்டு முடிவெடுக்கப்படும்.

1937ல் நடைபெற்ற தேர்தலில் பெரும்பான்மையான மாகாணங் களில் வெற்றி காங்கிரஸுக்குத்தான். முஸ்லிம் லீகை அதிர வைத்த வெற்றி இது. மொத்தமிருந்த 1585 இடங்களில் காங் கிரஸுக்கு 711 இடங்கள். முஸ்லிம்கள் பெரும்பான்மையினராக இருந்த பகுதிகளில்கூட இத்தகைய வெற்றியை முஸ்லிம் லீகால் பெறமுடியவில்லை. ஆனாலும் சில தடங்களைப் பதித்தார்கள். உத்திரப் பிரதேசத்தில் (ஹிந்துக்கள் இங்கே பெரும்பான்மை யினர்) 35 இடங்களில் 29ஐ முஸ்லிம் லீக் கைப்பற்றியது.

முஸ்லிம் கட்சியின் ஆதரவு தேவை என்பதை காங்கிரஸ் உணர்ந்திருந்தது. அதே சமயம், முஸ்லிம் லீகை அரவணைத்துக் கொள்ள விரும்பவில்லை. அபுல் கலாம் அஸாதின் உதவியுடன் வேறு ஒரு கட்சியுடன் (Jamiat-e-Ulema-Hind) கைகுலுக்கிக் கொண்டார்கள். ஜின்னா சீறினார். உங்கள் அளவுக்கு நாங்கள் வெற்றி பெறவில்லை என்பது உண்மை. அதே சமயம், முஸ்லிம்களின் ஆதரவை பெருமளவில் பெற்றவர்கள் நாங்களே. எங்களை இணைத்துக்கொள்ளாமல் எப்படி காங்கிரஸ் அரசாங்கத்தை அமைக்கும்? ஜின்னாவுக்கு நேரு கிண்டலாகப்

பதில் அனுப்பினார். முஸ்லிம் லீகின் பலமே உங்களுக்குப் போதும் என்று நினைக்கிறேன். அதை மட்டும் நீங்கள் நம்பினால் போதும். ஜின்னாவும் எழுதினார். நன்றி. இனிமேல், முஸ்லிம் லீகின் பலத்தை மட்டும்தான் நான் நம்பப்போகிறேன்.

பகடி செய்திருந்தாலும் நேரு சொன்னது உண்மைதான். முஸ்லிம் லீகின் பலத்தை மட்டுமே இனி நம்பவேண்டும். காங்கிர ஸுக்குப் பின்னால் எப்படி ஹிந்துக்கள் அணிதிரள்கிறார்களோ அதே போல், முஸ்லிம்கள் அனைவரும் லீகின் பின்னால் குவிய வேண்டும். அதுதான் வழி. அது ஒன்றுதான். அனைத்து மதத் தினரையும் பிரதிநிதிப்படுத்துகிறோம் என்று சொல்லிக் கொண்டாலும் அடிப்படையில் காங்கிரஸ் ஓர் ஹிந்து ஸ்தாபனம். ஹிந்து ராஜ்ஜியம் அமைக்கிறோம் வாருங்கள் என்று சொல்லித் தான் ஹிந்துக்களை அவர்கள் திரட்டுகிறார்கள்.

முஸ்லிம்களை திரட்டவேண்டுமானால் எனக்கு ஒரு முழக்கம் தேவைப்படுகிறது. வலுவான ஒரு சித்தாந்தம் தேவைப்படு கிறது. வியப்பூட்டும் ஒரு கோரிக்கையும்.

5

அதிசய தேதி

ஜூன் 3, 1947 மாலை ஏழு மணிக்கு வானொலியில் முறைப்படி அறிவிப்பு வெளிவந்தது. முதலில் பேசிய வர் மவுண்ட்பேட்டன். விஷயத்தை சுருக்கமாகச் சொல்லி முடித்துக்கொண்டார். அடுத்து பேசியவர் நேரு. அவர் குரலில் துக்கமும் துயரமும் கலந்திருந் ததை கேட்பவர்களால் உணர முடிந்தது. இந்தியா வின் புதிய ஆரம்பம் துன்பத்தோடும் துயரத்தோடும் உருவெடுக்கிறது. என்னால் இதைக் கொண்டாட முடியவில்லை. ஆம், பிரிவினையோடு சேர்த்தே நமக்குச் சுதந்தரம் கிடைக்கவிருக்கிறது. வணக்கம் என் இனிய இந்திய மக்களே.

பிறகு, ஜின்னா. தனியாளாக புதியதொரு தேசத்தை உருவாக்கிய தோரணையோ மிடுக்கோ பெருமிதமோ அவர் குரலில் இல்லை. கட்டைக்குரலில் உணர்ச்சி கள் அதிகம் தெறிக்காதபடி பேசினார். கிட்டத்தட்ட வானிலை செய்தி போன்றதோர் அறிவிப்பு. ஆவ லுடன் காத்திருந்து கேட்ட முஸ்லிம்கள் உதட்டைப் பிதுக்கினார்கள். என்ன சொல்கிறார் நம் தலைவர்? நம் தேசம் கிடைத்துவிட்டதா இல்லையா?

தவிரவும், மிகவும் நீளமாக இருந்தது அந்த உரை. அதுவும், ஆங்கிலத்தில். பாகிஸ்தான் ஜிந்தாபாத் என்றபடி ஜின்னா முடித்துக்கொண்டபோது மட்டும் ஏதோ புரிந்தது போல் இருந்தது.

இது என் தோல்வி. நான் மிகவும் நம்பிய நேரு, படேல் இரு வரும் என்னைக் கைவிட்டுவிட்டார்கள். இனி நான் எதற்கு இவர்களுடன் ஒட்டிக்கொண்டிருக்கவேண்டும்? பிரச்னை என்றால் என்னிடம் ஓடிவருவது. ஒரு தீர்வு சொன்னால் அதை ஏற்றுக்கொள்ள மறுப்பது. போதும் இந்த கண்ணாமூச்சி விளை யாட்டு. எதை என் வாழ்நாள் முழுவதும் எதிர்த்து வந்தேனோ அதையே இவர்கள் முன்மொழிந்திருக்கிறார்கள். துக்கம், துன்பம். ஆனாலும் வேறு வழியில்லை என்கிறார் நேரு. ஹே ராம்! இன்று நடைபெறவிருக்கும் பிரார்த்தனைக் கூட்டத்தில் என் திட்டத்தை அறிவித்துவிடவேண்டியதுதான். எனக்கும் காங்கிர ஸுக்கும் இனி ஒட்டும் இல்லை, உறவும் இல்லை.

இன்னும் ஒரு மணி நேரம்தான் இருந்தது கூட்டம் தொடங்கு வதற்கு. அதற்குள் மவுண்ட்பேட்டனிடம் இருந்து அழைப்பு வந்தது. மவுண்ட்பேட்டனுக்குத் தெரியும். நேருவோ படேலா ஜின்னாவோ சொன்னால் இத்தேசம் ஏற்றுக்கொள்ளாது. காந்தி பேசவேண்டும். பிரிவினை தவிர்க்கமுடியாதது என்று அவர் தன் வாயால் அறிவிக்கவேண்டும். காங்கிரஸுக்கும் பிரிட்டனுக்கும் முஸ்லிம் லீகுக்கும் ஒத்துழைப்பு தாருங்கள் மக்களே என்று அவர் தன் வாயால் கேட்டுக்கொள்ளவேண்டும். அப்போதுதான் இது சாத்தியமாகும்.

காந்தியைப் பார்க்கும்போதே அவருக்குத் தெரிந்துவிட்டது. உடைந்து போன மனிதராக இவர் நின்றுகொண்டிருக்கிறார். ஆபத்து. இந்த நிலையில் இவர் வெளியில் போனால், நிச்சயம் நிலைமை சிக்கலாகிவிடும்.

இதை என்னால் ஏற்றுக்கொள்ளமுடியாது என்றார் காந்தி. மவுண்ட்பேட்டன் பதிலேதும் சொல்லவில்லை. பதில் எதுவும் இல்லை அவரிடம்.

'இறுதிவரை விடாப்பிடியாக இருந்து தன் காரியத்தைச் சாதித்துக் கொண்டுவிட்டார் ஜின்னா. எதைக் கண்டு நான் அச்சப் பட்டேனோ அது நடந்துவிட்டது. இனி நான் உங்கள் யாருக்கும் தேவைப்படமாட்டேன். என் கருத்துகள் இனி முக்கியமில்லை. என்னை ஏன் இங்கே வரவழைத்தீர்கள்? இனி என்ன பேசவேண்டியிருக்கிறது?'

கால்களை மடக்கி காந்தி உட்கார்ந்த மறு கணமே கூட்டத்தில் இருந்து கேள்விகள் பறக்க ஆரம்பித்தன.

'பாபுஜி, நாங்கள் கேள்விப்பட்டது உண்மைதானா?'

'ஆம்'

'இந்தியாவைத் துண்டாடப்போகிறாரா அந்த வெள்ளைக்கார கவர்னர்?'

'ஆம்'

'படுபாவி'

'அவரைத் திட்டுவதில் பயனேதுமில்லை.'

'இதை உங்களால் தடுத்து நிறுத்த முடியவில்லையா மகாத்மாஜி? இந்தியாவை பிளந்தே தீரவேண்டுமா?'

'என் முடிவில் மாற்றமில்லை. பிரிவினையை என்னால் ஒருபோதும் ஏற்றுக்கொள்ளமுடியாது. ஆனால் என் முடிவை யார் இங்கே பெரிதாக எடுத்துக்கொள்கிறார்கள்? இது எல்லோ ருடைய முடிவாக மாறிவிட்டது. இந்தக் கேள்வியை இனி என் னிடம் கேட்காதீர்கள். உங்களிடமே கேட்டுக்கொள்ளுங்கள்.'

●

சோவியத், சீனா, ஐரோப்பா என்று உலகம் முழுவதிலும் இருந்து முந்நூறுக்கும் அதிகமான பத்திரிகையாளர்கள் திரண்டிருந்தார் கள். மவுண்ட்பேட்டன் அவர்களிடம் உரையாடிக்கொண்டிருந் தார். பிரிட்டனின் முடிவு பற்றி. அதை நிறைவேற்றுவதற்காகத் தான் அனுப்பப்பட்டிருப்பது பற்றி. இந்தியத் தலைவர்களுடன் அவர் இதுகாறும் நடத்தி வந்த பேச்சுவார்த்தைகள் பற்றி. பிரிவினை பற்றி. கேள்விகள் ஏதாவது இருந்தால் கேட்கலாம் என்றார் மவுண்ட்பேட்டன்.

இந்தியப் பத்திரிகையாளர் ஒருவர் முந்திக்கொண்டார்.

'அதிகார மாற்றம் எப்போது நடைபெறவுள்ளது?'

'கூடியவிரைவில். எத்தனை சீக்கிரம் முடியுமோ அத்தனை சீக்கிரம் இதை முடித்துவிட விரும்புகிறோம். இந்திய தேசிய காங்கிரஸின் விருப்பமும் அதுவாகத்தான் இருக்கிறது. நாங் களும் தயாராகவே இருக்கிறோம்.'

'மிகவும் முக்கியமான சரித்திரபூர்வமான இந்த நிகழ்ச்சிக்கு நிச்சயம் நீங்கள் தேதி குறித்திருப்பீர்கள் அல்லவா?'

'ஆம் குறித்திருக்கிறேன்.'

இல்லை. உண்மையில் அவர் குறித்திருக்கவில்லை. இருந்தாலும் அப்படித்தான் சொன்னார்.

'அது எந்த தேதி?'

பதிலேதும் அளிக்கவில்லை மவுண்ட்பேட்டன். யோசித்தார். இங்கேயே அந்த தேதியை அறிவிக்கவேண்டி வரும் என்று அவர் எதிர்பார்க்கவில்லை. எந்தத் தைரியத்தில் தேதி குறித்திருப்பதாக இவர்களிடம் சொன்னேன்? எந்தத் தேதி? எதைச் சொல்வது? திடீரென்று ஒரு சம்பவம் அவர் நினைவுக்கு வந்தது. ஜப்பானைச் சரணடைய வைத்த வெற்றி தினம். பர்மாவின் அடர்ந்த காடுகள் வழியாகச் சென்று, ஜப்பானை வழிக்குக் கொண்டு வந்த தினம். சொல்லிவிடலாமா?

சிறிய தயக்கத்துடன்தான் சொன்னார்.

'ஆகஸ்ட் 15, 1947'

6

அகிம்சை என்றொரு ஆபத்து!

இந்தியாவை காலனி நாடாக மாற்றியிருந்த அதே பிரிட்டன்தான் அயர்லாந்தையும் காலனி நாடாக மாற்றியிருந்தது. இந்தியர்களைப் போலவே அயர் லாந்து மக்களும் அந்நிய அரசுக்கு எதிராகப் போராடிக் கொண்டிருந்தனர். வீதியில் இறங்கி கிளர்ச்சி செய்துகொண்டிருந்தனர்.

முதல் உலகப்போரை (1914-1918) அயர்லாந்து தனக்குச் சாதகமாகப் பயன்படுத்திக்கொள்ள முயன் றது. பிரிட்டன் போரில் ஈடுபட்டுக் கொண்டிருக்கும் போதே பிரிட்டனுக்கு எதிராகப் போர்கொடி உயர்த்த முடிவு செய்தது. அயர்லாந்து போராட்டத்துக்குத் தலைமை தாங்கியவர் டிவெலரா. பேச்சுவார்த்தை, உடன்படிக்கை எல்லாம் எடுபடாது என்று துப் பாக்கியைக் கையில் தூக்கிக்கொண்டவர்.

'கையில் கிடைக்கும் ஆயுதத்தை எல்லோரும் எடுத்துக்கொள்ளுங்கள். நமது போர் தொடங்கி விட்டது.' என்ற டிவெலராவின் முழக்கம் அயர்லாந்து மக்களை உசுப்பிவிட்டது. அரசியல் தலைவர்கள், பொதுமக்கள் அனைவரும் போராட்டத்தில் குதித்தனர்.

பிரிட்டன் இந்தத் தாக்குதலை எதிர்பார்க்கவில்லை. இருந்தாலும் சுதாரித்துக்கொண்டு தனது துருப்பு களைக் குவித்தது. கிட்டத்தட்ட புரட்சியாளர்களை

ஒடுக்கிவிட்டார்கள் என்றாலும் ஆரம்பத்தில் தொடங்கிய நெருப்புப் பொறி அணைந்துவிடவில்லை. ஒரு பகுதியில் அழுத்தினால் வேறொரு பகுதியில் பற்றிக்கொண்டது.

கிளர்ச்சிக்காரர்கள் துணிந்து ஒரு சுதந்தர சர்க்காரை ஏற்படுத்தி னார்கள்.

'இதுதான் மெய்யான அயர்லாந்து. ஐரிஷ் மக்களின் பாது காவலன்.' என்று பிரகடனப்படுத்தினர். 'பிரிட்டன் நம்மைச் சுரண்டுகிறது. நமது மண்ணில் அந்நிய அரசு உருவாவதை ஏற்றுக்கொள்ளமாட்டோம்!' என்று அறிவித்தனர்.

ஒரு பக்கம் புரட்சியாளர்களின் அரசாங்கம். மறுபக்கம் பிரிட்ட னின் அரசாங்கம். ஒரே சமயத்தில் இரு வேறு அரசாங்கம் ஒரு நாட்டை நிர்வகிக்கும் விந்தை ஏற்பட்டது. டிவெலரா முதல் அதிபராகப் பொறுப்பேற்றுக்கொண்டார். இவருக்குப் பிற நாடுகளில் நல்ல செல்வாக்கு இருந்தது. அமெரிக்கா சென்ற போது அதிபர் டிவெலரா என்றே இவர் அழைக்கப்பட்டார்.

டிவெலராவின் சர்க்காரை ஒழிக்க பிரிட்டன் அனைத்து வழி களையும் கையாண்டது. 'இவரை ஏற்றுக்கொள்ளவேண்டாம். இவர்கள் சட்ட விரோதமானவர்கள். இவர்களது ஆட்சி சட்ட விரோதமானது' என்றெல்லாம் கூப்பாடு போட்டுப் பார்த்தது. கண்ணில் பட்டவர்களைப் பிடித்து சிறையில் தள்ளியது. பயமுறுத்திப் பார்த்தது. ஆனால் பிரிட்டனின் பாச்சா பலிக்க வில்லை. டிவெலராவின் செல்வாக்கு உயர்ந்துகொண்டே போனது.

இறுதியில், வேறு வழியின்றி அரைகுறை மனத்துடன் புரட்சிகர அரசை அங்கீகரிக்கத் தொடங்கினார்கள். வீம்புக்குத் தொடங்கப் பட்ட சர்க்கார் நிஜ சர்க்காராக மாறியது. பிரிட்டன் அயர்லாந்தை விடுவிடுத்தது.

இந்தியாவில் என்ன நடந்தது?

'பேரரசின் விரைவான வெற்றிக்கு எல்லா வகையிலும் இந்திய மன்னர்களும் மக்களும் ஒத்துழைப்பார்கள்.' முதல் உலகப் போரில் ஈடுபட்டிருந்த பிரிட்டனுக்கு இந்தியா அனுப்பிய வாழ்த்துக்கடிதம் இது. ஜின்னா, லாலா லஜபதி ராய் உள்ளிட்ட பலரும் கையொப்பமிட்டு அனுப்பியிருந்தார்கள். காந்தி ஒரு படி

மேலே சென்றார். பிரிட்டனை ஆதரிக்க வேண்டும் என்று உரத்துச் சொன்னார் காந்தி. குஜராத் முழுவதும் பயணித்தார். இந்திய வீரர்களே, நடைபெற்றுகொண்டிருக்கும் மகா யுத்தத்தில் பிரிட்டனை நாம் ஆதரிக்கவேண்டும். பிரிட்டனைக் காப்பாற்றவதுதான் நமது கடமை. அனைவரும் திரண்டு வாரீர்!

நன்றாக வேண்டும். நம்மை எப்படியெல்லாம் படுத்தினார்கள். எல்லாவற்றுக்கும் சேர்த்து போரில் இழந்துகொண்டிருக்கிறார்கள். ஒரு சாதாரண மனிதனைப் போல் இப்படி நினைப்பது தவறு என்றார் காந்தி. பிரிட்டன் போர்முனையில் இருக்கும் ஒரு பலவீனமான பொழுதில் பிரிட்டனை எதிர்ப்பது அறம் ஆகாது. இது காந்தியின் வாதம். இந்த விசித்திர வாதத்தால், கிராமக் கூட்டங்களில் காந்திக்கு ஆதரவு கிடைக்கவில்லை. பிரிட்டனுக்காக ஆள் சேர்க்கும் வேலையையா மகாத்மா மேற்கொள்ள வேண்டும் என்று மக்கள் வருந்தினார்கள். எதிர்த்தார்கள்.

பிரிட்டன் எதிர்பார்த்ததைப் போலவே வெற்றி அவர்களுக்குத்தான். இந்த வெற்றி பிரிட்டனை ஏகத்துக்கும் உற்சாகப்படுத்தியது. நாடு பிடிக்க ஆசைப்பட்டது தவறு என்று சொல்லித்தான் ஜெர்மனி மீது பிரிட்டன் போர் தொடுத்து வீழ்த்தியது. ஆனால் பிரிட்டன் செய்துகொண்டிருந்தது என்னவோ அதே வேலையைத்தான். தவிரவும், தோல்வியுற்ற ஜெர்மனியை பிரிட்டன் குரூரமாக நடத்தியது. மேலும், மத்தியக் கிழக்கில் மெக்கா, மதீனா, ஜெருசலேம் போன்ற பகுதிகளைச் சுருட்டிக் கொள்ளும் முயற்சியிலும் பிரிட்டன் ஈடுபட்டது. போர் முடிவுக்கு வந்த பின்னும் துருக்கியை பாடாய்ப் படுத்தியது. ஊருக்கு ஒரு நியாயம் தனக்கு ஒரு நியாயம். இதுதான் பிரிட்டிஷ் ஏகாதிபத்தியத்தின் நியாயம்.

இந்தியாவிலும் அதைத்தான் செய்துகொண்டிருந்தார்கள். கலகக்காரர்களை அடக்குகிறோம் பேர்வழி என்று சொல்லிக்கொண்டு கொத்துக் கொத்தாகப் படுகொலைகள் நடந்துகொண்டிருந்தன. அமிர்தசரஸில் உதவி கமிஷனராக இருந்த பிரடரிக் கூப்பர் என்பவரின் வாக்குமூலம் இது.

'...ஒருவனைத் தூக்குமரத்துக்கு அழைத்துச்சென்றோம். திடீரென்று அவன் மயக்கம் போட்டு விழுந்துவிட்டான். மயக்கம் தெளிய அவனுக்குச் சிறிது அவகாசம் கொடுத்தோம். அவனுக்கு நினைவு திரும்பிவிட்டது என்பதை உறுதி செய்து கொண்ட பிறகு

அவனைத் தூக்கிலிட்டோம். காவல் முகாமிலிருந்து ஒவ்வொரு வராக வரவழைக்கப்பட்டனர். தூக்கிலிடப்பட்டனர். 150...200... கணக்கு ஏறிக்கொண்டே இருந்தது. 237 பேர் வந்ததும் நின்று விட்டது. முகாமிலிருந்து அடுத்த நபர் வெளியே வரவில்லை. எங்கள் ஆட்கள் பல தடவை சத்தம் போட்டு கத்தினர், கதவுகளை உதைத்தனர். யாரும் வெளியே வரவில்லை. உடனே கதவுளை உடைத்து உள்ளே புகுந்தோம். அங்கே 45 பேர் உள்ளேயே செத்துக் கிடந்தனர். அடுத்து நம்மை தான் அழைப்பார்கள் என்ற பயத்தினால் அவர்கள் மூச்சுத் திணறி இறந்திருந்தனர்.'

காந்தி தன் போராட்டமுறையை மாற்றிக்கொள்ளத் தயாராக இல்லை. வன்முறை துளி கூட உதவாது; அமைதிப் போராட்டம் தான் உகந்தது. நான்கு வழிமுறைகளை வகுத்துக் கொடுத்தார் காந்தி. சர்க்காரை எதிர்க்கவேண்டும். பொருந்தாத சட்டத்தை மறுக்க வேண்டும். அறவழியில் போராட வேண்டும். சிறை புகத் தயாராக இருக்கவேண்டும். காந்தியின் போராட்ட முறைதான் காங்கிரஸின் போராட்ட முறை. காங்கிரஸின் போராட்ட முறைதான் இந்தியாவின் போராட்ட முறை.

அமைதியாவது? அறமாவது? மக்களின் உணர்வுகள் கிளர்ந்து எழுந்தன. நாடு முழுவதும் புரட்சிகரமான மக்கள் போராட்டங் கள் வெடிக்க ஆரம்பித்தன. பம்பாய், சென்னை, அகமதாபாத், பஞ்சாப், உத்திர பிரதேசம், பீகார் போன்ற மாநிலங்களில் தொழிலாளர்களும் மாணவர்களும் வீதியில் திரண்டு கோஷம் போட்டு போராட ஆரம்பித்தனர். வெளிதேசத்தில் வாழ்ந்த இந்தியர்கள் கேதார் கட்சி என்ற அமைப்பைத் தொடங்கி னார்கள். 'பேசாதே, திருப்பி அடி' என்பதுதான் இவர்கள் கொள்கை. 1917ம் ஆண்டு நடைபெற்ற ரஷ்யப் புரட்சி இந்த அமைப்புகளுக்கு உந்துசக்தியாக இருந்தது.

இந்தியாவில் பரவி வரும் கிளர்ச்சிகளை ஒடுக்க பிரிட்டன் ரவுலட் சட்டத்தை அமுல்படுத்தியது. இந்தச் சட்டத்தின்படி யாரை வேண்டுமானாலும் எப்போது வேண்டுமானாலும் இழுத்து வந்து விசாரிக்கலாம், சிறையில் தள்ளலாம், என்ன தண்டனை வேண்டுமானாலும் கொடுக்கலாம். விசாரணை கூடத் தேவையில்லை. எங்களுக்கு இவர்களைப் பிடிக்கவில்லை போன்ற சாதாரண காரணங்களே கூடப் போதுமானதுதான். இந்தச் சட்டத்தைக் கொண்டு வந்ததன் மூலம் சர்க்காருக்கும் போலீஸாருக்கும் மிதமிஞ்சிய அதிகாரம் கிடைத்தது.

கிடைத்தால் என்ன ஆகும் என்பதற்கான விடை ஏப்ரல் 13, 1919ம் அன்று தெரிந்தது. அமிர்தசரஸில் உள்ள ஜாலியன்வாலாபாக் என்னும் சிறிய மைதானத்தில் ஆயிரக்கணக்கான மக்கள் குழுமி யிருந்தார்கள். பொதுக்கூட்டம் ஒன்று நடந்துகொண்டிருந்தது. நடக்கவிடலாமா? நூறு இந்தியச் சிப்பாய்களையும் 50 வெள்ளை சிப்பாய்களையும் அழைத்துக்கொண்டு வந்தார் ஜெனரல் டயர். நான்கு பக்கமும் சுவர். வெளியே செல்ல ஒரு சிறிய பாதை மட்டுமே இருந்தது. சுடுங்கள் என்றார் டயர். 1600 குண்டுகள். நூற்றுக்கணக்கானவர்கள் இறந்து போனார்கள். பின்னர், லண்டன் சென்ற டயருக்கு அங்கு பலத்த வரவேற்பு. அவரது சாதனையைப் பாராட்டி 18,000 பவுன் பரிசாக அளிக்கப்பட்டது.

காந்தியின் எதிர்வினை இதுவே. பிரிட்டிஷார் அளித்த பட்டங் களைத் துறந்துவிடுங்கள். சட்ட மன்றங்களையும் நீதி மன்றங் களையும் கல்வி நிலையங்களையும் நிராகரிக்கவும். ராட்டைச் சுற்றுங்கள். பிரார்த்தனை செய்யுங்கள். கடவுள் நம்மைக் காப்பாற்றுவாராக.

சுதந்தரப் போராட்டத்தை நாம்தான் தலைமை தாங்கி நடத்து வோம் என்று ஏகமனதுடன் முடிவு செய்திருந்தது காங்கிரஸ். சிறு சிறு இயக்கங்களாகச் சிதறிப் போனால் ஒழுக்கம் குலைந்து விடும், சக்தியும் வீணாகிவிடும். எனவே, அனைவரையும் ஒரே குடையின் கீழ் கொண்டு வரவேண்டும் என்று காங்கிரஸ் விரும்பியது. அனைவரையும் என்றால், கலகம் செய்பவர்கள், புரட்சி செய்பவர்கள், அடங்க மறுப்பவர்கள் அனைவரையும்.

1921ம் ஆண்டு, வைசிராய் ரீடிங், காந்தியைச் சந்தித்து வாழ்த்தி னார். காங்கிரஸ் இயக்கம் வன்முறையைக் கையாளாதவரை ஆங்கிலேய அரசாங்கம் காங்கிரஸின் விவகாரங்களில் தலை யிடாது. உங்கள் போராட்டத்துக்கு எங்கள் வாழ்த்துகள். காந்தி கடைபிடித்த அகிம்சை போராட்டமுறையை எந்த அளவுக்குப் பிரிட்டன் விரும்பியது என்பதற்கு இது ஓர் உதாரணம்.

இந்தப் போராட்டமுறையை கோகலேயிடம் இருந்து கற்றுக் கொண்டார் காந்தி. சாத்வீகப் போர் முறை எப்படிப்பட்டது என்பதை கோகலே இப்படி விவரிக்கிறார். ‘சாத்வீகப் போர்வீரன் தன் ஆயுதங்களை மனத்தில் தரித்தவன். பிறர் கொடுமையை ஒழிக்க இந்த வீரன் தன்னைத்தானே துன்பத்துக்கு உள்ளாக்கிக் கொள்கிறான். தெய்வ நம்பிக்கையை ஆயுதமாக ஏந்தி

அநியாயத்தை வெல்ல சாத்வீகப் போர்வீரன் களிப்புடன் சமரில் ஈடுபடுகிறான்.'

காந்தியின் ஒத்துழையாமை இயக்கம் வலுப்பெற்று வந்த அதே சமயம் 1922 பிப்ரவரி மாதம் உத்திரப்பிரதேசத்தில் வன்முறை வெடித்தது. கோரக்பூருக்கு அருகிலுள்ள சௌரி சௌரா மக்கள் வழக்கம்போல் தெருவில் இறங்கி அமைதியான வழியில் கோஷங்களை எழுப்பிக்கொண்டு சென்றனர். அப்போது திடீ ரென்று வந்த காவல் படை அவர்கள் மீது தடியடி நடத்தியது. பொறுத்துப் பொறுத்துப் பார்த்த மக்கள் ஒரு கட்டத்தில் பொறுக்க முடியாமல் சிதறி ஓடினர். அப்படிச் சிதறி ஓடியவர் களில் ஒரு குழுவினர் நேராகக் காவல் நிலையங்களுக்குச் சென்று தீ வைத்தனர். உணர்ச்சி மேலிட, காந்தி வரைந்தளித்த எல்லையை அவர்கள் தாண்டினார்கள்.

காந்தி இதைச் சற்றும் எதிர்பார்க்கவில்லை. போராட்டத்தின் எந்தக் கட்டத்திலும் வன்முறையைக் கையில் எடுக்ககூடாது என்பது காந்தியின் நிலைபாடு. சௌரிசௌரா சம்பவம் அவரைத் தளரச்செய்தது. உடனே ஓர் அறிவிப்பை வெளியிட்டார். இனியும் ஒத்துழையாமை இயக்கத்தை நடத்துவதில் எந்தப் பயனுமில்லை. இந்த இயக்கத்தை நான் இப்போதே நிறுத்தி வைக்கிறேன். வன்முறை நிகழ்ச்சிகள் நடப்பதாலும் நாட்டில் போதுமான அளவு அகிம்சை வழி பின்பற்றப்படாததாலும் இந்தப் போராட்டம் நிறுத்தப்படுகிறது.

'சரி நாம் ஆரம்பிப்போம் வாருங்கள்!' என்றன புரட்சிகர அமைப்பு கள். அனுசீலன் சமிதி, ஹிந்துஸ்தான் குடியரசுப் படை, நவஜவான் பாரத சபை, பஞ்சாப் கிருதி கிசான் கட்சி போன்ற மாணவர்கள் இயக்கம் பரவ ஆரம்பித்தன. வேலை நிறுத்தப் போராட்டங்கள் ஒரு பக்கம். பீகாரைச் சேர்ந்த புட்டானா பகுதியில் உழவர்கள் நிலப் பிரபுக்களுக்கு எதிராக ஆயுதம் சுமந்து போராட ஆரம்பித்தனர்.

காந்திக்கு வேறு வழி தெரியவில்லை. மீண்டும் ஒத்துழையாமை இயக்கம் ஆரம்பிப்பதாக அறிவித்தார். இந்திய மக்களே, வன் முறை ஆபத்தானது. பலாத்காரம் செய்தால் அக்கிரமங்கள் மேலும் அதிகரிக்கும். அக்கிரமங்கள் ஒழிய வேண்டுமானால் அகிம்சை தர்மத்தை மட்டுமே கடைபிடிக்கவேண்டும். அகிம்சை என்றால் துன்பங்களுக்குத் தானாகவே அடங்கிப் போவது. எதிர்ப்பது அல்ல.

இந்தியாவுக்கு சுயாட்சி வழங்குவதா? என்ன விளையாடுகிறீர் களா? முதலில் சுயாட்சி என்றால் என்ன என்று அவர்களுக்குத் தெரியுமா? இவ்வளவு ஏன்? குறைந்தது ஒரு அரசியல் சட்டம் வடிவமைக்கவாவது அவர்களுக்குத் தெரியுமா? அதற்கான அருகதை அவர்களுக்கு இருக்கிறதா? இந்திய மந்திரியாக இருந்த பர்க்கன்ஹெட் என்பவரின் கண்டுபிடிப்பு இது. ஏற்கெனவே கொந்தளித்துக்கொண்டிருந்த மக்களுக்கு இந்த நையாண்டிப் பேச்சு எரிச்சலூட்டியது.

வெள்ளைக்கார மந்திரியின் சவாலை எதிர்கொள்ள வேண்டும் என்று காங்கிரஸ் துடித்தது. டிசம்பர் 1928 ம் ஆண்டு காந்தியின் தலைமையில் கல்கத்தாவில் காங்கிரஸ் கட்சி மாநாடு கூடியது. மிகுந்த உற்சாகத்துடன் தயாரானார் சுபாஷ் சந்திர போஸ். பிரிட்டிஷாருக்கு எதிராக மிகக் கடுமையான தீர்மானத்தை காங்கிரஸ் நிறைவேற்றுவதை நேரடியாகக் காண விரும்பினார் அவர். இந்த மாநாட்டுக்கான அனைத்து ஏற்பாடுகளையும் முன்னின்று நடத்தியவர் போஸ்தான் என்பதால் கூடுதல் ஆர்வத்துடன் இருந்தார் அவர்.

முதலில் மோதிலால் நேரு கையோடு கொண்டு வந்திருந்த தீர்மானத்தை வாசித்துக்காட்டினார். அதன் சாராம்சம் இதுதான். 'குடியேற்ற நாடு என்னும் அந்தஸ்தை பிரிட்டன் வழங்க வேண்டும். அதுவே எங்களுக்குப் போதுமானது.' அதிர்ந்து போனார் போஸ். இப்படி ஒரு தீர்மானத்தை காங்கிரஸ் முன்மொழியும் என்று கனவிலும் எதிர்பார்க்கவில்லை அவர். மோதிலால் நேரு அந்த அறிக்கையைப் படிக்கப் படிக்க போஸுக்குக் கோபம் பொத்துக்கொண்டு போனது. இந்தியா வுக்கு வேண்டியது குடியேற்ற நாட்டு அந்தஸ்து (Dominion Status) அல்ல, பரிபூரண சுதந்தரம், சுயாட்சி.

காந்தி தனது தீர்மானத்தை முன்வைத்தார். 1929 டிசம்பர் 31-ம் தேதிக்குள் பிரிட்டிஷார் இந்தியாவுக்குக் குடியேற்ற நாட்டு அந்தஸ்தை கொடுத்தால் காங்கிரஸ் மகாசபை அதை ஒப்புக் கொள்ளும். இல்லாவிட்டால் காங்கிரஸ், பரிபூரண சுயராஜ்ஜியத் தையே கோரி நிற்கும். இதற்கு குறைந்ததாக எதைக் கொடுத் தாலும் ஏற்காது.

தவறான கோரிக்கை. இதை நிறைவேற்றுவதற்கு பிரிட்டி ஷாரிடமே அனுமதி கேட்டது அதைவிட தவறானது. 1929 வரை

அவகாசம் கேட்டது நெருடலின் உச்சம். மொத்தத்தில் காந்தியின் தீர்மானம் போஸுக்கு சுத்தமாகப் பிடிக்கவில்லை. கோரிக்கை, கோரிக்கைக்கு மேல் கோரிக்கை என்று இப்படியே காலத்தைத் தள்ளதான் காங்கிரஸ் லாயக்கு.

•

மார்ச் 5, 1931 அன்று காந்தியும் லார்ட் இர்வினும் சந்தித்து ஒரு உடன்படிக்கை செய்துகொண்டனர். காந்தி-இர்வின் ஒப்பந்தம் என்று அழைக்கப்பட்ட அந்த உடன்படிக்கையின் சாராம்சம்: ஒத்துழையாமை இயக்கத்தை காங்கிரஸ் நிறுத்திவைக்க வேண்டும். அடுத்த வட்ட மேஜை மாநாட்டில் காங்கிரஸ் கலந்துகொள்ளும். காங்கிரஸை முடமாக்கும் வேலைகளில் சர்க்கார் ஈடுபடாது. வன்முறையில் ஈடுபட்டு சிறையில் இருப் பவர்களைத் தவிர பிறர் மீதான வழக்குகளை சர்க்கார் திரும்பப் பெற்றுக்கொள்ளும். ஒத்துழையாமை இயக்கத்தில் பங்கேற்றுக் கொண்டதற்காக சிறைபிடிக்கப்பட்டவர்கள் அனைவரும் விடுவிக்கப்படுவர்.

உடன்படிக்கை கையெழுத்தானதன் தொடர்ச்சியாக காந்தி ஒத்துழையாமை இயக்கத்தை நிறுத்திக்கொண்டார். ஆனால் இதில் ஒரு முக்கிய கோரிக்கை விடுபட்டுபோயிருந்ததை போஸ் உள்ளிட்ட பலரும் காந்திக்குச் சுட்டிக்காட்டினார்கள். குறிப்பாக, கைதிகள் குறித்து நீங்கள் அதிகம் விவாதித்ததாக தெரியவில்லை. ஒத்துழையாமை இயக்கத்தில் ஈடுபட்டவர்கள் தவிர வேறு பல கைதிகளும் பல சிறைச்சாலைகளில் அடைந்துகிடக்கிறார்கள். அவர்கள் மீது பல பொய் குற்றச்சாட்டுகள் பதிவாயிருக்கின்றன. அவர்களை விடுவிக்க வேண்டியது அவசியம். அடுத்த சந்திப் பில் நிச்சயம் இது பற்றி விவாதிப்போம் என்று சொல்லி முடித்துக்கொண்டார் காந்தி. பகத்சிங், ராஜகுரு, சுகதேவ் மூவரின் உயிரும் இந்த ஒரு கோரிக்கையின் பின்னால் தொங்கிக் கொண்டிருந்தது.

பின்னணியைப் பார்த்து விடுவோம். பிப்ரவரி 1928-ல் சைமன் கமிஷன் பம்பாய் வந்தபோது, அவர்களுக்குக் கறுப்புக் கொடி காட்ட முடிவு செய்யப்பட்டது. அதன்படி, ஊர்வலமாகச் சென்று எதிர்த்த லாலா லஜபத் ராய் தாக்கப்பட்டார். வெகுண்டு எழுந்தார் பகத்சிங். ராஜகுரு, ஆசாத் இருவரையும் சேர்த்து கொண்டு ஒரு திட்டம் தீட்டினார். ஸ்காட் என்னும் காவல்

அதிகாரியைக் கொல்ல முடிவு செய்தனர். டிசம்பர் 17, 1928 அன்று துப்பாக்கியால் அவரைச் சுட்டுக்கொல்லவும் செய்தனர். பிறகுதான் தெரிந்தது. அவர்கள் கொன்றது ஸ்காட்டை அல்ல ஜே.பி. சாண்டர்ஸ் என்னும் மற்றொரு அதிகாரியை. ஏப்ரல் 8, 1929 அன்று பகத்சிங், பி.கே.தத் இருவரும் இணைந்து மத்திய கூட்டத்தொடர் நடைபெறும் வளாகத்தில் வெடிகுண்டு வீசினர். 'இன்குலாப் ஜிந்தாபாத்' என்று முழங்கியபடி சரண் அடைந்தனர்.

காந்தி, பகத்சிங்கை நிச்சயம் காப்பாற்றியே ஆகவேண்டும் என்ற கோஷம் பலமாக எழுந்தது. விடுவிக்கப்படும் கைதிகளின் பட்டியலில் பகத் சிங்கும் அவர் தோழர்களும் அவசியம் இருக்க வேண்டும் என்று பலரும் விண்ணப்பித்துக்கொண்டார்கள். ஆனால், 1931, மார்ச் 23-ம் தேதி பகத்சிங், ராஜகுரு, சுகதேவ் மூவரும் தூக்கிலிடப்பட்டனர். ஒருவருக்கும் தெரிவிக்காமல் ரகசியமாக இத்தண்டனை நிறைவேற்றப்பட்டது.

ஒட்டுமொத்த இந்தியாவையும் உலுக்கியது இந்த செய்தி. கராச்சியில் நடைபெற்ற காங்கிரஸ் கூட்டத்தில் கலந்துகொள்வதற்காக வந்து சேர்ந்த காந்தி, படேல் இருவருக்கும் கறுப்பு கொடிகள் காட்டப்பட்டன. தன் வாழ்நாளில் இப்படி ஒரு எதிர்ப்பை காந்தி கண்டதில்லை. இதுவரை மகாத்மாவாகவே அவர் அறியப்பட்டிருந்தார். கடவுளுக்கு அடுத்த நிலையில் வைத்தே மக்கள் அவரைப் பூஜித்து வந்தனர். கறுப்பு மாலைகளை அவர் இதுவரை சந்தித்ததே கிடையாது.

போஸ் வெடித்தார். 'காந்தியும் வைஸ்ராயும் செய்துகொண்டிருக்கும் ஒப்பந்தத்தை கிழித்துத்தான் எறியவேண்டும். காங்கிரஸ் எவ்வளவு தூரத்துக்கு மிதவாத ஸ்தாபனமாகிவிட்டது என்பதை இந்த ஒப்பந்தம் காட்டுகிறது. தனிப்பட்ட நபரான காந்திஜியிடம் காங்கிரஸ் சிக்கியிருப்பதைக் கண்டு நான் பரிதாபப்படுகிறேன். வாலிபர்கள் அனைவரும் காங்கிரஸின் இந்த ஒப்பந்தத்தை எதிர்த்தாகவேண்டும். ஒத்துழையாமை இயக்கத்தை நிறுத்தியது முட்டாள்தனத்தோடு கூடிய அசட்டுத்தனம் என்பதையும் தெளிவுபடுத்தியாகவேண்டும். காங்கிரஸ் கட்சிக்குத் தகுந்த திட்டங்கள் கிடையாது. திட்டங்கள் போராட்ட அடிப்படையிலும் இல்லை. மாறாக, காலத்துக்கு ஏற்றாற்போல் மாற்றி அமைக்கப்படுகின்றன.'

29ம் தேதி மாநாடு மீண்டும் கூடியது. இறந்தவர்களுக்குத் துக்கம் அனுஷ்டிப்பது என்று முடிவானது. நேரு அறிக்கையை வாசிக்கத் தொடங்கினார். 'தண்டிக்கப்பட்டவர்களின் செய்கையை காங் கிரஸ் ஏற்காவிட்டாலும், அவர்களின் தேசபக்தியை காங்கிரஸ் பாராட்டுகிறது. அவர்கள் தூக்கிலிடப்பட்டதற்கு வருந்து கிறோம்.' விருட்டென்று எழுந்தார் போஸ். 'காங்கிரஸ் ஏற்கா விட்டாலும் என்று சொல்வது முறையல்ல. இந்தப் பதத்தை உடனடியாக நீக்க வேண்டியது அவசியம்.' போஸின் யோசனை நிராகரிக்கப்பட்டது. அதற்கு காரணம் காந்தி என்று போஸுக்கு நன்றாகவே தெரியும். ஒரு வார்த்தையும் பேசாமல் மாநாட்டை விட்டு வெளியேறினார் போஸ்.

ஒரு சாரார் மத்தியில் காந்தி பற்றிய பிம்பம் மாறியது. காந்தியின் அகிம்சை கொள்கை வறட்டுத்தனமானது. சர்க்கார் தூக்கிலிட்ட பகத்சிங், ராஜகுரு, சுகதேவ் மூவரும் தூய்மையான தேச பக்த வீரர்கள். அவர்கள் தண்டிக்கப்பட்டது நம் நாட்டுக்கு ஏற்பட்ட பெரும் இழப்பு. தண்டனையை ரத்து செய்கிறோம், தாமதப் படுத்துகிறோம் என்று சொல்லிக்கொண்டு ஒருவருக்கும் தெரியப்படுத்தாமல் சர்க்கார் இவர்களை தூக்கிலிட்டிருப்பது நம்பிக்கை துரோகத்தின் உச்சக்கட்டம். காந்தி வேண்டுமானால் அகிம்சை கொள்கையை தூக்கிப்பிடித்துக் கொண்டாடலாம். ஆனால் அதற்காக பகத்சிங் போன்ற இளைஞர்களை அவர் குறைத்து மதிப்பிடக்கூடாது.

தலைவர் என்ற முறையில் காந்திஜி நமக்கு ஒரு தோல்வியாகவே விளங்குகிறார். காங்கிரஸைப் புதுப்பிக்கவேண்டிய காலம் நெருங்கி விட்டது. புதிய கொள்கைகளை நாம் உருவாக்க வேண்டும். காந்திஜி, நீண்ட காலமாக ஒரே கொள்கையைக் கடைப்பிடித்து வருகிறார். அந்தக் கொள்கையிலிருந்து அவர் வெளியேறி ஒரு மிகப்பெரிய போராட்டத்தை நடத்துவார் என்று நாம் எதிர்பார்க்கமுடியாது. இன்னும் எத்தனை ஆண்டுகளுக்கு அல்லது யுகங்களுக்கு இவர் அகிம்சையை போதித்துக் கொண்டிருக்கப்போகிறார்? இவர் சொல்வதை தட்டாமல் செய்வதுதான் காங்கிரஸின் பணி என்றால் பிறகு காங்கிரஸுக்கு எதற்குத் தனியாக ஒரு தலைவர்?

இரண்டாம் உலகப் போர் காலகட்டத்திலும் (1939-1945) முழுமுற்றான ஆதரவை பிரிட்டனுக்கு அளித்தது இந்தியா.

இந்தக் காலகட்டத்தில் காங்கிரஸ் எந்த போராட்டத்தையும் முன்னெடுத்துச்செல்லவில்லை. முன்னால் காந்தி சொன்ன அதே காரணத்தை வேறு வார்த்தைகளில் சொன்னார் நேரு. பிரிட்டன் ஜீவ மரணப் போராட்டத்தில் ஈடுபட்டுக்கொண்டிருக்கும்போது நாம் ஒத்துழையாமை இயக்கத்தை ஆரம்பிப்பது சரியாக வராது. அப்படிச் செய்தால் அது இந்தியாவுக்கு இழுக்கு. பொறுத் திருப்போம். காந்தி இப்படிச் சொன்னார். பிரிட்டனின் அழிவில் இருந்துதான் சுதந்தரம் கிடைக்கும் என்றால் அப்படிப்பட்ட சுதந்தரம் எங்களுக்குத் தேவையில்லை.

தேவை என்று முடிவு செய்தது பிரிட்டன். அதற்கான காரணங்கள் வேறு.

1939 தொடங்கி 1945 வரை இடைவிடா போர். போதும் போதும் என்னும் அளவுக்கு ரத்தத்தையும் சத்தத்தையும் பார்த்தாகி விட்டது. வெற்றி கிடைத்திருப்பது என்னவோ நிஜம்தான். ஜெர்மனி சரணடைந்துவிட்டது. ஹிட்லர் தன்னைத்தானே மாய்த்துக்கொண்டுவிட்டார். ஹிரோஷிமாவிலும் நாகசாகி யிலும் அணுகுண்டு வீசிய பிறகு, ஜப்பான் அடங்கிவிட்டது. ராணுவம் அசதியில் சோர்ந்துவிட்டது. மக்கள் திணறிக் கொண்டிருக்கிறார்கள். இனியொரு போர் சாத்தியமேயில்லை. சங்கடங்கள் இல்லா இயல்பு வாழ்க்கைக்குத் திரும்ப பிரிட்டிஷ் மக்கள் ஆவலுடன் காத்திருக்க ஆரம்பித்தனர்.

கடந்த ஆறு ஆண்டுகளை முழுக்க முழுக்க போருக்காக மட்டுமே செலவழித்திருந்தது பிரிட்டன். தொழிற்சாலைகளில் வழக்க மாக நடைபெறும் பணிகள் நிறுத்திவைக்கப்பட்டு தளவாடங் களும், உபகரணங்களும், ஆடைகளும், உணவுகளும் குவியல் குவியலாக ராணுவத்துக்காகத் தயாரிக்கப்பட்டன. தயாரிக்கப் படும் அனைத்தும் உடனுக்குடன் போர்முனைக்கு அனுப்பி வைக்கப்பட்டதால் பல நகரங்களில் உணவுப் பற்றாக்குறை. விலைவாசி வானத்தில் மிதந்துகொண்டிருந்தது.

மூட்டைப்பூச்சிபோல் இத்தனை பிரச்னைகள் ஒரே சமயத்தில் நிமிண்டிக்கொண்டிருக்கும்போது, காலனி நாடுகளைப் பற்றி சிந்திக்கக்கூட நேரம் ஒதுக்கமுடியாமல் போனது. எந்நிலை யிலும் இந்தியாவை விட்டுக்கொடுக்கமாட்டேன் என்று கொக் கரித்த வின்ஸ்டன் சர்ச்சிலை, போதும் ஐயா போய் வாருங்கள் என்று சொல்லி வீட்டுக்கு அனுப்பி வைத்தார்கள் பிரிட்டிஷ்

65

மக்கள். அவர்கள் எதிர்பார்த்தது ஒரு மாற்றத்தை. சாதாரண மாற்றம் அல்ல. முழுமுற்றான மாற்றம். புரட்டிப்போடும் தலைகீழ் மாற்றம்.

நீங்கள் விரும்பும் மாற்றத்தை நான் கொண்டுவருவேன் என்றார் கிளமண்ட் அட்லி. புதிய பிரதமர். தொழிலாளர் கட்சியின் தலைவர். பிரிட்டனின் உள்ளங்கையைப் பிரித்து சத்தியம் செய் தார். பிரிட்டனின் வசம் உள்ள காலனி நாடுகள் விடுவிக்கப்படும். இனியொரு போர் இருக்காது. என் பொறுப்பு. அட்லியை பிரிட்டன் நம்பியது. ஒரு போர் பிரியருக்கு வாக்களித்தது போதும். இந்த முறை தொழிலாளர் கட்சி தலைவரை முன்னிறுத்திப் பார்ப்போம். தேர்தல் நிலவரம் தெரிய வந்ததும் பிரிட்டனில் மாத்திரமல்ல இந்தியாவிலும் பட்டாசு வெடித்துக் கொண்டாடினார்கள். அட்லி வந்துவிட்டார் அல்லவா, இனி இந்தியாவுக்குச் சுதந்தரம் கிடைத்துவிடும்.

இத்தனைக்கும் இரண்டாம் உலகப் போரில் பிரிட்டனின் பங்கு ஆகப் பெரியது அல்ல. இத்தாலி, வடஆப்பிரிக்கா, பர்மா தவிர்த்து வேறு எந்த யுத்தங்களிலும் பிரிட்டன் பெரிய அளவில் கலந்துகொள்ளவில்லை. போரில் வெற்றி என்றால் அது ரஷ்யா வுக்கும் அமெரிக்காவுக்கும்தான் போய் சேரும். இரண்டில், ஜொலிக்கும் நட்சத்திரம் என்றால் அது அமெரிக்காதான். அரசியல் ரீதியாவும் சரி பொருளாதார ரீதியாகவும் சரி. பிரிட்டன் உள்ளிட்ட தேசங்களுக்குப் பொருள் உதவியும் பண உதவியும் செய்தது அமெரிக்காதான். இந்தப் போரின் மூலம் அதிகம் சம்பாதித்துக்கொண்ட நாடும் அமெரிக்காவே. உலகின் முக்கிய ஆயுத ஏற்றுமதியாளராக அமெரிக்கா அறியப்பட ஆரம்பித்ததும் அப்போதும்தான். நிற்க.

இந்தியா. இந்தியாவை விடுவிப்பதில் லாபம் அதிகம். ஆனால் சடாரென்று வெட்டி விட்டுவிடமுடியாது. நல்லபடியாக அதி காரத்தை கைமாற்றிக்கொடுக்கவேண்டும். அட்லியின் மேஜை யில் நித்தம் நித்தம் தந்திகள் குவிந்துகொண்டிருந்தன. இந்திய தேசிய காங்கிரஸிடம் இருந்து. முஸ்லிம்களிடம் இருந்து. பிரிட்டன் அதிகாரிகளிடம் இருந்து. குறிப்பாக, இந்தியாவின் வைஸ்ராய் சர் ஆர்க்சிபால்ட் வேவலிடம் (Sir Archibald Wavell) இருந்து. மோதல். கலகம். கலவரம். களேபரம். உடனடியாக முடிவுகட்டுங்கள். இல்லாவிட்டால் இந்தியா ரத்தக்காடாக

மாறிவிடும். நினைவிருக்கட்டும். இந்தப் பிரச்னையை தீர்க்கா விட்டால், பிரிட்டனின் வீழ்ச்சியைத் தடுத்து நிறுத்தமுடியாது.

தயாரானார் அட்லி. கத்தி மேல் நின்று செய்துமுடிக்கவேண்டிய பணி. கொஞ்சம் பிசகினாலும் நாலாபுறமும் ரத்தம் பீய்ச்சி யடிக்கும். பெயர் கெட்டுப்போகும். இந்தியா, பிரிட்டன். இரு தேசங்களையும் சீரழிவுப்பாதையில் இருந்து மீட்டெடுத்தாக வேண்டும். வேவல் சிறந்தவர். நிர்வாகத் திறன் கொண்டவர். அனுபவமிக்கவர். ஆனால் இது அவர் சக்திக்கு அப்பாற்பட்டது. நீங்கள் இதுவரை நல்கிய ஒத்துழைப்புக்கு நன்றி என்று கை பிடித்து குலுக்கி திரும்பப்பெற்றுக்கொள்ளவேண்டும். தீர்க்க மாகவும் தீர்மானமாகவும் விரைவாகவும் பணியாற்றக்கூடிய ஒருவர் இந்தியாவுக்குத் தேவை. இனி என்றென்றைக்கும் பிரச்னை வராதபடிக்கு எல்லாம் நன்றாக முடியவேண்டும்.

ஆகவே, மவுண்ட்பேட்டனை அழைத்தார்.

7

ரத்தக்கோடு

ஒரு விநாடி இமைக்க மறந்துவிட்டது இந்திய தேசம். இது உண்மைதானா? மெய்யாகவே பிரிட்டன் படைகள் வெளியேறப்போகின்றனவா? செப்டெம்பரிலோ அக்டோபரிலோ தேதி அறிவிப்பார்கள் என்று அவர்கள் எதிர்பார்த்திருந்தனர். இத்தனை சீக்கிரத்திலா? ஆகஸ்ட் 15 தொடங்கி இந்தியா சுதந்தர தேசமா? சுதந்தரம். சுதந்தரம். சுதந்தரம். மீண்டும் மீண்டும் உரக்கக் கத்தி பார்த்துக் கொண்டார்கள். ஹிந்துக்களும் முஸ்லிம்களும் பார்ஸிக்களும் சீக்கியர்களும் மற்ற பிறரும். இது காறும் தடை செய்யப்பட்டிருந்த ஒரு வார்த்தையை மவுண்ட்பேட்டன் தன் வாயால் உச்சரித்துவிட்டார். உறுதிமொழியாகவே கொடுத்துவிட்டார். இது வெற்றி. இந்தியாவின் வெற்றி.

நாற்பது கோடி மக்களுக்கு இடையில் நிகழப்போகும் பாகப்பிரிவினையைச் செய்து முடிக்கவேண்டிய பணி இருவரிடம் அளிக்கப்பட்டிருந்தது. சவுத்திரி முகமது அலி. எச்.எம். படேல். இருவருமே அரசாங்க வழக்கறிஞர்கள். ஓர் ஹிந்து. ஓர் முஸ்லிம். இந்தியாவையும் இந்த இரு மதத்தின் பெயரால்தான் துண்டாடப் போகிறார்கள் என்பதால் இரு தரப்பில் இருந்தும் ஓர் பிரதிநிதி என்னும் வகையில் இந்த தேர்வு நடைபெற்றிருக்கவேண்டும். மிகவும் சிக்கலான பணி என்று சொல்லித்தான் ஒப்படைத்தார்கள்.

இருவருக்குமே தெரிந்திருந்தது. சிக்கல் என்னும் சிறிய சொல்லுக்குள் இந்தச் செயலை அடக்கிவிடமுடியாது. உலகச் சரித்திரத்தில் இதுவரை அரங்கேறாத ஒரு செயலை செய்து முடிக்கவேண்டும். இந்தியாவின் ஆன்மாவில் இருந்து ரத்தம் பீறிடும்படியாக அழுத்தமாக ஒரு கோடு போட்டாகவேண்டும். உடைமைகளையும் உயிர்களையும் தனித்தனியே பிரித்தெடுக்க வேண்டும். மனிதாபிமானத்தைக் கழற்றி வீசிவிட்டு ஆரம்பிக்க வேண்டும்.

ஆரம்பித்தார்கள்.

இந்தியா என்னும் பெயர் எங்களுக்குத்தான் வேண்டும். காங் கிரஸின் முதல் கோரிக்கை அழுத்தமாகவும் மிரட்டலாகவும் வந்து சேர்ந்தது. ஏன், ஹிந்துஸ்தான் என்று வைத்துக் கொள்ளலாமே என்று சொன்னபோது சீறினார்கள். இந்தியா எங்கள் தேசம். இந்தியாவிடம் இருந்து பிரிந்து செல்ல முடிவெடுத்தது பாகிஸ்தான். அவர்களுக்கு அந்தப் பெயரே இருக்கட்டும். இந்தியா என்னும் பெயரை யாருக்காகவும் நாங்கள் விட்டுக்கொடுக்கத் தயாராக இல்லை.

அடுத்து, பணம். ஸ்டேட் வங்கிகளிலும் பேங்க் ஆஃப் இந்தியா விலும் பணமாகவும் தங்கமாகவும் உள்ள செல்வத்தைப் பிரித்தாகவேண்டும். பிறகு, மாவட்ட ஆணையர்களிடம் உள்ள ரொக்கம். பிறகு, அஞ்சல்தலைகள். இதர அசையும், அசையா சொத்துக்கள். சொத்துக்களை என்றால் பணம் மட்டுமா? உடை மைகள்கூடத்தான் அல்லவா? எனில், மலைக்கவைக்கக்கூடிய மற்றொரு பணியை முடித்தாகவேண்டும். இந்தியாவின் சொத்து மதிப்பு என்ன? எந்தெந்த அலுவலகங்களில் என்னென்ன உடைமைகள் இருக்கின்றன? ஒரு பட்டியல் தேவை.

இதற்கென்றே ஒரு குழு உருவாக்கப்பட்டது. உத்தரவு பிறப் பிக்கப்பட்டது. எல்லாவற்றையும் கணக்கெடு. காகிதத்தில் குறித்து வந்து கொடு. மளிகைக் கடை, லாண்டரி கடை பில் போல் இருக்கவேண்டும் அந்தப் பட்டியல். சிறியது, பெரியது, விலை அதிகம், விலை குறைச்சல் என்று பார்க்கவேண்டாம். முனை மழுங்கிய பென்சில் முதல், குப்பைத்தொட்டி வரை அனைத்தும் கணக்கில் வரவேண்டும். ஆங், குப்பைத்தொட்டிக் குள் உள்ள குப்பையையும் சேர்த்து!

வேளாண்மை துறையில் இருந்து வந்த ஒரு ரிப்போர்ட் இது. குமாஸ்தாக்கள் பயன்படுத்தும் மேஜை 425. பெரிய மேஜை கள் 85. நாற்காலிகள் (அதிகாரிகளுடையது) 85. சாதா நாற்காலி கள் 850. தொப்பி மாட்டும் ஸ்டாண்டுகள் 50. கண்ணாடி பொருத்தி யவை 6. புத்தக அலமாரிகள் 130. இரும்பு அலமாரிகள் 4. அலங்கார மேஜை விளக்குகள் 20. தட்டச்சு இயந்திரங்கள் 170. விசிறிகள் 120. கடிகாரங்கள் 120. மிதிவண்டிகள் 110. மைக் கூடுகள் 600. கார்கள் 3. சோஃபாசெட் 2. கழிவறைக்குப் பயன் படுத்தப்படும் குடுவைகள் 40.

சபாஷ்! இதேபோல்தான் இருக்கவேண்டும் ஒவ்வொரு பட்டி யலும். சொல்லி அனுப்பினார்கள் இருவரும். மூலை, முடுக்கு களில் இருந்தெல்லாம் அட்டவணைகள் வர ஆரம்பித்தன. இந்த அட்டவணைகளை வரிசைக்கிரமமாகப் ஃபைல் செய்து வைத்துக்கொண்டார்கள்.

மோதல்கள் வெடிக்க ஆரம்பித்துவிட்டன. இந்தப் பொல்லாத இஸ்லாமியர்கள் நம் மேஜை, நாற்காலிகளைக்கூட பிரித்து சென்றுவிடுகிறார்களே! இது அவர்களுக்கே அடுக்குமா? ஐயா கணக்கு எடுப்பவரே, கொஞ்சம் இப்படி வாரும். எதை எப்படி பிரிக்கப்போகிறீர்கள் சொல்லுங்கள். இரு தரப்பினருக்கும் தலா பாதி பாதி என்றார் அவர். உடனே அவர்களுக்கு ஒரு யோசனை பிறந்தது. பேர் பாதி தானே? எந்தப் பாதியை அவர்களுக்குத் தருவது என்பதை நாம் முடிவு செய்தால் என்ன?

உட்கார்ந்து பிரித்தார்கள். இந்தா இந்த அலுவலகத்தில் மொத்தம் 50 மேஜைகள். எழுதிக்கொள். இதிலிருந்து இருபத்தைந்தை இப்போதே பாகிஸ்தானுக்கு தந்துவிடுகிறோம் இரு. கால் உடைந்த, கீறல்கள் விழுந்த, பழையதாகிப்போன, பழுதாகிப் போன மேஜைகளாக இருபத்தைந்தைத் தேர்ந்தெடுத்தார்கள். நமுட்டுச்சிரிப்புடன் கணக்கரை நெருங்கினார்கள். இந்தாப்பா, இதோ இது பாகிஸ்தானுக்கு. பேஷாக எடுத்துக்கொண்டு போய், நன்றாக இருந்துகொள்.

விஷயம் தெரிந்த முஸ்லிம்கள் வண்டி பிடித்து வந்தார்கள். எங்களை இளிச்சவாயர்கள் என்று நினைத்துக்கொண்டிருக்கிறீர் களா? உடைந்த குப்பைகளைக் கொண்டு செல்லவா வந்தோம்? உங்கள் காங்கிரஸ் கட்சி இதைத்தான் உங்களுக்குச் சொல்லிக் கொடுத்ததா? ஹக், இனியும் நாங்கள் ஏமாந்துகொண்டிருக்க

மாட்டோம். அடேய் யாரங்கே, இங்கிருந்து கொண்டுபோன சாமான்களை இறக்கி வையுங்கள். மீண்டும் பிரிப்போம். ஆரம்பத்தில் இருந்து.

தரையில் கோடு ஒன்றை போட்டு ஐம்பது மேஜைகளையும் இழுத்து வந்தார்கள். இதில் எத்தனை மேஜைகள் புதியவை? ஒரு கால் போன மேஜை எத்தனை? இரு கால்கள் பழுதடைந்த மேஜை? ஓரம் உடைந்த மேஜை? பச்சை வண்ண மேஜை எத்தனை? பெயிண்ட் அடிக்காத மேஜை எத்தனை? இதில் தேக்கு எத்தனை? பாக்கு எத்தனை? டிராயரை ஒவ்வொன்றாக இழுத்துப் பார். எல்லாம் வேலை செய்கிறதா? இல்லை எனில், தனியாகக் கணக்கெடு. பிறகு, பிரி.

சில இடங்களில் பண்டமாற்றம் நடைபெற்றது. எங்களுக்கு இவ்வளவு மைக்கூடுகள் வேண்டாம். இதிலிருந்து இருபதை எடுத்துக்கொண்டு அதற்குப் பதிலாக பத்து பேனாக்களும் இருபது பென்சில்களும் கொடுங்கள். தொப்பி ஸ்டாண்டை கொடுத்து குடைகள் வாங்கிக்கொண்டார்கள். தண்ணீர் ஜாடிக்குப் பதிலாக, டீ போடும் பாத்திரம். ஸ்கேலுக்குப் பதிலாக கழிவறைக்குடுவை. இரண்டு சோஃபாக்கள் மட்டும் இருந்து, அதில் ஒன்று ஓரளவுக்குப் புதிதாகவும் மற்றொன்று கிழிந்தும் இருந்தால், கைகலப்பு வெடித்தது. நன்றாக இருந்த சோஃபா கத்தியால் குத்தி கிழிக்கப்பட்டு, சமமாக்கப்பட்டது.

அரசாங்க அலுவலகத்தில் இருந்த வெள்ளிப்பாத்திரங்களை அதிகாரி ஒருவரை பக்கத்தில் நிறுத்திவைத்துக்கொண்டு எடை போட்டு பிரித்துக்கொண்டார்கள். உனக்கு இத்தனை தட்டு, எனக்கு இத்தனை. இந்தா உனக்கு நான்கு ஸ்பூன், எனக்கு நான்கு. சுவற்றில் தொங்கியிருந்த ஓவியங்களை யாரோ ஒருவர் கண்டுகொண்டார். ஆ, இதற்கும் மதிப்பு இருக்கிறதே. அசட்டுத்தனமாக இதை விட்டுவிட்டோமே! மீண்டும் ஒவ்வொரு அலுவலகமாகப் படையெடுத்தார்கள். ஓவியங்கள், திரைச்சீலைகள், சுவரில் தொங்கிக்கொண்டிருந்த வரைபடங்கள், குறிப்புகள் எழுதி வைக்கப்பட்டிருந்த கறும்பலகைகள் அனைத்தையும் நடுவே குவித்து பிரித்துக்கொண்டார்கள். இந்தா உனக்கு 13 பெரிய ஓவியங்கள். 6 சிறிய ஓவியங்கள். மூன்று பழுதடைந்த ஓவியங்கள்.

ஒயின் கிடங்கு? இல்லை பிரிக்கவேண்டாம். நீங்களே வைத்துக்கொள்ளுங்கள் என்றார்கள் முஸ்லிம்கள். நாங்கள் மது

அருந்துவதில்லை. ஆஹா! என்று ஹிந்துக்கள் மகிழ்ந்தபோது, அங்கே இருந்து ஒரு குரல். ஆனால், எங்கள் பங்குக்கு இணையாக வேறு பொருள்கள் வாங்கிக்கொள்வோம். இதோ, பட்டியல்.

லத்திகள், கையுறைகள், காலுறைகள், பென்சில்கள் அனைத்தும் பிரிக்கப்பட்டன. திடீர்திடீரென்று கலகம் வெடிக்கும். பாகிஸ் தான் என்றால் அத்தனை இளக்காரமா? இந்தியாவுக்கு மட்டும் கூரான பென்சில். எங்களுக்கு முனை மழுங்கிய பென்சிலா? சட்டையைப் பிடித்துக் கிழித்து அடித்துக்கொண்டார்கள். பாகப் பிரிவினையில் ஆர்வம் இல்லாத ஹிந்துக்களில் சிலர் முஸ்லிம் களை ஓடஓடத் துரத்தினார்கள். இது எங்கள் தேசம். இங்கிருந்து எதையும் கொண்டுபோக விடமாட்டோம். பாகிஸ்தான் தானே கேட்டாய்? நிற்காதே, ஓடிவிடு.

பல கேள்விகளுக்குப் பதில் சொல்லமுடியவில்லை. பல கோபங் களுக்கு ஆறுதல் வார்த்தைகள் இல்லை. பல குற்றச்சாட்டு களைப் பதிவு செய்ய முடியவில்லை. சாலைகளை என்ன செய் வது? ரயில் தண்டவாளங்களை எப்படிப் பிரிப்பது? கணவனை இழந்த பெண்களுக்கு இதுவரை இந்திய அரசாங்கம் ஓய்வூதியம் கொடுத்துக்கொண்டிருந்தது. இனி என்ன ஆகும்? ஹிந்துப் பெண்களுக்கு ஊதியம் தொடர்ந்து கிடைக்கும். முஸ்லிம் பெண் களுக்கு? பாகிஸ்தான் வழங்குமா? அதற்கான உத்திரவாதத்தை யார் அளிக்கப்போகிறார்கள்? பாகிஸ்தான் பகுதியில் தங்கி யிருக்கும் ஹிந்துப் பெண்களுக்கு யார் ஓய்வூதியம் வழங்கு வார்கள்? இந்தியாவா?

இந்திய சாலைகளில் சில பாகிஸ்தான் வரை நீண்டுவிட்டது. பாகிஸ்தான் சாலைகளில் சில இந்தியாவுக்குள் நுழைந்து விட்டன. சாலைகளையும் தண்டவாளங்களையும் உடைத்துப் பிரிக்க முடியாது என்பதை இரு தரப்பினரும் புரிந்துகொண்டனர். நல்லவேளையாக.

நியமிக்கப்பட்ட இருவரை நூலக அதிகாரிகள் தொடர்பு கொண்டனர்.

'ஒவ்வொரு நூலகத்துக்கு முன்பாகவும் ஹிந்துக்களும் முஸ்லிம் களும் நின்று கோஷம் எழுப்பிக்கொண்டிருக்கிறார்கள். என்ன செய்வது?'

'மற்ற பொருள்களைப் போல்தான் புத்தகங்களும். சீட்டு விளையாட்டு போல் இங்கே ஒன்று, அங்கே ஒன்று என்று பிரித்துவிடுங்கள்.'

'இரு பிரதிகள் உள்ள புத்தகங்களை அவ்வாறு பிரித்துவிடலாம். சிலவற்றில் ஒரு பிரதிதான் உள்ளது.'

'குறிப்பிட்ட புத்தகத்தில் யாருக்கு விருப்பம் அதிகம் என்று பாருங்கள். கொடுத்துவிடுங்கள்.'

'இரு தரப்பினருக்குமே விருப்பம் இருந்தால்?'

'பாதியாகக் கிழித்து கொடுத்துவிடுங்கள்.'

அலுப்பு. கோபம். ஆத்திரம். மேலாக, வருத்தம். ஆனால் யாரிடம் காண்பிக்கமுடியும்? கொஞ்சம் பொறுத்துக்கொள்ளுங் கள் சகோதரர்களே என்று முஸ்லிம்களிடம் சொன்னால், லீக் ஆள்களைக் கூட்டிக்கொண்டு வருவார்கள். பேசாமல் விட்டுக் கொடுத்துவிடுங்கள் தோழர்களே என்று ஹிந்துக்களிடம் சொன்னால் கட்டையைத் தூக்குவார்கள்.

இரு தரப்பினரின் பிரதிநிதிகளையும் உள்ளே அழைத்துவைத்து பேசி, பிரித்தார்கள். என்சைக்கேளாபீடியா பிரிட்டானிக்கா மொத்தம் பத்து தொகுதிகள். ஒன்று, மூன்று, ஏழு, ஒன்பது இந்தியாவுக்கு. இரண்டு, நான்கு, ஆறு, எட்டு பாகிஸ்தானுக்கு. ஆங்கில அகராதிகளும் இவ்வண்ணமே பிரிக்கப்பட்டன. ஏ தொடங்கி ஈ வரை இந்தியாவுக்கு. எஃப் தொடங்கி கே வரை பாகிஸ்தானுக்கு. இப்படியாக. ஒரு புத்தகம் ஒரு பிரதிதான் இருக்கிறது என்றால் இருவரிடமும் பேசி பிடித்தவரிடம் அந்தப் புத்தகத்தை ஒப்படைத்தார்கள். இதிலும் கணக்கு உண்டு. எல்லாமே எனக்குப் பிடிக்கும் என்று ஒருவர் வாங்கிக்கொண்டு விடமுடியாது. இந்தியாவுக்குப் பிடித்த பத்து புத்தகங்களைப் போல் பாகிஸ்தானுக்குப் பிடித்த பத்து புத்தகங்களையும் பிரித்துக்கொடுத்துவிடவேண்டும்.

பணம் அச்சடிக்கும் அலுவலகம்? பார்த்தார்கள். ஒன்றே ஒன்று தான் இருந்தது. என்ன செய்யலாம்? பாதியாகப் பிரிப்பது சிரமம். அச்சடிக்கும் இயந்திரங்களை இரு பிரதிகள் வாங்கிப்போட்டிருந் தால் உபயோகமாக இருந்திருக்கும். மாற்று ஏற்பாடு தயாரானது. இந்தியப் பணமே இருக்கட்டும். எங்களுக்கென்று பங்கு

73

பிரிப்பீர்கள் அல்லவா? அவற்றில் மட்டும் ஒவ்வொரு தாளிலும் பாகிஸ்தான் என்று ஸ்டாம்பு ஒட்டிவிடலாம். புதிய தேசத்தில் இது செல்லுபடியாகும் என்று அறிவித்துவிடலாம். என்ன சொல்கிறீர்கள்? எதையாவது செய்துகொள்ளுங்கள் என்றது இந்தியா. ஆனால், ஒன்று. ஸ்டாம்பு ஒட்டும் வேலையை ஹிந்துக்கள் செய்ய மாட்டார்கள். அது முஸ்லிம் மக்களுக்கான ரூபாய். ஆகவே, நீங்களே ஸ்டாம்ப் அடித்துக்கொள்ளுங்கள்.

முஸ்லிம் மதவாதிகள் சிலர் தங்கள் விண்ணப்பத்தை இந்திய அரசாங்கத்துக்கு அனுப்பி வைத்தார்கள். ஐயன்மீர், டில்லியில் ஆக்ரா பகுதியில் அமைந்துள்ள தாஜ் மகாலை உருவாக்கியவர்கள் மொகலாயர்கள். இதுகாறும் அது இந்தியாவில் இருந்து வந்ததைப் பற்றி எங்களுக்கு ஆட்சேபணை இல்லை. ஆனால், நாங்கள் பாகிஸ்தானுக்குப் போகும்போது, எங்கள் உயிருக் குயிரான தாஜ் மகாலையும் கொண்டு செல்ல விரும்புகிறோம். ஹிந்துக்களின் தேசத்துக்கு இனி தாஜ் தேவைப்படாது என்று நம்புகிறோம். அருள் கூர்ந்து தாஜ் மகாலை அப்படியே பெயர்த்து எடுத்து பாகிஸ்தானில் நிறுத்திவிடுங்கள்.

ஹிந்து சாதுக்களின் கோரிக்கை இது. அன்புடையீர், வணக்கம். இந்தியாவின் ஆதாரம் சிந்து நதி. இதை நாங்கள் சொல்லித்தான் நீங்கள் தெரிந்துகொள்ளவேண்டும் என்றில்லை. ஹிந்துக்களின் வேதங்கள் சிந்து நதிக்கரையில் இயற்றப்பட்டன. சிந்து நதியை ஒருமுறை நமஸ்கரித்தாலே சொர்க்கம் நிச்சயம் என்னும் அளவுக்கு அது ஆச்சாரமானது; அபூர்வமானது. இந்தியாவின் அடையாளம் சிந்து. ஹிந்துக்களின் ஆன்மா சிந்து. இப்பேர்ப் பட்ட சிந்து நதி இப்போது பாகிஸ்தான் வசம் போய்விட்டதை நினைக்கும்போது நெஞ்சம் நடுநடுங்குகிறது. சரி போகட்டும் என்று இதை எங்களால் அனுமதிக்கமுடியவில்லை. என்ன செய்வீர்களோ, ஏது செய்வீர்களோ, எப்படியாவது எங்கள் நதியை எங்களிடம் ஒப்படைத்துவிடுங்கள்.

குதிரைகள் பூட்டப்பட்ட சாரட் வண்டிகள் பிரிக்கப்பட்டன. உனக்கொரு குதிரை. எனக்கொன்று. உனக்கொரு வண்டி. எனக்கொன்று. ஹார்ன் மட்டும் எஞ்சியிருந்தது. அந்த பிரிட்டிஷ் அதிகாரிக்குக் குழப்பம். என்ன செய்யலாம்? காசு சுண்டிப் போடலாம் என்று நினைத்தார். ஆனால் அதில் ஒரு சிக்கல். தலையா பூவா என்பதை யார் முதலில் சொல்வது? இறுதியில் அந்த அதிகாரி சொன்னார். துரதிர்ஷ்டவசமாக இந்த ஹாரனை

இரண்டாக உடைக்கமுடியாது. ஆகவே, இதை நானே வைத்துக் கொள்கிறேன்.

புல்டோசர்கள், என்ஜின்கள், பயணப்பெட்டிகள், சரக்குப் பெட்டிகள் போன்றவை பிரிக்கப்பட்டன. 80 சதவீதம் இந்தியா வுக்கும், இருபது சதவீதம் பாகிஸ்தானுக்குமாக. தேசத்தின் அளவு, மக்கள்தொகை இரண்டையும் கணக்கில்கொண்டு இந்தப் பிரிவு நடத்தப்பட்டதாக அதிகாரிகள் சொன்னார்கள்.

'எல்லாம் முடிந்ததா?'

'கிட்டத்தட்ட. இனி பிரிக்கவேண்டியது மனிதர்களை.'

8

பிரிவோம், பிரிப்போம்

ஜூன் மாதம் தொடங்கினார்கள். முதலில் அரசு ஊழியர்கள். அலுவலகம் அலுவலகமாகக் கூட்டி வைத்துப் பேசினார்கள். மேலதிகாரி, உயரதிகாரி, கடைநிலை ஊழியன் என்னும் பேதம் எல்லாம் இல்லை. எல்லோருக்கும் ஒரே செய்தி. இந்தியா. பாகிஸ்தான். எங்கே பணியாற்றவேண்டும் என்பதை நீங்களே முடிவு செய்துகொள்ளுங்கள். இந்தியா என்றால் அப்படிஅப்படியே பணியைத் தொடரலாம். இல்லை எனில், மூட்டை கட்டிக்கொண்டு தயாராகி விடுங்கள்.

அடுத்து, ராணுவம். கணக்கு பார்த்தார்கள். மொத்தம் 12 லட்சம் பேர். எப்படிப் பிரிக்கலாம்? சீக்கியர்கள், முஸ்லிம்கள், ஹிந்துக்கள், ஆங்கிலேயர்கள் என்று பலரும் இணைந்து கலந்திருக்கிறார்கள். பிரிப்பது கடினம். ஜின்னாவிடம் பேசினார்கள். ராணுவத்தைப் பிரிப்பது பற்றி ஒரு யோசனை. பிரிவினையைத் தொடர்ந்து பல்வேறு ரத்தக் கலவரங்கள் மூளக்கூடும். புதிதாக உதயமாகப்போகும் பாகிஸ்தானை உங்க ளால் கட்டுக்குள் வைத்திருப்பது கடினம் என்று தோன்றுகிறது. ஆகவே, ஓராண்டுக்கு மட்டும் ராணு வத்தைப் பொதுவில் வைக்கலாமா? பாகிஸ்தான். இந்தியா. இரு தேசங்களுக்காகவும் இந்த ராணு வத்தைப் பயன்படுத்திக்கொள்ளலாம். பிரிட்டனின் சுப்ரீம் கமாண்டர் ஒருவரை பொதுவில் நியமிக்

கிறோம். ஓராண்டுக்குப் பிறகு, ராணுவத்தைப் பிரித்து அவரவர் தேசங்களுக்குக் கொண்டுபோய்விடலாம். சரிதானே?

சரியில்லை என்றார் ஜின்னா. ஆகஸ்ட் 15 வரைதான் அவகாசம் இருக்கிறது. அதற்குள் பாகிஸ்தான் ராணுவம் உருவாக்கப் பட்டிருக்கவேண்டும். எங்கள் தேசத்தின் எல்லைக்குள் முதலில் காலடி எடுத்துவைப்பவர்கள் எங்கள் ராணுவத்தினராக இருக்க வேண்டும். ராணுவம் இல்லாமல் எப்படி நாங்கள் ஆட்சியை நடத்துவது? புதிய தேசம் என்று நீங்களே சொல்கிறீர்கள். எங்களுக்குத்தானே முதலில் ராணுவம் தேவைப்படும்?

விண்ணப்பப்படிவம் தயார் செய்யப்பட்டது. ஏ அல்லது பி. இரண்டில் ஒன்றை டிக் செய்யவும். ஹிந்துக்களுக்கும் சீக்கியர் களுக்கும் பிரச்னை எதுவும் இல்லை. ஒருவேளை பாகிஸ்தான் போகவேண்டும் என்னும் ஆசை பிறந்து மாற்று கட்டத்தை அவர்கள் டிக் செய்தாலும் எப்படியும் ஜின்னா அவர்களை ஏற்றுக்கொள்ளப்போவதில்லை. முஸ்லிம்கள் தயங்கினார்கள். அவர்களுக்குப் புரியவில்லை.

டில்லியா கராச்சியா? அவகாசம் அதிகமில்லை. ஆச்சா என்று கேட்பார்கள். சில தினங்களில் எடுக்கவேண்டிய முடிவா இது? எது என் தேசம்? இதுபோல் வேறு யாராவது இதற்கு முன் யோசித்திருப்பார்களா? வீட்டுக்குச் சென்று மனைவியிடமும் பெற்றோரிடமும் பேசினார்கள். அவர்களுக்குப் புரியவில்லை. என்ன உளறுகிறாய்? இந்தியா நம் தேசம் அல்லவா? இதை விட்டு ஏன் போகவேண்டும்? அம்மா, இது ஹிந்துக்களின் தேசம். நாம் முஸ்லிம்கள். சீ போடா என்ன பேசிக்கொண்டிருக் கிறாய் என்று எரிந்துவிழுந்தார் ஓர் தாய். இது நாம் வாழ்ந்த மண். நாம் பிறந்தது இங்கே. நம் கல்லறைகள் இங்கேதான் இருக்க வேண்டும். அந்நிய தேசத்தில் இல்லை.

பாகிஸ்தானை தேர்வு செய்தவர்களும் தெளிவாகவே இருந்தார் கள். ஒரு கணம்கூட இந்தியாவில் இருக்கக்கூடாது. நமக்கான புதியதோர் உலகை நம் ஜின்னா நமக்காக உருவாக்கிவைத்திருக் கிறார். இரண்டாம்தர குடிமக்களாக இதுவரை அடங்கி ஒடுங்கி இருந்தது போதும். சுதந்தரக் காற்றை சுவாசிப்போம் வாருங்கள்.

மன்னர்களிடம் இருந்து நிரப்பப்பட்ட விண்ணப்பத்தைப் பெற்றுத்தரும் பொறுப்பை மவுண்ட்பேட்டன் ஏற்றுக்

கொண்டார். விண்ணப்பத்தில் மாற்றம் எதுவும் இல்லை. இந்தியாவா? பாகிஸ்தானா? முடிவு செய்யுங்கள். அவ்வளவு தான். கூடுதலாக ஒரு வரி. உங்கள் சமஸ்தானத்தை எந்தத் தேசத்துடன் இணைத்துக்கொள்ள விரும்புகிறீர்கள்? மாநில விவகாரங்களை கவனித்துக்கொண்டிருந்த வல்லபபாய் படேல், மவுண்ட்பேட்டனை அழைத்துப் பேசினார். எனக்கு நிறைய ஆப்பிள்களைக் (மன்னர்களைக்) கொண்டு வந்து சேர்ப்பது உங்கள் கடமை. என்ன, மறந்துவிடமாட்டீர்களே?

•

அந்த யோசனை முதலில் ஜின்னாவுக்குத்தான் தோன்றியது. மிஸ்டர் மவுண்ட்பேட்டன், எனக்குச் சேர வேண்டிய தொகை ஆகஸ்ட் 15க்குள் கிடைத்துவிடும்தானே? ஒன்று செய்யுங்கள். பிரிவினை தொடர்பான விவகாரங்கள் அனைத்தும் முடியும்வரை நீங்கள் இங்கேயே இருந்துவிடுங்கள். சரியாக, பதினைந்தாம் தேதி நீங்கள் கிளம்பிவிடவேண்டும் என்றில்லை. நேரு, மவுண்ட்பேட்டனை நேரில் சென்று சந்தித்தார். சுதந்தர இந்தியா வின் முதல் கவர்னர் ஜெனரலாக நீங்கள் பதவியேற்கவேண்டும்.

ஒப்புக்கொண்டார் மவுண்ட்பேட்டன். விஷயம் கேள்விப்பட்ட ஜின்னா செய்தி அனுப்பினார். நல்லது, இருந்துகொள்ளுங்கள். ஆனால், பாகிஸ்தானின் கவர்னர் ஜெனரல் நான்தான். அதெப்படி? கவர்னர் ஜெனரல் என்பது ஓர் அலங்காரப் பதவி மட்டுமே. பிரதம மந்திரி என்பவர் கவர்னர் ஜெனரலுக்கும் மேல் என்றார் மவுண்ட்பேட்டன். ஜின்னாவிடம் இருந்து ஒற்றை வரியில் பதில் வந்தது. பாகிஸ்தானில் எனக்குக் கீழேதான் பிரதம மந்திரி வருவார்.

•

1947 ஜூன் மாதம் அவரை நியமித்தார்கள். சர் சிரில் ராட்கிளிஃப். நேரு, ஜின்னா இருவரும் அங்கீகரித்த அதிகாரி. இவர் தலைமையில் ஓர் அணி உருவாக்கப்பட்டிருந்தது. இந்தியா மற்றும் பாகிஸ்தானின் எல்லையைத் தீர்மானிக்கவேண்டிய வேலை இவர்களுடையது. ஏன் ராட்கிளிஃப்? இரண்டு காரணங்கள். ஒன்று, அவருக்குச் சட்டம் தெரியும். வழக்கறிஞர். திறமையானவர். இரண்டு, அவருக்கு இந்தியாவைப் பற்றி எதுவும் தெரியாது. மவுண்ட்பேட்டன், நேரு, ஜின்னா மூவருமே

இதில் தெளிவாக இருந்தனர். இந்தியாவைப் பற்றி தெரியாத ஒருவரால்தான் நடுநிலைமையுடன் பணியாற்றமுடியும்.

இந்தியாவைத் தெரிந்திருந்தால், இந்தியர்களையும் தெரிந்திருக் கும். ஹிந்துக்களைத் தெரிந்திருந்தால் அவர் முஸ்லிம்களுக்கு விரோதமாகச் செயல்பட்டார் என்று குற்றச்சாட்டப்படும். முஸ்லிம்களின் நண்பராக இருந்தால், ஹிந்துக்கள் சண்டை பிடிப்பார்கள். இது எரியும் பிரச்னை. நடுநிலையுடன் செயல் பட்டாலே பிரச்னை பூதாகரமாக வெடிக்கும் எனும்போது சார்பு எடுக்க விடலாமா?

பொறுப்பு வந்து சேர்ந்தபிறகுதான் வரைபடத்தை டேபிளில் பரப்பிவைத்து ஆராய்ந்தார் ராட்கிளிஃப். ஓ, இதுதான் வங்காளமா? இது பஞ்சாபா? டில்லி எங்கே? சிறிது நேரம் விரல் களை மேயவிட்டார். கிடைத்தது. கராச்சி? அதுவும் அங்கேயே தான் இருந்தது. சில பெயர்கள் அவர் வாயில் நுழையவே யில்லை. ஏன் நுழையவேண்டும்? என் பணி என்ன? பிரிப்பது. பிரித்து முடித்தபின், மூட்டை கட்டுவது. போதும். இந்தியாவின் அடியாழம் வரை சென்று ஆராயவேண்டிய அவசியம் இல்லை. ஆனாலும் ஆகஸ்ட் பதினைந்துக்குள் இதை முடிக்கமுடியாது என்று அழுத்தமாக நம்பினார் ராட்கிளிஃப்.

மவுண்ட்பேட்டன் அவரை அழைத்துப் பேசினார்.

'தலையே போனாலும் சொன்ன தேதிக்குள் முடித்துக்கொடுத்து விடுங்கள்.'

'அதெப்படி முடியும்? இன்னும் இரு மாதங்கள் கூட முழுமை யாக இல்லை.'

தெரிந்தேதான் சொல்கிறேன். முடித்துவிடுங்கள்.

குறைந்தபட்சம், இந்தியாவை ஒருமுறையாவது சுற்றிவர வேண்டும் அல்லவா? எங்கே கோடு போடுவது, எப்படி, என் னென்ன பிரச்னைகள் வரக்கூடும் என்பது பற்றியெல்லாம் நான் ஆராயவேண்டாமா?'

ஐயோ, அதையெல்லாம் யார் உங்களைச் செய்யச்சொன்னது? உங்களுக்காக ஒரு அலுவலகம் ஒதுக்கப்பட்டிருக்கிறது. உதவி யாளர்கள் இருக்கிறார்கள். உட்கார்ந்து யோசித்து, கோடு போட்டுக்கொடுங்கள். போதும்.'

'நிறைய பிரச்னைகள் முளைக்கும் என்று எதிர்பார்க்கிறேன். பல தவறுகள் நிகழ வாய்ப்புண்டு. கவனிக்கவும், சிறிய தவறுகள் அல்ல, பெரிய தவறுகள்.'

'மாபெரும் தவறுகள் நிகழ்ந்தாலும் பாதகமில்லை. ஒருவரும் உங்களை ஒரு கேள்வி கேட்காதவாறு நான் பார்த்துக்கொள் கிறேன். ஆகஸ்ட் 15 என்னும் தேதி மட்டும் உங்கள் மனத்தில் இருந்தால் போதும்.'

ராட்கிளிஃப்புக்கு அப்போதும் சந்தேகம் தீரவில்லை. நேருவை யும் ஜின்னாவையும் சந்தித்தார். தனித்தனியே. என்னிடம் இப்படியொரு பொறுப்பு ஒப்படைக்கப்பட்டிருக்கிறது. ஆகஸ்ட் 15க்குள் முடிக்கச் சொல்கிறார்கள். நீங்கள் சொல்லுங்கள். இது உங்கள் தேசப் பிரச்னை. பாதிக்கப்பட போவது நானோ பிரிட்டனோ அல்ல. நீங்கள். உங்கள் மக்கள். உங்களுக்குத் தேதி முக்கியமா அல்லது தவறுகள் ஏதும் இல்லாத பிரிவினைத் திட்டமா? இருவரும் சொன்னார்கள். தேதி.

●

ஆகஸ்ட் 15 வேண்டாம் என்றார்கள் ஜோசியர்கள். கிரகங்களின் சேர்க்கை அன்றைய தினம் சரியாக இராது. மாறாக, ஆகஸ்ட் 14 நள்ளிரவு அமர்க்களமாக இருக்கும். தொட்ட காரியம் துலங்கும். சர்வ மங்களமும் உண்டாகும். ஜோசியர்களின் வாதத்தை காங் கிரஸ் ஏற்றுக்கொண்டது. உங்களுக்குச் சரிவருமா என்று மவுண்ட்பேட்டனைக் கேட்டார்கள். அவருக்கென்ன?

இந்திய தேசியக் கொடியை வடிவமைக்கும் பணி மும்முரமாக நடந்துகொண்டிருந்தது. மூன்று வர்ணங்கள். இடையில் ராட்டைச் சக்கரம். காந்தி, தேசத்தின் பிதா அல்லவா? அவரை முன்னிறுத்தி அமையப்போகும் தேசத்துக்கு ராட்டையைவிட மேலான ஒரு சின்னம் கிடைத்துவிடுமா? ஆனால் காங்கிரஸ் கட்சியில் இருந்த அனைவரும் இதை ஏற்றுக்கொள்ளவில்லை. ராட்டை என்பது கடந்த காலத்தின் சின்னம். பழையது. நவ இந்தியாவுக்கு இது தேவையில்லை. இறுதியில் அவர்கள் தேர்வு செய்தது அசோகச் சக்கரத்தை. இது அனைவருக்கும் பிடித்துப் போனது. காந்தி தனக்குள் முணுமுணுத்துக்கொண்டார். இதில் என்ன கலைநயம் வேண்டிக்கிடக்கிறது? கொடியின் மையத்தில் எதைப் பொறிப்பது என்பதுதான் தலையாயப் பிரச்னையா?

இந்தியாவின் மையமே ஆட்டம் கண்டுகொண்டிருக்கிறதே. அதை ஒருவரும் கவனிக்கவில்லையா?

நேருவைத் தொடர்பு கொண்டார் காந்தி. ஒரு வேலை. என் னுடன் வரமுடியுமா? விரைந்துவந்தார் நேரு. புது தில்லியில் இருந்து 120 மைல் தொலைவில் அமைக்கப்பட்டிருந்த அந்த முதல் அகதி முகாமுக்குள் அவர்கள் கார் நுழைந்தது. நுழையும்போதே மக்கள் காரைச் சூழ்ந்துகொண்டனர். பாபுஜி, பாபுஜி, எங்களைப் பாருங்கள். எங்கள் நிலைமையைப் பாருங் கள். எங்களை அடித்துத் துரத்திவிட்டார்கள் பாபுஜி! நேருவை ஏறிட்டார் காந்தி. நேரு தலையைக் கவிழ்ந்துகொண்டார்.

அவர்கள் மேற்கு பஞ்சாபில் இருந்து உயிரைக் கையில் பிடித்தபடி ஓடி வந்தவர்கள். தகதகக்கும் பார்லியும் தங்க கோதுமையும் கரும்பும் செழித்து விளைந்து நிற்கும் அந்தப் பசுமைப் பிரதேசத்தில்தான் வன்முறையும் விளைந்திருந்தது. பஞ்சாப். அதன் மையப் பகுதியில் அமைந்திருந்தது லாகூர். பாகிஸ்தான் என்னும் பெயர் வெளியில் கசிந்த தினத்தில் இருந்தே இங்கே மோதல்கள் ஆரம்பித்துவிட்டன. பாகிஸ்தான் ஒழிக என்னும் கோஷத்துடன் முஸ்லிம் லீகின் கொடியை சீக்கியத் தலைவர் ஒருவர் மார்ச் மாதம் வெட்டிச் சாய்த்தார். எங்கள் கொடியை அவமதித்தவர்களில் ஒருவரும் உயிருடன் இருக்கக்கூடாது. கையில் கிடைத்த ஆயுதங்களுடன் குழுக்கள் கிளம்பின. சீக்கியர் களின் பகுதிகள் ஒவ்வொன்றாக வேட்டையாடப்பட்டன. மூவாயிரத்துக்கும் அதிகமானவர்கள் கொல்லப்பட்டார்கள். அன்று தொடங்கிய வன்முறைத் தீ இன்னமும் அணையவில்லை.

அன்றைய தினம் காந்தியும் நேருவும் அவர்களுடன் தங்கியிருந் தனர். குழந்தைகள் ரொட்டியைப் பிய்த்து அங்கும் இங்கும் வீசிய படி ஓடிக்கொண்டிருந்தன. பெண்களில் சிலர் ஊது குழலால் அடுப்பை மூட்டிக்கொண்டிருந்தனர். ஆண்களில் சிலருக்கு காயம் ஏற்பட்டிருந்தது. புண்கள் ஆறாமல் கிடந்தன. ஈக்கள் மொய்க்கும்படி திறந்தே இருந்தன. இப்படியே விட்டால் நோய் பெருகும். அது சரி, கழிவறை இருக்கிறதா இங்கே? இல்லை பாபுஜி!

கற்றுக்கொடுத்தார் காந்தி. கழிப்பறை அமைப்பது சுலபம். வாருங்கள், குழிவெட்டக் கற்றுக்கொடுக்கிறேன். வைத்த கண் வாங்காமல் காந்தியைப் பார்த்துக்கொண்டு நின்றார் நேரு.

9

இரண்டு வாய்ப்புகள்

சமஸ்தானங்களை இணைத்துக்கொள்ள தொடக்கக் காலத்தில் இரண்டு வழிகளைப் பின்பற்றியது பிரிட் டிஷ் அரசு. பலவந்தமான இணைப்பு. ராஜதந்திரம். எந்த சமஸ்தானத்துக்கு எது சாத்தியமோ அதை நடைமுறைப்படுத்தினார்கள். பேசிப் பார்க்கவேண்டி யது. ஒத்துவருவது போல் தெரிந்தால், உடனே கையெழுத்து வாங்கி வைத்துக்கொள்வார்கள். முடியாது என்று முரண்டு பிடித்தால், பலவந்தம். பத்தொன்பதாம் நூற்றாண்டின் முற்பகுதி வரை பலவந்தமான இணைப்பையே அதிகம் நாடியது பிரிட்டன். படை பலம் வேண்டிய மட்டும் இருக் கிறது. எதற்கு வழவழா கொழகொழாவென்று பேசிக் கொண்டிருக்கவேண்டும்?

1857 புரட்சிக்குப் பிறகு சற்றே பின்வாங்கியது பிரிட்டன். தன் அணுகுமுறையையும் மாற்றிக் கொண்டது. வளைத்துப் பிடிப்பது சுலபம். ஆனால், தக்க வைத்துக்கொள்வது தலைவலி வேலை. தொடர்ந்து கண்காணிக்கவேண்டும். எப்போது என்ன நடக்கும் என்று சொல்லமுடியாது. கூடுதல் படைகளை நிறுத்தி வைக்கவேண்டிவரும். எதற்கு வீண் செலவு? எனவே, பலவந்தத்தை ஒழித்துவிட்டு ராஜதந்திரத்தைக் கொண்டுவந்தது பிரிட்டன்.

தக்க மரியாதையுடன் மன்னர்களை அணுகினார்கள். உட்கார்ந்து பேசினார்கள். 'உங்களுக்கு உதவுவதற்

காகத்தான் வந்திருக்கிறோம். பிரிட்டன் சாம்ராஜ்ஜியத்தின் படை பலமும் அதிகார பலமும் உங்களுக்குத் தெரியும். நீங்கள் ஏன் எங்களுடன் இணைந்து பணியாற்றக்கூடாது? உங்கள் ஆட்சித் திறமையை நாங்கள் மதிக்கிறோம். உங்கள் தனித்திறமையைக் கண்டு வியக்கிறோம். நாம் இருவரும் இணைந்தால் நம் இருவருக்கும் நன்மை உண்டாகும். உங்கள் அதிகாரம் அப்படியே நீடிக்கும். உங்கள் ஆட்சிக்கு உட்பட்ட பகுதியில் நாங் கள் தலையிடமாட்டோம். அகண்ட பிரிட்டன் சாம்ராஜ்ஜியத்தின் பெருமைக்குரிய ஒரு பகுதியாக நீங்கள் இருப்பீர்கள்.'

ஒவ்வொன்றும் ஒரு வகை. சில சமஸ்தானங்கள் பிரிட்டன், ஃபிரான்ஸ் அளவுக்குப் பெரியவை. சில, சுண்டைக்காய் அளவில் மட்டுமே இருந்தன. ஒவ்வொன்றுக்கும் தனித்தனி ஒப்பந்தங்கள் உருவாக்கப்பட்டன. மன்னர்களுக்கு அளிக்கப் படும் உரிமையின் எல்லை வரையறுக்கப்பட்டது. இந்தக் கோட்டை தாண்டி வராதே. மற்றபடி என்ன வேண்டுமானாலும் செய்துகொள். சில சமஸ்தானங்களுக்கு அதிகப்படியான உரிமைகள் வழங்கப்பட்டிருக்கும். சிலவற்றுக்கு மிகக் குறைந்த அதிகாரம் மட்டுமே. 1854ம் ஆண்டு, அனைத்து சமஸ்தானங் களையும் உள்ளடக்கிய மத்திய இந்திய நிறுவனம் (Central Indian Agency) உருவாக்கப்பட்டது.

இருபதாம் நூற்றாண்டில் இந்த இணைப்பை அடுத்த கட்டத் துக்குக் கொண்டு சென்றது பிரிட்டன். 1921ல் Chamber of Princes என்னும் அமைப்பு உருவாக்கப்பட்டது. சிதறிக்கிடக்கும் சமஸ்தானங்களைக் கண்காணிக்கும், ஒழுங்குப்படுத்தும் பணி இந்த அமைப்புக்கு ஒதுக்கப்பட்டது. அதிகாரம் (பிரிட்டிஷ் ஆட்சிக்கு உட்பட்டிருந்த) இந்திய அரசாங்கத்திடம் குவிந்திருக் கும். 1935ல் வேறொரு திட்டத்தை முயன்று பார்த்தார்கள். சமஸ்தானங்களுக்கும் இந்திய அரசுக்கும் இடையிலான ஃபெடரல் முறையிலான இணைப்பு. இரண்டாம் உலகப் போர் வெடித்தபோது, இந்தத் திட்டத்தை பிரிட்டன் கைவிடவேண்டி இருந்தது.

1947க்குப் பிறகு சமஸ்தானங்களை என்ன செய்வது என்னும் குழப்பம் ஏற்பட்டது. இந்திய அரசாங்கத்துக்கு மாற்றிவிடலாம் தான். ஆனால் அதற்கான அவசியம் என்ன? ஒவ்வொரு சமஸ்தானமும் தனித்தனி ஒப்பந்தங்களால் பிரிட்டனுடன் நேரடி யாக இணைக்கப்பட்டிருக்கிறது. எனில், அவை அனைத்தும்

பிரிட்டனுக்குத்தானே சொந்தம்? இந்தியாவுக்கு மட்டும்தானே அதிகாரத்தை மாற்றிக்கொடுக்கவேண்டும்? சமஸ்தானங்களை அப்படியே வைத்துக்கொள்ளலாமே?

ஆனால் அது சாத்தியமில்லை என்பது தெரிந்தது. கட்டுப்படி யாகாது. இந்தியாவில் இருந்து பிரிட்டிஷ் படைகளை வாபஸ் பெற்றுக்கொள்ளும்போது, சமஸ்தானங்களில் இருந்தும் சேர்த்தே திருப்பப்பெற்றுக்கொள்வதுதான் புத்திசாலித்தனம். அங்கே மட்டும் படைகளை நிறுத்திவைப்பது அதிகக் குழப்பங்களை விளைவிக்கும். பிரிட்டன் முடிவுக்கு வந்தது. இந்தியாவோடு சேர்த்து சமஸ்தானங்களையும் கைகழுவி விடவேண்டியதுதான்.

இரண்டு தீர்வுகளை முன்வைத்தது பிரிட்டன். இந்தியாவோடு இணைந்துகொள்ளலாம். அல்லது பாகிஸ்தானோடு. சில சமஸ்தானங்கள் மூன்றாவது தீர்வை முன்மொழிந்தன. இரண்டும் வேண்டாம் தனியாகவே இருந்துவிடுகிறோம். எங்களை இப்படியே இருக்க விடுங்கள். இதை காங்கிரஸ் கடுமையாக எதிர்த்தது.

மவுண்ட்பேட்டனிடம் தன் கருத்தை அழுத்தமாகப் பதிவு செய்தது காங்கிரஸ். ஏற்கெனவே பாகிஸ்தானைத் துண்டாடிவிட்டீர்கள். இப்போது சமஸ்தானங்களையும் இழக்கநேரிட்டால் இந்தியா அக்கு அக்காகச் சிதறிவிடும். சமஸ்தானங்கள் எங்களுக்குத்தான். நீங்கள் கிளம்பும்போது, உங்கள் கைவசம் இருக்கும் ஒப்பந்தங்களை எங்களிடம் கொடுத்துவிடுங்கள். ஒப்பந்தங்கள் அப்படியே நீடிக்கட்டும். ஒரே ஒரு அம்சத்தை மட்டும் திருத்திவிடுங்கள். பிரிட்டனின் ஆட்சிக்குக் கீழே என்று எங்கெல்லாம் எழுதப்பட்டிருக்கிறதோ அங்கெல்லாம் இந்திய அரசாங்கத்துக்குக் கீழே என்று மாற்றிவிடுங்கள். போதும்.

மவுண்ட்பேட்டன் ஏற்றுக்கொண்டார். பாகிஸ்தானைப் பிரித்துக்கொடுத்ததால் ஏற்பட்ட காயத்தை இது போக்கும் என்று அவர் நம்பினார். தவிரவும், புதிய இந்திய தேசத்தின் பொருளாதாரப் பலம் சிதையாமல் இருக்க சமஸ்தானங்கள் அவசியம். பாகிஸ்தானுக்கு அல்லாமல் இந்தியாவுக்கு உதவ மவுண்ட்பேட்டன் முன்வந்ததற்குக் காரணம் காங்கிரஸுடன் அவர் கொண்டிருந்த நட்பு. குறிப்பாக, நேருவிடம். சுதந்தர

இந்தியாவின் முதல் கவர்னர் ஜெனரலாகப் பதவியேற்கும்படி வேண்டிக்கொண்டவர் அல்லவா?

மவுண்ட்பேட்டனின் ஆதரவு புதிய தைரியத்தைக் கொடுத்தது. வரிசையாக ஒவ்வொரு சமஸ்தானமாகப் போய் பேசி கையோடு வேலையை முடித்துக்கொண்டு வந்துவிடலாம் என்றுதான் காங்கிரஸ் நம்பியது. ஆனால் அது அத்தனை சுலபமாக நடந்து விடவில்லை. ஒவ்வொரு நவாபும், ஒவ்வொரு மன்னரும், ஒவ் வொரு திவானும் ஒவ்வொரு விதமாகத் தட்டிக்கழித்தார்கள்.

மவுண்ட்பேட்டன் தெளிவாகவே சொன்னார். 'இந்தியா, பாகிஸ் தான். இரண்டில் ஏதேனும் ஒன்றுடன் நீங்கள் இணைந்தே தீர வேண்டும். சுயாட்சி உரிமை உங்களுக்கு வழங்கப்படமாட்டா. பிரிட்டன் இனி உங்களைத் தாங்கிப் பிடிக்காது. உங்கள் விதியை நீங்கள்தான் தீர்மானித்துக்கொள்ளவேண்டும். பார்த்தீர்கள் தானே? எங்கு பார்த்தாலும் வன்முறை, அராஜகம், குத்து, கொலை. கட்டடங்கள் கொளுத்தப்படுகின்றன. இனக்கலவரம் பரவிக்கொண்டிருக்கிறது. டில்லி, கல்கத்தா, பஞ்சாப் போன்ற பெருநகரங்களே திண்டாடிக்கொண்டிருக்கின்றன. உங்களால் நிச்சயம் சமஸ்தானத்தை நிர்வகிக்க முடியாது. சட்டம், ஒழுங்கைக் காப்பாற்றமுடியாது. நாளையே பிரச்னை என்றால் உதவிக்கு யாரும் வரமாட்டார்கள். உடனே முடிவெடுங்கள். இது அறிவுரை மட்டுமல்ல, எச்சரிக்கையும்கூட.'

போபால் நவாபை நேரடியாகச் சந்தித்தார். உடன்படிக்கையை நீட்டினார். மறுபேச்சுப் பேசாமல் கையெழுத்திட்டுக்கொடுத்தார் நவாப். மவுண்ட்பேட்டன் கையெழுத்து இயக்கம் நடத்தி வருவது பிற சமஸ்தானங்களுக்குத் தெரிந்துபோனது. பலர் வெளிப்படையாக மவுண்ட்பேட்டனை எதிர்த்தார்கள். பிரிட் டனை நம்பித்தான் நாங்கள் ஒப்பந்தம் போட்டுக்கொண்டோம். திடீரென்று இந்தியாவுடன் இணையச் சொன்னால் என்ன செய்வது? பிரிட்டனில் இருந்தும் பல எதிர்ப்புகள். சர்ச்சில் காரசாரமாக மவுண்ட்பேட்டனை விமரிசித்தார். ஹிட்லர் போல் செயல்படுகிறது இந்திய அரசாங்கம். மிரட்டியும் வலுக்கட்டாய மாகவும்தான் இணைப்புப் பணிகள் நடந்துகொண்டிருக்கின்றன.

நேரு அதட்டினார். இந்தியாவின் படை பலத்துக்கு முன்னால் எந்தவொரு சமஸ்தானத்தாலும் தனித்துப் போராட முடியாது. ஆகவே இணைந்துவிடுங்கள். ஜனவரி 1947ல் அதிகாரபூர்வ

மாகவே அறிவித்தார். மன்னர்களுக்கு இதுவரை வழங்கப்
பட்டிருக்கும் மேலான உரிமைகள் இனி செல்லுபடியாகாது. மே
மாதம் மற்றுமொரு அறிவிப்பு. இந்தியாவுடன் இணைய
மறுப்பவர்கள் இந்தியாவின் எதிரிகள்.

நேரு அரசாங்கம் இருவரை நியமித்தது. சர்தார் வல்லபபாய்
படேல், வி.பி. மேனன். என்ன வேண்டுமானாலும் செய்து
கொள்ளுங்கள். ஆனால், சமஸ்தானங்கள் இந்தியாவுடன்
இணையவேண்டும்.

ஜின்னா தனி தேச கோரிக்கையை முன்வைத்தபோது அதை
பலமாக எதிர்த்தவர் படேல். அப்போது அவர் உதிர்த்த கருத்து
இது. இங்கிருக்கும் முஸ்லிம்கள் யாரும் பாகிஸ்தானுக்கு ஆதரவு
தரக்கூடாது. அப்படித் தரவேண்டும் என்று விரும்பினால்
இங்கிருக்கவேண்டாம். பாகிஸ்தானுக்குப் போய்விடலாம்.
ஒன்றுபட்ட இந்தியா அமையவேண்டும் என்பதுதான் படேலின்
விருப்பமும் கனவும். பாகிஸ்தான் உருவாவதைத்தான் தடுத்து
நிறுத்த முடியவில்லை. குறைந்தபட்சம், சமஸ்தானங்கள்
பிரிவதையாவது தடுக்கலாமே?

மிரட்டுவது, கெஞ்சுவது இரண்டு வழிகளையும் தவிர்த்துவிட்டு
மூன்றாவதைப் பிரயோகிக்கத் தொடங்கினார் படேல். ராஜ
தந்திரம். ஜூலை 5, 1947ல் படேல் வெளியிட்ட அறிவிப்பு இது.
உங்களை மிரட்டவேண்டும் என்னும் எண்ணம் எங்களுக்கு
இல்லை. சுதந்தர இந்தியாவோடு நீங்கள் இணைந்தால் மிகவும்
மகிழ்ச்சியடைவோம். வாருங்கள், உட்கார்ந்து நட்புடன் பேசு
வோம். சமஸ்தானங்களைத் தொடர்பு கொண்ட படேல் தன்
திட்டத்தை அறிவித்தார். பிரிட்டனுடன் நீங்கள் கொண்டிருக்கும்
ஒப்பந்தத்துக்குப் பதிலாக எங்களுடன் போட்டுக்கொள்ளுங்கள்.
இதுவரை நீங்கள் அனுபவித்து வந்த சலுகைகள் அப்படி
அப்படியே நீடிக்கும். பிரிட்டனுக்குப் பதிலாக எங்களுடன்
இணைந்திருக்கப்போகிறீர்கள். அவ்வளவே. இந்திய அரசாங்கம்
உங்கள் சமஸ்தானத்தைத் தக்க முறையில் கவனித்துக்கொள்ளும்.
உங்கள் சுதந்தரத்துக்குப் பாதகம் ஏற்படாதபடிப் பார்த்துக்
கொள்வோம்.

தனித்தனி ஒப்பந்தங்கள். தனித்தனி ஷரத்துகள். சிலருக்கு அடிப்
படை சலுகைகள் மட்டும். சிலருக்கு, அதிகப்படியான சலுகைகள்.
சிலருக்கு, பிரிட்டன் அளித்த சலுகைகளைக்காட்டிலும்

கூடுதலாகக் கொடுப்பதாக வாக்களித்தார் படேல். மே 1 முதல் ஆகஸ்ட் 15, 1947க்குள் ஏகப்பட்ட ஒப்பந்தங்கள் கையெழுத் தாயின.

ஜோத்பூர் மன்னரை முதலில் தொடர்புகொண்டவர் ஜின்னா. ஒரு வெள்ளைக் காகிதத்தை எடுத்து அவரிடம் நீட்டினார் ஜின்னா. உங்களுக்கு என்னென்ன தேவையோ அனைத்தையும் எழுதிக்கொடுங்கள். இதோ இப்போதே கையெழுத்துப் போட்டுக் கொடுத்துவிடுகிறேன். ஒரு நாள் அவகாசம் கொடுங்கள் என்று சொல்லிவிட்டுக் கிளம்பினார் மன்னர். விஷயம் கேள்விப்பட்டு விரைந்து வந்தார் வி.பி. மேனன் (மத்திய உள்துறைச் செயலாளர். படேலின் முக்கிய உதவி யாளர்). கையோடு மன்னரை அழைத்துக்கொண்டு மவுண்ட் பேட்டனிடம் ஒப்படைத்தார். மவுண்ட்பேட்டன் மன்னரிடம் பேசினார். ஹிந்துக்கள் பிரதானமாக இருக்கும் உங்கள் சமஸ்தானத்தை இந்தியாவுக்குக் கொடுத்துவிடுங்கள். சுகமாக வாழலாம்.

மவுண்ட்பேட்டன் வெளியேறிய மறுகணமே, சட்டைப்பை யில் இருந்து தன் பேனாவை எடுத்தார் மன்னர். மகிழ்ச்சியுடன் மேனன் ஒப்பந்தத்தை எடுத்து நீட்டினார். பேனாவின் மூடியைக் கழற்றிய மன்னர், மேனனின் நெற்றிப்பொட்டில் வைத்து அழுத்தினார். 'உங்கள் மிரட்டலுக்கு நான் அடிபணிய மாட்டேன். புரிந்ததா?' சத்தம் கேட்டு ஓடிவந்த மவுண்ட் பேட்டன் மன்னரை அமைதிப்படுத்தி அமரவைத்தார். பேனாவின் உள்ளே மன்னர் நிரப்பி வைத்திருந்தது, துப்பாக்கி குண்டை. மூன்று தினங்கள் கழித்து, அவர் இந்தியாவுக்குச் சாதகமான கையெழுத்துப் போட்டார். மிகுந்த ஆத்திரத்துட னும், வருத்தத்துடனும்.

ஒரு மன்னர், கையெழுத்துப்போட்ட சில நொடிகளில் மாரடைப் பால் மரணமானார். தோல்பூர் மன்னர் ராணா கையெழுத்துப் போட்டுவிட்டார். பிறகு, குலுங்கிக் குலுங்கி அழுதார்.

மூன்று மன்னர்கள் திட்டவட்டமான மறுப்பை வெளிப்படுத்தி னார்கள். நான் சுதந்தரமாக இருக்க விரும்புகிறேன் என்றார் ஹைதராபாத் நிஜாம். என் அதிகாரத்தை என்னால் விட்டுக் கொடுக்கமுடியாது. நீங்கள் அளிக்கும் சன்மானங்கள், சலுகைகள் எதுவும் வேண்டாம் எனக்கு. போர்த்துகீசியர்களிடம் பேச

ஆரம்பித்தார். கோவாவை எங்களுக்கு லீசுக்கோ விலைக்கோ தர முடியுமா? கடல் மார்க்கமாக வர்த்தகங்களில் ஈடுபட நாங்கள் விரும்புகிறோம்.

82,000 சதுர மைல்கள் கொண்ட பிரதேசம். பதினேழு மில்லியன் மக்களில் 87 சதவீதத்தினர் ஹிந்துக்கள். ஆனால் மன்னர், முஸ்லிம். நிஜாம் உஸ்மான் அலி கான். இந்தியா, பாகிஸ்தான் அளவுக்குச் சமமாக எங்களால் நிற்கமுடியும். எங்கள் பிராந்தியத்தை நிர்வாகம் செய்துகொள்ளவும் தெரியும். ஜூன் 1947ல் நிஜாம் நம்பிக்கையுடன் ஒரு பிரகடனத்தை வெளியிட்டார். 'அதிகார மாற்றத்துக்குப் பிறகு, ஹைதராபாத்துக்கு முழுச் சுதந்தரம் கிடைக்கப்போகிறது.' இந்திய அரசாங்கம் உடனடியாக இந்தப் பிரகடனத்தை எதிர்த்தது.

ஹரிசிங் கையெழுத்துப்போட மறுத்துவிட்டார். மவுண்ட்பேட்டன் அவரிடம் பேரம் பேசினார். காஷ்மீரில் 90 சதவீதம் பேர் முஸ்லிம்கள். நீங்கள் பாகிஸ்தானுடன் இணைவதுதான் சரியாக இருக்கும். திட்டவட்டமாக மறுத்தார் ஹரிசிங். சரி, அப்படியானால் இந்தியாவுடன் சேர்ந்துவிடுங்கள். இந்தியப் படைகள் உங்கள் எல்லைகளைக் காவல்காக்கும். ஒரு பிரச்னையும் இருக்காது. ஆவணங்களை மாற்றி எழுதிக் கொண்டுவரவா? வேண்டாம் என்றார் ஹரிசிங். என்னைத் தொந்தரவு செய்யாதீர்கள். எனக்கு இந்தியாவும் வேண்டாம், பாகிஸ்தானும் வேண்டாம். நான் சுதந்தரமாக இருக்கவிரும்புகிறேன்.

ஜுனாகட் நவாப் பாகிஸ்தானுடன் இணைய விரும்பினார். மவுண்ட்பேட்டனால் இந்த முடிவை ஏற்றுக்கொள்ளமுடியவில்லை. உங்களுக்கும் பாகிஸ்தானுக்கும் துளி சம்பந்தமும் இல்லை? உங்கள் பிராந்தியத்தின் எல்லைக்கும் பாகிஸ்தான் எல்லைக்கும் ஏணி வைத்தாலும் எட்டாது. பிறகு ஏன் இந்த வீண் பாகிஸ்தான் கனவு? நவாப் ஒப்புக்கொள்ளவில்லை. நாங்கள் பாகிஸ்தானுடன் கடல் மார்க்கமாகத் தொடர்பு கொள்வோம் என்று சொன்னார் அவர்.

ஜுனாகட் நவாபுக்குப் பிடிக்கவில்லை என்றாலும் அவர் ஆட்சியின் கீழ் இருந்த இரு பிராந்தியங்களுக்கு (மங்ரோல், பபாரியாவட்) இந்தியாவுடன் இணைவதில் ஆர்வம் இருந்தது. விஷயத்தைக் கேள்விப்பட்ட நவாப், படைகளை அனுப்பி இரு பகுதிகளையும் ஆக்கிரமித்தார். திமிறி எழுந்த அந்த இரு பிராந்தி

யங்களும் இந்தியாவைச் சரணடைந்தன. இந்தியா காத்துக்
கொண்டிருந்தது இதுபோன்ற ஒரு வாய்ப்புக்காகத்தான்.
ஜுனாகட் நவாபுக்கு அழுத்தம் கொடுக்க ஆரம்பித்தார்கள்.
நவாபின் ஆட்சிக்குக் கீழிருந்த பிராந்தியங்கள் விடுவிக்கப்
பட்டன. விமானப் போக்குவரத்து, எரிபொருள், தபால் சேவை
அனைத்தையும் நிறுத்தி வைத்தது இந்தியா. ராணுவத்தைக்
கொண்டு போய் வாசலில் நிறுத்தியது. நவாப் பாகிஸ்தானுக்குத்
தப்பியோடினார். ஜுனாகட் இந்தியாவுடன் இணைக்கப்பட்டது.

10
ஹிந்து, முஸ்லிம், சீக்கியர்

தன் புதிய படையை நினைத்து நினைத்து பூரித்துப் போனார் தாரா சிங். புதிதாக வந்து இணைந்த ஆர்.எஸ்.எஸ். நண்பர்கள் மீது அவருக்கு அபார நம்பிக்கை ஏற்பட்டிருந்தது. முஸ்லிம்களை அழித் தொழிக்க இவர்களைவிட தோதான ஒரு படை கிடைக்காது. திரண்டிருந்த வீரர்களைக் கூட்டி வைத்து பேசினார்.

சீக்கியர்களே, ஹிந்துக்களே, நம் இருவருக்கும் ஒரே எதிரிதான். லாகூரில் எங்கள் இனத்தைச் சேர்ந்த மூவா யிரத்துக்கும் அதிகமான மக்களை முஸ்லிம்கள் அடித்து உதைத்துக் கொன்றிருக்கிறார்கள். இந்தியா வின் பல பகுதிகளில் ஹிந்துக்கள் மீது அவர்கள் தாக்குதல் தொடுத்திருப்பதை நான் அறிவேன். நண்பர்களே, முஸ்லிம்களுக்குத் தக்க பதிலடி கொடுக்க இதோ ஓர் அற்புத வாய்ப்பு. வயர்லெஸ் மூலமாகச் சில தகவல்கள் கிடைத்திருக்கின்றன. டெல்லியில் இருந்து கராச்சிக்கு சிறப்பு ரயில்களை இயக்கப்போகிறார்கள். நிறைய பொருள்களையும் கனவுகளையும் சுமந்துகொண்டு புதிய தேசம் நோக்கி முஸ்லிம்கள் ரயில்களில் கிளம்பவிருக்கிறார்கள். நம் டார்கெட் அந்த ரயில்கள்தாம்.

ஆகஸ்ட் 11, 1947. நள்ளிரவில் திட்டம் வெற்றிகரமாக நிறைவேற்றப்பட்டது. பஞ்சாபில் உள்ள ஃபெரோஸ்

பூர் மாவட்டத்தில் உள்ள கிதர்பஹா ரயில் நிலையத்துக்கு அருகே ரயில் வந்துகொண்டிருந்தபோது, குண்டுகள் வெடித்தன.

●

ஏதாவது கதை சொல்லு பாட்டி என்று ஒரு சீக்கியக் குழந்தை கேட்டால் அந்தப் பாட்டி சொல்லும் கதைகளில் ஒன்று அநேக மாக முஸ்லிமுக்கு எதிரானதாக இருக்கும். டர்பன் கட்டியவர் களை நம்பாதே, அவர்கள் பொல்லாதவர்கள் என்று சொல்லித் தான் முஸ்லிம் குழந்தைகள் வளர்க்கப்பட்டனர். முஸ்லிம் ஆட்சிக்காலத்தில் சீக்கியர்களும், சீக்கியர்கள் ஆட்சிக்கு வந்தால் முஸ்லிம்களும் பெரும் துன்பமடைந்தனர். அல்லது அப்படித் தான் அவர்கள் எடுத்துக்கொண்டனர்.

இந்த இனவெறுப்பின் ஆணிவேரில் இன்னொரு இனவெறுப்பு ஒளிந்துள்ளது. ஹிந்துக்களுக்கும் முஸ்லிம்களுக்குமான பகை மையும் விரோதமும்தான் அந்த வேர். இந்தியா முழுவதிலுமே பரவியிருந்த இந்தப் பகைமை பஞ்சாபில் அதிதீவிரத்துடன் வளர்ந்து பெருகியது. இந்த இரு இனத்தையும் ஒன்றிணைக்க நினைத்தார் குரு கோவிந்த் சிங். ஹிந்து என்று ஒருவரும் இல்லை. முஸ்லிம் என்று ஒருவரும் இல்லை. ஒரு கடவுள்தான் என்கி றார்கள் இஸ்லாமியர்கள். இல்லை, கடவுளர்கள் பலர் என்கி றார்கள் ஹிந்துக்கள். நான் சொல்கிறேன். சத்தியம் மட்டும்தான் கடவுள்.

சீக்கிய மதம் பிறந்தது. ஆனால் விரோதமும் குரோதமும் அப்படியே நீடித்தன. குறிப்பாக, பஞ்சாபில். (1947 ஜூலையில் இந்தியாவிலுள்ள 60 லட்சம் சீக்கியர்களில் 50 லட்சம் பேர் பஞ்சாபில்தான் இருந்தனர்). இந்தியப் பிரிவினை இந்த விரோதத்தை இன்னமும் அதிகப்படுத்தியது. லாகூர் எங்கள் தேசம். இங்கே சீக்கியர்களுக்கு என்ன வேலை என்றார்கள் முஸ்லிம்கள். இது எங்கள் புண்ணிய தேசம் நீங்கள் ஓடிப் போங்கள் என்றார்கள் சீக்கியர்கள். (பஞ்சாபின் இரண்டாவது பெரிய நகரம் அமிர்தசரஸ், லாகூருக்குக் கிழக்கே முப்பத்தைந்து மைல் தொலைவில் அமைந்திருந்தது. சீக்கியர்களின் புனித ஸ்தலமான பொற்கோவில் இருப்பது இங்கேதான்).

முஸ்லிம்களை அடித்துத்துரத்தி பஞ்சாப் முழுவதையும் வசப் படுத்திவிடலாம் என்று சீக்கியர்கள் நினைத்தனர். ஹிந்துக்கள்

சீக்கியர்களோடு அணிசேர்ந்தனர். இந்தியாவைப் பிளவுபடுத்திய முஸ்லிம்களே, உங்கள் இனம் ஒழிந்துபோகக் கடவது. சீக்கியர்களை ஒழித்துவிடலாம் என்று முஸ்லிம்களும் நம்பினர். சீக்கியர்கள் குழுவாகக் கிளம்பிசென்று முஸ்லிம்களின் குடி யிருப்புகளில் தீ வைத்தார்கள். மறுநாள், முஸ்லிம்கள் சீக்கியர் களின் குடியிருப்புகள் மீது படையெடுத்தார்கள். மீண்டும் சீக்கியர்களின் முறை. என் தரப்பில் இருபது பேர் பலி. உன் இனத்தைச் சேர்ந்தவர்கள் நானூறு பேராவது அழிய வேண்டாமா?

பஞ்சாப்பின் பச்சை வயல்வெளிகளில் மினுமினுப்புடன் ரத்த ஆறு பாய்ந்தது. இறந்துபோன முஸ்லிம்களின் உடல் பாகங்களை வெட்டியெடுத்து, கோணிப்பையில் திணித்து மசூதியின் வாசலில் எறிந்துவிட்டுப் போனது ஒரு கும்பல். சீக்கியப் பெண் களை தேடிப்பிடித்து இழுத்து வந்து கும்பலாகப் பாலியல் பலாத்காரம் செய்தது மற்றொரு கும்பல். அமிர்தசரஸில் இருந்த முஸ்லிம்கள்மீது அமிலம் நிறைந்த சிறு குப்பிகள் வீசப்பட்டன. மின்சார கம்பிகளில் அடிப்பட்டு இறந்த காகங்களைப் போல் சாலையோரங்களில் கை, கால்களை மடக்கியபடி முஸ்லிம்கள் இறந்துகிடந்தார்கள்.

பார்ஸிகள் தங்கள் வீடுகளில் அறிவிப்புப் பலகைகளைத் தொங்கவிட்டனர். இங்கு முஸ்லிமோ, சீக்கியரோ, ஹிந்துவோ இல்லை. நாங்கள் பார்ஸிகள். சகோதரர்களே, உங்களுக்குப் புண்ணியமாகப் போகும். எங்களை விட்டுவிடுங்கள்.

நேரு, ஜின்னா, படேல் தொடங்கி மவுண்ட்பேட்டன் வரை ஒருவரும் இந்தக் கலவரங்களை எதிர்பார்க்கவில்லை என்பது தான் ஆச்சரியம். ஹிந்து, முஸ்லிம் என்னும் பாகுபாடு எனக்குக் கிடையாது. முஸ்லிம்கள் என் சகோதர்கள். இது நேருவின் விளக்கம். இதில் தவறு என்னவென்றால், அனைவரும் இப்படித் தான் இலகுவாக எடுத்துக்கொள்வார்கள் என்று அவர் நினைத் தார். சில அரசியல் காரணங்களுக்காக, குறிப்பாகக் சொல்வ தானால் ஜின்னாவின் முஸ்லிம் லீக் விடாப்பிடியாக இருந்ததால் இந்தியாவின் ஒரு பாகம் தனியாகப் போகவேண்டிய சூழல் ஏற்பட்டிருக்கிறது. மற்றபடி, ஹிந்துக்களுக்கும் முஸ்லிம்களுக் கும் பெரிய அளவில் மோதல்கள் வெடிக்கும், ரத்த ஆறு பாயும் என்றெல்லாம் அவர் கனவிலும் நினைத்துப்பார்க்கவில்லை.

காந்தி இதை எதிர்பார்த்தார். ஆனால் அவர் பேச்சைக் கேட்பதற்கு ஒருவருக்கும் நேரமில்லை. பிரார்த்தனைக்கூட்டம் ஒன்றில் ஒருவர் கேட்டார். 'ஒரு வீட்டில் இரு சகோதரர்கள் இருக்கிறார்கள். ஒருவர் தனியாகப் போகிறேன் என்று சொன்னால் என்ன செய்வீர்கள்? உங்களால் ஆட்சேபிக்க முடியாது அல்லவா? இரு சகோதரர்களுக்குப் பதில் இரு தேசங்கள் என்று நினைத்துக்கொள்ளலாமே!'

'இது அப்படியில்லை' என்றார் காந்தி. 'அம்மாவின் கருப்பை யில் இருக்கும்போதே கத்தியால் வெட்டி துண்டாக்கிக் கொள்ளும்படியான செயல் இது.'

●

அடுத்த கலவரத்துக்கான முதல் கல் கல்கத்தாவில் இருந்து புறப்பட்டது. சீறிப்பிளந்து மண்டையில் விழுந்து ரத்தம் தெறிந்தது. அது ஹிந்து ரத்தமா முஸ்லிம் ரத்தமா என்று பார்ப்பதற்குள் யாரோ எங்கோ ஒரு மூலையில், ஏதோ ஒரு வீட்டில் தீப்பந்தத்தைக் கொளுத்திப் போட்டார்கள். ஏதோ ஒரு தலை உருண்டு சாலையின் மையத்தில் வந்து விழுந்தது. கண்கள் திறந்தே இருந்தன. வானத்தை வெறித்தபடி.

நவகாளிக்குக் கிளம்பினார் காந்தி.

●

பாகிஸ்தான் ஜிந்தாபாத்! கராச்சியில் வந்து இறங்கியதுமே காதில் முதலில் விழுந்த கோஷம் இதுதான். கண்களை அகல திறந்து வைத்துக்கொண்டார் ஜின்னா. புதிய பாகிஸ்தானின் காயித்-இ-ஆஸம். தலைவர். அணி அணியாக உற்சாகம் பீறிட வரவேற்றார்கள். இவர்கள் என் மக்கள். என் இன மக்கள். இது அவர்கள் மண். ஒரு புதிய வாழ்க்கை இங்கே இதோ தொடங்கப் போகிறது. ஓரத்தில் ஒரு பக்கம் சிலர் ஜின்னாவை வெறுமையாகப் பார்த்தபடி நின்றுகொண்டிருந்தனர். பின்னர் தெரிந்துகொண்டார். அவர்கள் ஹிந்துக்கள். புரிந்தது. அவர்களால் மகிழ்ச்சிகொள்ள முடியாது. எனவேதான் பட்டும்படாமலும் நின்றுகொண்டிருக்கி றார்கள். இது நம் நிலம் அல்ல என்பது போல்.

ஜின்னா பிறந்த அந்தக் கல் வீடு கவர்னர் ஜெனரலின் அலுவலக மாக மாறியிருந்தது. கம்பீரமாக உள்ளே நடந்துபோனார்

ஜின்னா. இருக்கைகளும் மேஜைகளும் தயாராகப் போடப் பட்டிருந்தன. மேஜை மீதிருந்த அலங்காரமான அந்த விரிப்புத் துணியை கைவிரல்களால் தொட்டுப் பார்த்தார் ஜின்னா. திருப்தியுடன் தலையசைத்தார். மிடுக்குடன் நடந்து சென்று நாற்காலியில் அமர்ந்தார். ஜின்னாவுக்கு நேர்த்தி முக்கியம். தோட்டங்களுக்கு இடையில் நடந்துசெல்லும்போதுகூட ஜின்னா கூர்மையுடன் கவனிப்பது பூக்களின் அழகை அல்ல. தொட்டிகள் வரிசையாக அடுக்கிவைக்கப்பட்டிருக்கின்றவனா என்பதைத்தான்.

உதவியாளர் உள்ளே நுழைந்தார். மிடுக்கும் தோரணையும் கனவும் சட்டென்று கலைந்தது. தழுதழுத்த குரலில் வாய்விட்டு சொன்னார் ஜின்னா.

'பாகிஸ்தானை பார்ப்பேன் என்று சத்தியமாக நான் நம்ப வில்லை.'

●

இந்தியாவின் எல்லைகள் என்ன என்று நேருவுக்குத் தெரியாது. தான் ஆளப்போகும் தேசத்தின் மொத்த மக்கள் தொகை எவ் வளவு என்று அவருக்குத் தெரியாது. பஞ்சாபிலும் வங்காளத்தி லும் கல்கத்தாவிலும் டில்லியிலும் அமிர்தசரஸிலும் செத்து விழுந்துகொண்டிருப்பவர்களில் எத்தனை பேர் அவர் தேசத்தைச் சேர்ந்தவர்கள் என்று தெரியாது. காணாமல் போன ஹிந்துக்களின் எண்ணிக்கை அவருக்குத் தெரியாது. பாலியல் பலாத்காரத்துக்கு உள்ளாக்கப்பட்ட பின் கொல்லப்பட்ட பெண்களின் பெயர்களில் ஒன்றுகூட அவருக்குத் தெரியாது.

ஆனால், நேரு தயாராக இருந்தார்.

தேசத்தை வாங்கியாகிவிட்டது, அடுத்து என்ன செய்வது என்று தெரியாது. அரசாங்கம் என்று ஒன்று இன்னமும் உருவாக வில்லை. கேட்டுக்கொண்ட தொகை இன்னமும் இந்தியாவிடம் இருந்து வந்து சேரவில்லை. பாகிஸ்தான் என்னும் பெயர் கிடைத்துவிட்டது. அத்தேசம் எங்கிருந்து தொடங்குகிறது எங்கே முடிவடைகிறது என்று தெரியாது. இந்தியாவுடனான உறவு இனி எப்படி அமையப்போகிறது என்று தெரியாது. பாகிஸ் தானில் தங்கியிருக்கப்போகும் முஸ்லிம்கள் எத்தனை பேர் என்று ஜின்னாவுக்குத் தெரியாது. கொத்துக்கொத்தாக இறந்துபோன

முஸ்லிம்களின் பெயர்கள் அவருக்குத் தெரியாது. இன்னமும் கூட ஆயுதங்களுடன் திரிந்துகொண்டிருக்கும் சீக்கியர்களையும் ஹிந்துக்களையும் எப்படிச் சமாளிப்பது என்று தெரியாது.

ஆனால், ஜின்னா தயாராக இருந்தார்.

இந்தியாவைத் தெரியாது. தான் போடப்போடும் கோடுகள் எத்தனை மலைகளை, எத்தனை ஆறுகளை, எத்தனை கட்டடங் களை, எத்தனை நிலங்களை, எத்தனை மனிதர்களின் இதயங் களைப் பிளக்கப்போகிறது என்று தெரியாது. இந்தியாவின் தெளி வான வரைபடம் கூட அவருக்குக் கிடைக்கவில்லை. மீண்டும் மீண்டும் கேட்டுப் பார்த்துவிட்டார். வங்காளத்தின் எல்லையும் பஞ்சாபின் எல்லையும் இறுதிவரை அவருக்குப் பிடிபடவே யில்லை.

ஆனால், ராட்கிளிஃப் தயாராக இருந்தார்.

ரத்தம் சிந்தாமல் அதிகாரத்தைக் கைமாற்றிவிடவேண்டும் என்று நினைத்துதான் உள்ளே வந்தார். ரத்த ஆறு ஓடிக்கொண்டிருக் கிறது. எப்படி நிறுத்துவது என்று தெரியவில்லை. செய்யாதே, கலவரத்தை உன்னால் அடக்க முடியாது என்று காந்தி சொன் னார். கேட்கவில்லை. பஞ்சாபில் தொடங்கி கல்கத்தாவில் நிலை கொண்டிருக்கிறது சூறாவளி. இனி உங்கள் பாடு என்று ஓடிவிட முடியாது. இந்தியாவின் முதல் கவர்னர் ஜெனரலாக இருக்கும் படி நேரு கேட்டுக்கொண்டிருக்கிறார். அது வரை இந்த இரு தேசங்களும் பிழைத்திருக்குமா? உலகின் சக்திவாய்ந்த ராணு வத்தை உருவாக்கிவைத்துக்கொண்டு உருப்படியாக எதையும் செய்யமுடியாமல் தவித்துக்கொண்டிருக்கும் இந்நிலை எப் போது மாறப்போகிறது? எப்போது விடிவெள்ளி இங்கே? விடைகள் இல்லை.

ஆனால், மவுண்ட்பேட்டன் தயாராக இருந்தார்.

இன்னும் 36 மணி நேரங்கள் இருந்தன. சுதந்தரத்துக்கு. பிரிவினைக்கு.

11
இருபத்து நான்கு மணி நேரம்

கல்கத்தாவில் உள்ள பகட்டான சவ்ரிங்கி (Chowringhee) பகுதியைத் தாண்டி இந்தியாவின் ஆன்மா என்று அழைத்த கிராமத்தை நோக்கி சென்று கொண்டிருந்தார் காந்தி. கல்கத்தாவை அவர் அறிவார். குறிப்பாக, அதன் சேரிப்பகுதிகளை. குவிந்திருக்கும் குப்பை மலைகளுக்கு இடை யிடையே முளைத்திருக்கும் குடிசைகள் அவருக்குப் பரிச்சயமானவை. மவுண்ட்பேட்டன் மிகவும் மன்றாடித்தான் அவரை இங்கே அனுப்பிவைத்தார். காந்திஜி, பெரும்படையை அனுப்பினாலும் கல வரத்தை அடக்கமுடியாது. தயவு செய்து நீங்கள் போய் வாருங்கள். நீங்கள் சொன்னால் மட்டுமே அவர்கள் கேட்பார்கள்.

மவுண்ட்பேட்டன் சொல்லாமல் விட்டிருந்தாலும் காந்தி இங்கேதான் வந்திருப்பார். காந்தியைப் பொறுத்தவரை இந்தியாவின் ஆன்மா கிராமங் களில்தான் இருக்கிறது. சேரிப்பகுதிகளில். குடிநீர் வசதி இல்லாத குடியிருப்புகளில். குப்பைகளும் மனித மலமும் மலிந்திருக்கும் குறுகிய சுகாதாரமற்ற தெருக்களில். ஏழைமை குடிகொண்டிருக்கும் குடிசை வீடுகளில். இந்தியா என்னும் தேசத்தை இங்கிருந்து கட்டமைக்கவேண்டும் என்று அவர் விரும்பினார். இங்கிருந்து கட்டமைத்தால் மட்டுமே ஒரு தேசம் உயிர்த்திருக்கும் என்று அவர் மெய்யாக நம்பினார்.

நவீனம், புதுமை, புரட்சி எதிலும் அவருக்கு நம்பிக்கை இருந்த தில்லை. சோஷலிசம் பேசும் நேருவின் சிந்தனைகளை அவரால் ஏற்றுக்கொள்ள முடியவில்லை. அறிவியல், தொழில்நுட்பம் இரண்டையுமே நேரு அளவுக்கு மீறி நம்புகிறார். அளவுக்கு அதிகமாக நேசிக்கிறார். கடவுளைவிட அதிகமாக. ஹா, அவருக்குத்தான் கடவுள் நம்பிக்கையும் கிடையாதே.

முதல் கல் எங்கிருந்து பறந்து வந்தது என்று தெரியவில்லை. காந்திக்கு மிக அருகில் வந்து விழுந்தது. காந்தி தன் கண்ணாடியைக் கழற்றினார். கைத்தடியை அழுத்தமாக நிலத்தில் ஊன்றியபடி கண்களைக் குவித்தார். மேலும் இரண்டு, மூன்று கற்கள் வந்து விழுந்தன.

'இதோ நான் வந்துவிட்டேன். நீங்கள் என்மீது கோபமாக இருப்பதை நான் அறிவேன். அதற்காகத்தான் உங்களைத் தேடி வந்தேன். இறப்பதற்குத் தயாராகவே இருக்கிறேன் நான்.'

மக்கள் அவர் முன்னால் வந்து நின்றார்கள்.

'உங்களுக்கு மிக நன்றாகப் பேசத் தெரிந்திருக்கிறது மகாத்மாஜி. ஆனால், நீங்கள் மீண்டும் மீண்டும் எங்களை ஏமாற்றிக் கொண்டிருக்கிறீர்கள். ஹிந்துக்களைப் புறக்கணிக்கிறீர்கள். ஹிந்துக்கள் இருந்தாலும் செத்தாலும் அது பற்றி உங்களுக்குக் கவலையில்லை. ஹிந்து மதம் என்று ஒன்று இல்லாமல் போனாலும் அதற்காக நீங்கள் வருந்தமாட்டீர்கள் என்பது எங்களுக்குத் தெரியும்.'

இன்னொருவர் கத்தினார்.

'அவரிடம் பேசிப் பயனில்லை நண்பா. அவர் ஒரு முஸ்லிமாக மாறிவிட்டார். பெயருக்குத்தான் ஹிந்து. நம்மை இனி அவர் சீந்தக்கூடமாட்டார். அவர் விருப்பப்படியே ஒரு முஸ்லிம் தேசம் மலர்ந்துவிட்டது. அது போதும் அவருக்கு.'

காந்தி அவர்களை நெருங்கினார்.

'ஹிந்து மதம் அழிந்துபோவதை நான் விரும்புவேனா? என்ன பேசுகிறீர்கள் நீங்கள்? நான் பிறப்பால் ஓர் ஹிந்து. என்னை வளர்த்து ஆளாக்கியது ஹிந்து மதம். வேதங்களை நான் பூஜிக் கிறேன். சனாதன தர்மத்தை நான் தலைவணங்கி ஏற்றுக் கொள்கிறேன். என் வாழ்நாள் முழுவதும் எனக்குத் துணையாக

இருந்து வரும் நூல்களில் மிகவும் முக்கியமானது கீதை. என்னைப் போய் ஹிந்து விரோதியாக மாற்றிவிட்டீர்களே?'

'எனில், எதற்கான நவகாளிக்கு ஓடினீர்கள். முஸ்லிம்கள் கொல்லப்படும்போது ஏன் உண்ணாவிரதம் இருக்கிறீர்கள்? முஸ்லிம்களை ஏன் நீங்கள் கண்டிப்பதே இல்லை?'

'அவர்களும் எனக்குச் சகோதரர்கள்தான். அவர்களை நான் கைவிடமாட்டேன். ஹிந்துவோ, முஸ்லிமோ, யார் கொல்லப் பட்டாலும் அதை நான் வெறுக்கிறேன், கண்டிக்கிறேன். மீண்டும் மீண்டும் சொல்கிறேன். எனக்குப் பிரிவினையில் நம்பிக்கை இல்லை. நான் அந்தத் திட்டத்தை முன்மொழியவும் இல்லை.'

பேசிக்கொண்டே இருந்தார் காந்தி. ஏற்றுக்கொள்ளத் தயாராக இல்லை மக்கள். காந்தியை. அவர் வாக்குறுதியை. அவர் வார்த்தைகளை. ஹிந்துக்களும் முஸ்லிம்களும் சமம் என்று அவர் சொன்னபோது, ஹிந்துக்களின் துரோகி ஒழிக என்னும் கோஷம் உரக்கக் கேட்டது. ஒருவர் காந்திக்கு அருகில் வந்து கத்தினார். ஹிந்துக்களைக் காப்பாற்றுங்கள். ஹிந்துக்களிடம் மட்டும் பேசுங்கள். ஹிந்துக்களுக்காக மட்டும் பிரார்த்தனை செய்யுங் கள். முஸ்லிம்கள் எக்கேடு கெட்டால் நமக்கென்ன?

சூரியன் மங்கியவுடன் அவருக்கென்று ஒதுக்கப்பட்டிருந்த அறைக்குள் நுழைந்து கதவைத் தாழிட்டுக்கொண்டார். கற்கள் பறந்து வந்தன. கதவுகள் உடைந்து கண்ணாடித் துகள்கள் அவர் கால்களுக்கு அருகே தெரிந்தன. சம்மணமிட்டு அமர்ந்து கொண்டார் காந்தி. கையோடு கொண்டு வந்திருந்த கடிதங் களைப் பிரித்து வாசிக்கத் தொடங்கினார். பிறகு, ஒவ்வொன்றுக் கும் நிதானமாக பதில் எழுத ஆரம்பித்தார்.

●

'உங்களிடம் இருந்து விடைபெறுவதற்கான நேரம் வந்து விட்டது.'

அன்றைய தினம் கப்பற்படை சீருடையை அணிந்திருந்தார் மவுண்ட்பேட்டன். தனக்கு விருப்பமான பதக்கங்களைத் தேர்வு செய்து சட்டையில் மாட்டியிருந்தார். பேச்சை நிறுத்திவிட்டு ஒருமுறை ஜின்னாவைத் திரும்பிப் பார்த்தார். உணர்ச்சிகள்

எதுவும் இல்லை அந்த முகத்தில். முதன் முதலில் சந்தித்தபோது இருந்த அதே இறுக்கம். எதற்கும் அசைந்துகொடுக்க மாட்டாரா இவர்? தான் கனவு கண்டபடி புதிய தேசத்தைப் பெற்றெடுத்து விட்டார். சரித்திரத்தில் இதுவரை நிகழாத பேரதிசயம். சாதித்து முடித்துவிட்டு சத்தமில்லாமல் எப்படி இவரால் இப்படி அமர்ந்திருக்கமுடிகிறது? குறைந்தபட்சம் மக்களைப் பார்த்துப் புன்னகையுடன் கையசைக்கலாமே? போருக்குத் தயாராக இருக்கும் ஜெனரலைப் போல் எதற்கு முகத்தை வைத்துக் கொள்ளவேண்டும்?

திரண்டிருந்த கராச்சி மக்களை ஒருமுறை பார்த்தார் மவுண்ட் பேட்டன். அவர்கள் ஆரவாரத்துடன் கத்திக்கொண்டிருந்தார் கள். அவர் பேசுவதை ஒருவருமே உன்னிப்புடன் கவனித் தாகத் தெரியவில்லை. வெள்ளை உடை அணிந்த மனிதர் களால் அந்த நாடாளுமன்ற மண்டபம் நிரம்பி வழிந்து கொண்டிருந்தது.

'இது வரலாற்றுச் சிறப்புமிக்க தருணம். கடந்த காலத்தைப் பற்றி நாம் யோசிக்கவேண்டாம். எதிர்காலத்தை வரவேற்போம். எதிர்காலத்தில் நம் கவனத்தைக் குவிப்போம்.'

சதிகாரர்கள் இங்கேதான் எங்காவது ஒளிந்துகொண்டிருக்க வேண்டும்.

மவுண்ட்பேட்டனின் கண்கள் கூட்டத்தின் ஒவ்வொரு அங்குலத் தையும் துழாவிக் கொண்டிருந்தன. எந்தப் பிரச்னையும் இல்லாமல் ஜின்னாவை மீட்டெடுத்துச் சென்றாகவேண்டும். புறப்படுவதற்கு முந்தைய தினம்கூட வெகுநேரம் அவருடன் பேசினார் மவுண்ட்பேட்டன். மன்றாடினார். தயவு செய்து பொதுக்கூட்டத்தைத் தள்ளிவைத்துவிடுங்கள். நம்பத்தகுந்த வட்டத்தில் இருந்து உளவு ரிப்போர்ட் வந்திருக்கிறது. உங்களைக் கொல்ல சதி செய்துகொண்டிருக்கிறது ஆர்.எஸ்.எஸ். கும்பல். கூட்டத்தைப் பிறகு வைத்துக்கொள்ளலாம்.

முடியவே முடியாது. ஒரே பதில்தான். பாகிஸ்தானைத் தவிர்க் கலாமே என்று சொன்னபோது கிடைத்த அதே பதில். குறைந் தது, திறந்த காரில் பவனி வருவதையாவது தவிர்க்கலாமே மிஸ்டர் ஜின்னா? என்னத்துக்கு நாமே ஒரு வாய்ப்பை ஏற்படுத்தி தரவேண்டும்? முடியாது. கரகரப்பான குரலில் ஒரு மறுப்பு.

'ஜின்னாவை இங்கே மனதாரப் பாராட்ட விரும்புகிறேன். சமீப காலங்களில் எங்கள் இருவருக்கும் இடையில் ஏற்பட்ட நட்பை நான் மிகவும் மதிக்கிறேன்.'

வெற்று வார்த்தைகள் என்று தெரிந்தே பேசினார். இன்னும் சில நிமிடங்களில் எல்லாம் முடிந்துவிடும். அலங்கார பேச்சுகள், வரவேற்புகள், பாகிஸ்தான் ஜிந்தாபாத், மகிழ்ச்சி, ஆரவாரம், ஆனந்தம் எல்லாம் மறையப்போகிறது. வாழ்வின் நிதர்சனம் இங்கே உள்ள ஒவ்வொருவரின் முகத்திலும் ஓங்கி அடிக்கப் போகிறது. அப்போதும் ஜின்னாவின் முகத்தில் படிந்துள்ள இறுக்கத்தின் சாயல் மாறப்போவதில்லை.

'உலகிலுள்ள அனைத்து நாடுகளின் நட்பையும் பாகிஸ்தான் சம்பாதித்துக்கொள்ளட்டும். அனைவருக்கும் நன்றி. வணக்கம்.'

ஜின்னா எழுந்தார். தொண்டை வரை பட்டன் போட்டு மூடப் பட்டிருந்த ஷெர்வானி ஒன்றை அவர் அணிந்திருந்தார். காயித்-இ-ஆஸம்! பாகிஸ்தான் ஜிந்தாபாத்! அதிர்ந்த முழக்கங் களை அமைதியாக ஏற்றுக்கொண்டார் ஜின்னா. பிறகு, பேசினார். கரகரத்தபடி. ஏற்ற இறக்கங்கள் அதிகம் இல்லாமல். ஒரு விதமான தட்டையான குரலில்.

'ஆம், பிரிட்டனுடன் தொடர்ந்து நாங்கள் நட்புறவுடன் இருப் போம். இந்தப் பந்தம் விட்டுப்போகாது என்று நான் உறுதி யளிக்கிறேன். பிற தேசங்களுடன் நட்புறவை வளர்த்துக் கொள்வோம். மேலும்...'

ஜின்னாவின் கண்களை உன்னிப்பாகப் பார்த்தார் மவுண்ட் பேட்டன். மரண பயத்தின் லேசான சாயலாவது இவர் முகத்தில் அகப்படுகிறதா? ம்ஹூம்.

தெரிந்துகொள்ள முடியாத காரணத்தால் சதிகாரர்கள் அமைதி யாக இருந்துவிட்டனர். அசம்பாவிதம் எதுவும் இல்லாமல் நடந்து முடிந்து கூட்டம். நான்தான் அப்போதே சொன்னேனே நீங்கள்தான் அநாவசியமாகப் பயப்பட்டீர்கள் என்றார் ஜின்னா.

'நாளை இந்தியாவுக்குச் சுதந்தரம் கிடைக்கப்போகிறது.'

எச்சரிக்கை செய்தி போல் இருந்தது அந்த வாக்கியம். கிட்டத் தட்ட மிரட்டும் தொனியில் அதைச் சொன்னார் காந்தி. கல்கத்தா

மக்கள் அவரையே பார்த்தபடி அமர்ந்திருந்தனர். அவர்களில் பலர் சுதந்தரத்தை ஒவ்வொரு விதமாக கற்பனை செய்து வைத்திருந்தனர். சுதந்தரம் வந்துவிட்டால் ஏழைமை முற்றிலு மாக ஒழிந்துபோகும். சுதந்தரம் வந்துவிட்டால் பெண்களை யாரும் பலாத்காரம் செய்ய மாட்டார்கள். சுதந்தரம் வந்து விட்டால் குடிநீரும் சாலைகளும் நல்ல கல் வீடுகளும் அளிக்கப்படும். இன்னமும் நிறைய.

காந்தி அந்தக் கனவைத் தகர்த்தார்.

'நீங்கள் ஒருவரை ஒருவர் அடித்துக்கொண்டிருந்தால், ரத்தம் தெறித்துக்கொண்டிருந்தால் சுதந்தரத்தால் ஒரு பயனும் இராது. சுதந்தரத்தைக் காப்பாற்றவும் முடியாது.'

'ஆனால் பாபுஜி, நீங்கள் ஏன் இந்த அழுக்கு தெருவில் அமர்ந் திருக்கிறீர்கள். கொண்டாட்டத்துக்கு நீங்கள் போகப் போவ தில்லையா? நேரு உங்களைத் தேட மாட்டாரா?'

'இல்லை. நான் இருக்கவேண்டிய இடம் இதுதான். அங்கே செய்வதற்கு ஒன்றுமில்லை.'

காந்தியின் ஆதரவாளர் ஒருவர் இடைமறித்தார்.

'நாங்கள் என்ன செய்யவேண்டும் காந்திஜி?'

'வகுப்புக் கலவரம் அதிகமாகிக்கொண்டிருக்கிறது. அது நிறுத்தப்படவேண்டும். நாளை எந்த அசம்பாவிதமும் எங்கும் நடைபெறக்கூடாது. இதை மனத்தில் கொண்டு நாம் அனை வரும் உண்ணாவிரதம் இருப்போம். பிரார்த்தனை செய்வோம். நிறைய நூல் நூற்போம்.'

●

கொடி கம்பங்களில் இருந்து யூனியன் ஜாக் கொடிகளை அகற்றும் பணி ஆகஸ்ட் 14 மாலையில் கிட்டத்தட்ட முடிவுக்கு வந்திருந் தது. சிம்லா, காஷ்மிர், சென்னை, கல்கத்தா, டெல்லி என்று இந்தியா முழுவதிலும் இருந்து பிரிட்டன் கொடிகள் கீழே இறக்கப்பட்டன. நேரு தெளிவாக உத்தரவிட்டிருந்தார். எந்த பிரிட்டிஷாரின் மனமும் நோகாதபடி இந்தக் காரியத்தைச் செய்துமுடிக்கவேண்டும். யாருடைய உணர்வுகளையும் நாம் அவமதிக்கக்கூடாது. புரிந்ததா?

101

விஷயம் தெரியாமல், தண்ணீர் வரவில்லை, தண்ணீர் வர வில்லை என்று தவித்துக்கொண்டிருந்தார்கள் லாகூரில் இருந்த சீக்கியர்கள். குடிக்க ஒரு சொட்டுத் தண்ணீர் இல்லை. ஒரு வேளை இந்தக் குழாய் பழுதடைந்துவிட்டதோ! பக்கத்து தெரு வுக்கு குடத்துடன் சென்றார்கள். அங்கேயும் மக்கள் வெளியில் நின்றுகொண்டிருந்தனர். என்னப்பா, அங்கேயும் வர வில்லையா? பிறகு யாரோ வந்து சொன்னார்கள். முஸ்லிம்கள் இருக்கும் பகுதிகளில் மட்டும்தான் குடிநீர் கிடைக்கும். சீக்கியர்களுக்குக் கிடையாது. ஹிந்துக்களுக்கும்.

இன்னும் கொஞ்ச தூரம் நடந்து செல்லலாம் என்று கிளம்பி னார்கள் பெண்கள். வயல்வெளியைக் கடந்து சென்று கொண்டிருந்தபோது பாதி வழியில் அவர்களைத் தடுத்து நிறுத்தி யது ஒரு கும்பல். திரும்பி ஓடமுடியவில்லை. மறைவில் புதர் களுக்குத் தள்ளிக்கொண்டு போனார்கள். நீண்ட நேரம் வீட்டுப் பெண்கள் வராததால் தேடிக்கொண்டு போன ஆண்கள், குருதி பொங்க வாய்க்காலில் விழுந்து கிடந்த மனைவிகளை, தாயார் களை, சகோதரிகளைக் கண்டு அலற ஆரம்பித்தனர். மனதிடம் இல்லாதவர்கள் அழுது அரற்றியபடி உடைகளைக் கிழித்துக் கொண்டு ஓடினார்கள்.

தண்ணீர் இறுதிவரை கிடைக்கவேயில்லை. தாகம், தாகம் என்று தொண்டையைப் பிடித்தபடி விழுந்த பலர் எழுந்திருக்கவே யில்லை.

•

நேரு தயாரானார்.

புரோகிதர்கள் சிலர் அவர் நெற்றியில் விபூதி பூசினார்கள். புனித நீர் தெளித்தார்கள். மறுப்பேதும் தெரிவிக்காமல் அமைதியாக ஏற்றுக்கொண்டார். கிளம்பும்போது விபூதியை மட்டும் அழித்துக்கொண்டுவிட்டார்.

12

கனவு தேசம்

*பா*கிஸ்தானுக்கான முதல் குரலை எழுப்பியவர் முகமது இக்பால். கவிஞர். தத்துவவியலாளர். அரசியல்வாதி. 1930ல் லீகின் தலைவராகத் தேர்ந் தெடுக்கப்பட்டவர். டிசம்பர் 29, 1930 அன்று லாகூரில் இக்பால் ஆற்றிய உரை சரித்திரத்தில் நிரந்தரமாகப் பதிந்துபோனது. பாகிஸ்தானுக்கான விதையை அங்கே தூவினார் இக்பால். முஸ்லிம்களால் இந்தியா வில் வாழ முடியாது. அவர்களுக்குத் தனி தேசம் அவசியம். பஞ்சாப், வடமேற்கு மாகாணங்கள், சிந்து, பலுகிஸ்தான் ஆகியவற்றை ஒன்றினைத்து புதிய தேசத்தை சமைக்கவேண்டும். சுயாட்சி அதி காரம் பொருந்திய அரசாங்கம் நிறுவப்படவேண்டும். பிரிட்டன் சாம்ராஜ்ஜியத்துக்கு உட்பட்ட சுயாட்சி. அல்லது, பிரிட்டனை சாராத தனித்துவமான சுயாட்சி. இந்திய முஸ்லிம்களுக்கு விடிவுகாலம் பிறக்க வேண்டுமானால் இப்படியொரு தேசம் உருவாக்கப் பட்டே தீரவேண்டும். குறைந்தபட்சம், வடமேற்கு முஸ்லிம்களின் நலனுக்காக.*

ஆழ்ந்த ஆய்வுக்குப் பிறகே இப்படி ஒரு முடிவுக்கு தான் வந்திருப்பதாகச் சொன்னார் இக்பால். மதச்சார்பற்ற தேசம்தான் காங்கிரஸின் கனவாக இருக்கிறது. மதச்சார்பற்று ஒரு தேசம் இருக்க முடியுமா என்று தெரியவில்லை. அப்படி ஒரு தேசம் உருவானாலும் ஆழ்ந்த மத நம்பிக்கை கொண்ட

முஸ்லிம்களால் அப்படி ஒரு தேசத்தில் ஒட்டிக்கொண்டிருக்க முடியாது என்றே தோன்றுகிறது. இஸ்லாம் ஒரு மதம் மட்டு மல்ல. அது ஒரு வாழ்வியல் நெறி. பல லட்சக்கணக்கான மக்களுக்கு இஸ்லாம்தான் வாழ்வாதாரம். ஆயிரம் காரணங்கள் சொன்னாலும், ஆயிரம் விளக்கங்களை அடுக்கினாலும் இந்தியா வில் பெரும்பான்மையினராக இருப்பவர்கள் ஹிந்துக்களே. ஒரு பெரும்பான்மை இனம் சிறுபான்மை இனத்தை நிம்மதியாக விட்டுவைக்காது.

எகிப்து, ஆப்கனிஸ்தான், துருக்கி, இரான் என்று பல தேசங் களுக்கும் சுற்றிவந்தார் இக்பால். தேசம், மொழி, வட்டார வித்தி யாசங்களை களைந்து இஸ்லாமியர்கள் ஒன்றுபடவேண்டும் என்று வலியுறுத்தினார். அரசியல் ரீதியாக முஸ்லிம்கள் ஒன் றிணைந்து வலுவான ஓர் அமைப்பை ஏற்படுத்தவேண்டும் என்று கனவு கண்டார் இக்பால்.

அம்பேத்கருடன் விவாதித்தார்.

'நீங்களே சொல்லுங்கள். இந்தியாவில் முஸ்லிம்களால் நிம்மதி யாக இருக்கமுடியுமா? என் கோரிக்கையில் நியாயம் இருக்கிறதா இல்லையா?'

'என்னால் புரிந்துகொள்ளமுடிகிறது. காங்கிரஸை நம்பிக் கொண்டிருக்க முடியாது. என்னிடம் அதிகாரத்தைக் கொடுங்கள் ஒட்டுமொத்த இந்தியாவையும் நாங்கள் கவனித்துக்கொள் கிறோம் என்று பிரிட்டனிடம் பேரம் பேசிக்கொண்டிருக்கிறது காங்கிரஸ். முஸ்லிம்களுக்கு மாத்திரமல்ல, பிற்படுத்தப்பட்ட சமூகத்தினருக்கும்கூட காந்தி துரோகமே இழைத்துக் கொண்டிருக்கிறார்.'

'என் கனவு என்ன தெரியுமா? இந்தியாவிலுள்ள அத்தனை மாகாணங்களுக்கும் சுயாட்சி உரிமை வழங்கப்படவேண்டும். பிரிட்டனின் நேரடி கட்டுப்பாட்டின் கீழ் அத்தனை மாகாணங் களும் இருக்கலாம். மத்திய அரசாங்கம் என்று ஒன்று தேவை யில்லை.'

ஜின்னா இல்லாத ஒரு முஸ்லிம் லீகால் தனி முஸ்லிம் தேசத்தை உருவாக்கித்தர முடியும் என்று இக்பால் நம்பவில்லை. எழுதி வைத்துவிடலாம். பேசிவிடலாம். அவசியம் என்று வாய் கிழிய கத்தலாம். போராட்டங்கள் நடத்தலாம். மாநாடுகள்

அமைக்கலாம். ஆனால், இறுதிவரை போராடி லட்சியத்தை நிறைவேற்றும் வலிமை இங்குள்ள ஒருவருக்கும் இல்லை. காங்கிரஸ். பிரிட்டன். இருவருடனும் போராடவேண்டும். இருவரையும் சமாளித்து வெற்றிபெறவேண்டும். தேவை ஜின்னா. அவர் தலைமை. அவர் வலிமை.

ஆகவேதான் ஜின்னாவை வற்புறுத்தி அழைத்து வந்தார். மிஸ்டர் ஜின்னா, உங்கள் திறமை இந்திய முஸ்லிம்களுக்குத் தேவைப் படுகிறது. முஸ்லிம் இனம் இங்கே தத்தளித்துக்கொண்டிருக்கும் போது நீங்கள் லண்டனில் என்ன செய்துகொண்டிருக்கிறீர்கள்? அதிகம் உரிமை எடுத்துக்கொள்கிறேன் என்று நினைக்க வேண்டாம். ஆனால், எனக்கு வேறு வழி தெரியவில்லை. நீங்கள் மெய்யான முஸ்லிம். நீங்கள் மட்டுமே. உங்களால் மட்டுமே மாற்றத்தை ஏற்படுத்த முடியும். வடமேற்கு முஸ்லிம்களுக்கு மாத்திரமல்ல இந்திய முஸ்லிம்கள்அனைவருக்கும்.

கனவு தேசத்துக்குக் குரல் எழுப்பியவர் இக்பால் என்றால் வடிவம் கொடுத்தவர் சவுத்ரி ரஹ்மத் அலி. பாகிஸ்தான் என்னும் பெயரை உருவாக்கியவர் இவரே. இக்பால் அளவுக்குப் பிரபலமானவர் அல்லர். இந்தியாவுக்குள் ஒரு தனி இஸ்லாமிய தேசம் வேண்டும் என்று 1930களில் எழுத ஆரம்பித்தார். ஜனவரி 28, 1933ல் இவர் எழுதிய ஒரு பிரசுரம் முக்கியமானது. இப்பொழுது இல்லாவிட்டால் எப்போதும் இல்லை – நாம் வாழப்போகிறோமோ அல்லது நிரந்தரமாக அழிந்துவிடப் போகிறோமா? இது பிரசுரத்தின் தலைப்பு.

பஞ்சாப், ஆப்கனிஸ்தான் மாகாணம், காஷ்மீர், சிந்து, பலுகிஸ் தான், வடகிழக்கு இந்தியாவில் இருந்து ஒரு பகுதி, அதாவது வங்காளம். இவற்றை உள்ளடக்கிய தேசம் பாகிஸ்தான். Punjab, Afghanistan Province, Kashmir, Sind, Baluchistan. முதல் எழுத்து களைக் கோர்த்தால் Paks. பலுகிஸ்தானில் இருந்து &tan. Pakstan. உச்சரிப்பதற்கு வாகாக இரண்டுக்கும் இடையில் ஒரு I. Pakistan. ரஹ்மத் அலியே விளக்கினார். பாகிஸ்தான் என்பது பெர்ஷிய மற்றும் உருது பதம். பாகிஸ்தான் புனிதமான தேசம். ஆன்மிக அருள் பொருந்திய தூய்மையான பிராந்தியம். என்இன மக்களின் மத உணர்வுகளை கண்ணாடியாகப் பிரதிபலிக்கும் தேசம்.

பாகிஸ்தான் என்னும் பெயரை வைத்து ஓர் அமைப்பையும் (பாகிஸ்தான் தேசிய இயக்கம்) ஏற்படுத்தினார் ரஹ்மத் அலி. 1935

முதல் 1951வரை அவர் இறக்கும்வரை எண்ணற்ற கடிதங்களும் சிறு பிரசுரங்களும் எழுதிக்கொண்டிருந்தார். இங்கிலாந்தில் ஒரு விருந்தில் ஜின்னாவும் ரஹ்மத் அலியும் சந்தித்துக்கொண்டார்கள். மிகுந்த ஆர்வத்துடன் தன் பிரசுரத்தை ஜின்னாவிடம் அளித்தார் அலி. ஜின்னா கண்களை ஓடவிட்டார். சில வரிகள் வாசிக்கும்போதே அவருக்குப் புரிந்துவிட்டது. தன் கருத்தை தயங்காமல் அலியிடம் சொன்னார் ஜின்னா. இது ஒத்துவராது. பாகிஸ்தான் என்றொரு தேசம் உருவாக வாய்ப்பே இல்லை. வீண் கனவு காணாதே.

•

பாகிஸ்தான். இதைவிட வலுவான சித்தாந்தம் வேறு என்ன இருக்கமுடியும்? லாகூரில் நடைபெற்ற அனைத்திந்திய முஸ்லிம் லீக்மாநாட்டில் (மார்ச் 22, 1940) ஜின்னா உரையாற்றிக் கொண்டிருந்தார்.

இந்தக் காங்கிரஸை நம்ப முடியும் என்று நினைக்கிறீர்களா? அங்குள்ள ஒவ்வொருவரும் ஒவ்வொரு விதமாகச் சிந்தித்துக் கொண்டிருக்கிறார்கள். ராஜகோபாலாச்சாரியார் என்ன சொல்கிறார் தெரியுமா? முஸ்லிம்களுக்குத் தனி வாக்காளர் தொகுதி வேண்டாம். கூட்டு வாக்காளர் தொகுதி முறையை உருவாக்கலாம். பாபு ராஜேந்திர பிரசாத் அருளிய கருத்து என்ன தெரியுமா? இது ஒரு பிரச்னையே இல்லையாம். பிரிட்டன் இந்தியாவுக்குச் சுதந்தரத்தை அளித்துவிட்டால் இதுபோன்ற பிரச்னைகள் தானாகவே தீர்ந்துவிடுமாம். அதெப்படி தீரும்?

சரி இவர்களை விடுங்கள். மிஸ்டர் காந்தி என்ன சொல்லியிருக்கிறார் தெரியுமா? இதோ அவர் வார்த்தைகளை உள்ளது உள்ளவாறு படித்துக்கொள்கிறேன். கவனமாகக் கேளுங்கள். எனக்கு, ஹிந்து, முஸ்லிம், பார்ஸி, ஹரிஜன் அனைவரும் ஒன்றுதான். ஜின்னா என் சகோதரர். என்னை அவர் தன்னுடைய சட்டைப் பையில் செருகி வைத்துக்கொண்டாலும் நான் மகிழ்ச்சியடைவேன். ஒரு காலத்தில், அனைத்து முஸ்லிம்களும் எனக்கு நண்பர்களாக இருந்தார்கள். ஆனால் இன்று அவ்வாறில்லை என்பது வருத்தமளிக்கிறது. உருது பத்திரிகைகள் அனைத்தையும் நான் வாசிப்பதில்லை. ஆனால், என்னைப் பற்றிய வசவுகள் அங்கே அடிக்கடி வருவதை நான் அறிவேன். அதற்காக நான் வருந்தப்போவதில்லை. என் நிலையில் எந்த

மாற்றமும் இல்லை. ஹிந்துக்களுக்கும் முஸ்லிம்களுக்கும் இடையில் சமரசம் ஏற்படாதவரை சுதந்தரம் சாத்தியமல்ல.

கணவான்களே, சீமாட்டிகளே, காந்தி கடந்த இருபது ஆண்டு களாக இதைத்தான் சொல்லிக்கொண்டிருக்கிறார். அவரே ஒப்புக்கொள்கிறார் பார்த்தீர்களா? முன்பு போல் முஸ்லிம்கள் என்னை இப்போது நம்பவில்லை; அவர்கள் என்னை ஏசுகிறார்கள் என்று சொல்கிறார். ஏன் இந்த மாற்றம் ஏற்பட்டது? இதற்கு காந்தியிடம் பதில் இருக்கிறதா?

ஆம், நான் ஒரு ஹிந்து. காங்கிரஸ் ஹிந்துக்களுக்கான ஸ்தாபனம். ஹிந்துக்களின் பின்னால் ஒரு படை இருக்கிறது. அறிவிப்பாரா காந்தி? என்னால் முடியும். நான் ஒரு முஸ்லிம். முஸ்லிம் லீகுக்குப் பின்னால் ஒட்டுமொத்த முஸ்லிம்களும் திரண்டிருக் கிறார்கள். என்னால் பகிரங்கமாக இப்படி அறிவிக்கமுடியும். ஏன் காந்தியால் முடியவில்லை?

ஹிந்துக்களின் தலைவராக காந்தி தன்னை அறிவிக்கட்டும். நான் அவருடன் பேசுகிறேன். முஸ்லிம்களின் சார்பாக நான் அவருடன் விவாதிக்கிறேன். வருவாரா?

முஸ்லிம்கள் சிறுபான்மையினர் கிடையாது. இதை நாம் அனை வரும் தெளிவாக உணரவேண்டும். சிறுபான்மையினர், சிறுபான்மையினர் என்று சொல்லிச்சொல்லி காங்கிரஸ் நம்மை கீழே வைத்திருக்கிறது. இதை இனியும் நாம் நம்பிக் கொண்டிருக்கவேண்டிய அவசியமில்லை. நம் மக்களின் மனத்தில் இந்தக் கருத்து அழுத்தமாகப் பதிந்துவிட்டது.

பிரிட்டனின் இந்திய வரைபடத்தை எடுத்துப் பார்த்தாலே உண்மை நிலவரம் புரிந்துவிடும். வங்காளம், பஞ்சாப், NWFP (North West Frontier Province), சிந்து, பலுகிஸ்தான் ஆகிய பகுதிகளை ஆராய்ந்தால் முஸ்லிம்கள் சிறுபான்மையினரா என்பது தெரிந்துவிடும்.

இங்கே நிலவிக்கொண்டிருப்பது உள்நாட்டு சிக்கல் என்பதாக காங்கிரஸ் சித்தரிக்க முயல்கிறது. தவறு. இது சர்வதேசப் பிரச்னை. இந்த அடிப்படை உண்மையைப் புரிந்துகொள்ளாமல் அரசியல் சாசனம் உருவாக்கப்பட்டால் அது முஸ்லிம்களுக்கு மாத்திரமல்ல ஹிந்துக்களுக்கும் பிரிட்டனுக்கும்கூட பாதகத் தையே உருவாக்கும். இந்தியத் துணைக்கண்டத்தில் அமைதி

திரும்பவேண்டும் என்று மெய்யாகவே பிரிட்டிஷ் அரசு விரும்பி னால் ஒன்றை மட்டுமே அவர்கள் செய்யவேண்டியிருக்கிறது.

இந்தியாவைப் பிரிக்கவேண்டும்.

இந்தியாவைப் பிரித்தால் ஹிந்துக்களும் முஸ்லிம்களும் அடித்துக் கொள்வார்கள் என்றொரு குற்றச்சாட்டு முன்வைக்கப்படுகிறது. யோசித்துப் பாருங்கள். தனி தேசங்கள் இல்லாத காரணத்தால் தான் ஹிந்துக்களும் முஸ்லிம்களும் இன்று அடித்துக்கொள் கிறார்கள். ஒரு பிரிவு இன்னொரு பிரிவை அடக்கியாள முயல் கிறது. தன் ஆதிக்கத்தைச் செலுத்த முயல்கிறது. ஹிந்துக்களின் இந்தியா, முஸ்லிம்களின் இந்தியா. இந்த இரு தேசங்கள் அமைந்துவிட்டால், மோதல்கள் குறையும். நட்பும் மலரும். இந்த உண்மையை காங்கிரஸ் புரிந்துகொள்ள மறுக்கிறது.

ஹிந்துக்களுக்கும் முஸ்லிம்களுக்குமாகச் சேர்த்து ஒரே பொதுவான தேசத்தை உருவாக்க முயல்வது அறிவீனம். இவ் வளவு பிரச்னைகளுக்கும் காரணம் இதுபோன்ற கருத்தாக்கம் தான். இரண்டும் தனித்தனி மதங்கள். தத்துவங்கள், கலாசாரம், மொழி, பண்பாடு, பழக்க வழக்கம், இலக்கியம் அனைத்துமே தனித்தனி.

ஹிந்துக்களும் முஸ்லிம்களும் ஒன்றாக இணைந்து உண்ப தில்லை, திருமணம் செய்துகொள்வதில்லை. இருவரது நாகரீகங் களும் தனித்தனி. இன்னும் சொல்லப்போனால் எதிரெதிர். இருவருக்கும் வெவ்வேறு வரலாற்று நாயகர்கள். ஒருவருக்கு நாயகராக இருப்பவர் இன்னொருவருக்கு வில்லன்.

இரு தேசங்களைச் சேர்ந்த இவர்களை ஒரே தேசத்துக்குள் அடைத்துவைத்தால் அழிவு மட்டுமே ஏற்படும்.

பலத்த கைத்தட்டல்களுக்கு இடையில் பேசி முடித்தார் ஜின்னா. என்ன, நான் சொல்வதை நீங்கள் ஏற்றுக்கொள்கிறீர்கள்தானே என்று அவர் இடையிடையே கேட்டபோது, ஆம் ஏற்றுக்கொள் கிறோம் என்றனர் பிரதிநிதிகள். பத்திரிகையாளர்கள் அவரைச் சூழ்ந்துகொண்டனர். எப்படி உங்கள் கோரிக்கையை முன் னெடுத்துச் செல்லப்போகிறீர்கள்? பொறுமையாகப் பதிலளித் தார் ஜின்னா. காங்கிரஸ், பிரிட்டன். இரு தரப்பினரையும் சந்தித்துப் பேசவோம். எங்கள் பக்க நியாயத்தை முன்வைப் போம். அவர்களை ஏற்றுக்கொள்ள வைப்போம்.

முடியவில்லை. காங்கிரஸ் ஜின்னாவின் கோரிக்கையை உடனே நிராகரித்தது. காங்கிரஸில் இருந்த அபுல் கலாம் ஆஸாத், கான் அப்துல் கஃபார் கான் ஆகியோர் ஜின்னாவையும் அவரது இரு தேச கொள்கையையும் விமரிசனம் செய்தனர். எதிர்பார்த்தது தான். சுணங்கிவிடவில்லை ஜின்னா. தனது கொள்கையை மூலை முடுக்குகள் அனைத்திலும் பரப்ப ஆரம்பித்தார் ஜின்னா. இதற்கு தோதாக டான் (Dawn) என்னும் பத்திரிகையை ஆரம்பித்தார். பேசலாமா என்று கேட்டு பிரிட்டன் மந்திரி ஸ்டாஃபோர்ட் கிரிப்ஸ் கேட்டபோது, ஓ பேசலாமே, அதற்கு முன்னால் முஸ்லிம் மாகாணங்கள் தனியாகப் பிரிந்துபோவதற்கு உங்கள் ஆதரவைத் தாருங்கள் என்றார். ஒரு முழுமையான இஸ்லாமிய தலைவராக தன்னை வளர்த்தெடுக்கும் பணியில் இறங்கினார். வெற்றியும் பெற்றார்.

1944. இந்த ஓராண்டில் மட்டும் காந்தியும் ஜின்னாவும் பதினான்கு முறை சந்தித்துக்கொண்டார்கள். ஜின்னாவின் தோள் மீது கைபோட்டுக்கொண்டே பேசுவார் காந்தி. அவ்வப்போது புன்னகை செய்துகொள்வார்கள். நலன் விசாரித்துக்கொள்வார் கள். மற்றபடி எந்தவொரு பலனும் கிடைக்கவில்லை. காந்தி மாறப்போவதில்லை என்று முன்னரே முடிவு செய்துகொண்டு பேசியதால், ஜின்னா அவரிடம் இருந்து எதையும் எதிர்பார்க்க வில்லை. ஜின்னாவின் பிடிவாதத்தை உடைக்கமுடியும் என்று நம்பிய காந்தி ஏமாந்துபோனார்.

1946 தேர்தலில் முஸ்லிம் லீக்பெற்ற வெற்றியைக் கண்டு மிரண்டு போனது காங்கிரஸ். வங்காளத்திலும் சிந்து பகுதியிலும் பெருவாரியான வித்தியாசத்தில் வெற்றி. NWFP, பஞ்சாப் இரண்டிலும் ஆகப் பெரிய கட்சியாக உருப்பெற்றிருந்தது. மொத்தமுள்ள *490* முஸ்லிம் இடங்களில் *445* இடங்களை முஸ்லிம் லீக் கைப்பற்றியிருந்தது. வெற்றியாக அல்ல ஒரு அறிவிப்பாக அது அமைந்தது. ஜின்னாவின் அறிவிப்பு. முஸ்லிம் லீகின் அறிவிப்பு. பாகிஸ்தான் என்பது எங்கள் கோரிக்கை மட்டுமல்ல. அது எங்கள் மக்களின் கோரிக்கை. இப்போதாவது கொடுக்கமுடியுமா?

காங்கிரஸ் பெரிதாக அலட்டிக்கொள்ளவில்லை. ஆனால் பிரிட்டன் முடிவு செய்துவிட்டது. இனி நாம் இருவரிடம் பேச வேண்டியிருக்கும். காங்கிரஸ் மற்றும் முஸ்லிம் லீக். ஓர் உயர் மட்ட காபினெட் குழுவை அமைத்து கையோடு அனுப்பி

வைத்தது பிரிட்டன். இரு கட்சிகளுடனும் பேசி இருவருக்கும் ஒத்துவரும்படியான திட்டம் ஒன்றை உருவாக்குங்கள். காபினெட் குழு முன்வைத்த திட்டம் இது. க்ரூப்பிங் என்று அதை அவர்கள் அழைத்தார்கள். மொத்தம் மூன்று அமைப்புகள் இருக்கும். ஹிந்துக்களின் மாகாணங்கள், முஸ்லிம்களின் மாகாணங்கள் மற்றும் மத்திய அமைப்பு. தேசியப் பாதுகாப்பு, நிதி, வெளியுறவுத்துறை போன்றவை மத்திய அமைப்பின் பொறுப்பில் இருக்கும்.

ஜின்னா இந்தத் திட்டத்தை ஏற்றுக்கொண்டார். காங்கிரஸும் ஆரம்பத்தில் ஏற்றுக்கொண்டது. ஆனால், நேரு தன் முடிவை மாற்றிக்கொண்டார். எதற்கு முஸ்லிம்களுக்குத் தனியாக சுயாட்சி அதிகாரம்? காங்கிரஸ் எந்த ஒப்பந்தத்திலும் கையெழுத் திடாது. இந்தத் தேர்தலில் முஸ்லிம் லீகை விட பெரிய அளவில் காங்கிரஸ் வெற்றிபெற்றிருக்கிறது. முஸ்லிம்களின் மாகாணங் களில் முஸ்லிம் லீக்பெற்ற வெற்றியைவிட ஹிந்துக்களின் மாகாணங்களில் காங்கிரஸ் பெற்ற வெற்றி முக்கியமானது. காரணம் முஸ்லிம்களைவிட ஹிந்துக்கள் எண்ணிக்கையில் பெரும்பான்மையினர். காங்கிரஸ் பெரும்பான்மையினரை பிரதிநிதிப்படுத்துகிறது. நாங்கள் எதற்காக முஸ்லிம் லீகுடன் சமரசம் செய்துகொள்ளவேண்டும்? எதற்காக அதிகாரத்தைப் பகிர்ந்துகொள்ளவேண்டும்? எதற்காக விட்டுக்கொடுக்க வேண்டும்?

சரி பார்த்துக்கொள்ளலாம் என்று விலகிக்கொண்டார் ஜின்னா. முஸ்லிம் லீகுக்கு உத்தரவிட்டார். தேசமெங்கும் ஒத்துழையாமை போராட்டம் தீயாகப் பரவட்டும். நமது இலக்கு பாகிஸ்தான். சுதந்தர பாகிஸ்தான். நேரடி நடவடிக்கை என்று சரித்திரம் இந்த உத்தரவுக்குப் பெயரிட்டிருக்கிறது. உத்தரவிட்ட தினம் ஆகஸ்ட் 16, 1946. கடையடைப்பு, பேரணி, ஊர்வலம் என்றுதான் திட்ட மிட்டிருப்பதாக முஸ்லிம் லீக்அறிவித்தது. உடன், வன்முறை, கலவரம், கொலை, கொள்ளை அனைத்தும் சேர்ந்துகொண்டன. கல்கத்தாவிலும் வங்காளத்தில் உள்ள நவ காளியிலும் பெரும் கலவரம் வெடித்தது. பீகாரில் மட்டும் 7000 பேர் கொல்லப் பட்டனர். கலவரத்துக்குக் காரணம் முஸ்லிம் லீக்தான் என்று காங்கிரஸ் குற்றம் சாட்டியது. கிடையாது, நாங்கள் அமைதியான வழியில்தான் போராடினோம் கொல்லப்பட்டவர்களில் பெரும் பாலானோர் முஸ்லிம்கள்தான் என்றது முஸ்லிம் லீக்.

அரசியல் குழப்பங்கள் தீரவேண்டும். வன்முறை நிறுத்தப்பட வேண்டும். பெரிய அளவில் இனக்கலவரம் வெடிப்பது இந்த நிலையில் சரியல்ல. பாகிஸ்தானைப் பிரித்துக்கொடுப்பதுதான் ஒரே வழி என்னும் முடிவுக்கு காங்கிரஸ் வந்து சேர்ந்தது இந்தக் காலகட்டத்தில்தான். இடைக்கால அரசாங்கம் அமைக்கப் பட்டது. அக்டோபர் 26, 1946 அன்று முஸ்லிம் லீக் தலைவர்கள் பதவியேற்றுக்கொண்டனர். பஞ்சாபையும் வங்காளத்தையும் பிரிக்க 1946 இறுதியில் காங்கிரஸ் ஒப்புக்கொண்டது. ஜுலை 1947ல் நடத்தப்பட்ட வாக்கெடுப்பின்படி பாகிஸ்தானுடன் இணைந்துகொள்ள முடிவெடுத்தது NWFP. மவுண்ட்பேட்டனின் திட்டப்படி மேற்கு பஞ்சாப்,கிழக்கு வங்காளம், சிந்து, பலுகிஸ்தான் நான்கும் பாகிஸ்தானுக்கு. பலத்த விவாதங் களுக்குப் பிறகு, அனல் பறக்கும் வாக்குவாதங்களுக்குப் பிறகு, காங்கிரஸ் இந்தத் திட்டத்தை ஏற்றுக்கொண்டது. வேறு வழி இருக்கவில்லை அவர்களுக்கு.

குறிப்பாக எந்தெந்தப் பகுதிகள் எங்கெங்கே இணைக்கப்பட வேண்டும் என்னும் கேள்விக்கான பதிலை ராட்கிளிஃப் தயாரிக்க ஆரம்பித்தார். ஜின்னா புன்னகைத்தார். இந்தத் திட்டத்தை ஏற்றுக்கொள்கிறேன். இதைத்தவிர வேறு எது நடப்பதாக இருந்தாலும் அது மாபெரும் பாதகத்தை மட்டுமே ஏற்படுத்தும்.

13

நள்ளிரவில் வாங்கினோம்

ஆகஸ்ட் 14, 1947. அரசியல் நிர்ணய சபை, புது தில்லி. பகலா இரவா என்று கண்டுபிடிக்கமுடியாதபடி பளிச் வெளிச்சம் அந்த பிரமாண்டமான அறை முழுவதும் பரவியிருந்தது. சுவர்களில் தொங்கிக்கொண்டிருந்த அலங்கரிக்கப்பட்ட பிரேம்களுக்குள் இந்திய தேசியக் கொடிகள். ஒரு வாரத்துக்கு முன்பு வரை, இந்த பிரேம் களுக்குள் பிரிட்டிஷ் வைஸ்ராய்களின் படங்கள் இருந்தன. உள்ளே போடப்பட்டிருந்த பெஞ்சுகளில் மக்களின் பிரதிநிதிகளாகப் பலர் அமர்ந்திருந்தனர். வெவ்வேறு மதங்களை சேர்ந்தவர்களாகப் பார்த்து தேர்ந்தெடுத்து அழைத்து வந்திருந்தனர். இருக்கை கள் போட்டு உள்ளே அமர்த்தி வைத்திருப்பதில் அவர்களுக்குக் கொள்ளை மகிழ்ச்சி.

வருத்தமும் இருக்கவே செய்தது. காந்தி எங்கே? அவர் இல்லாமல் இங்கே சரித்திரம் உருவாகிக் கொண்டிருக்கிறதா? அவர் இல்லாமல் ஒரு புதிய இந்தியா உதிக்கப்போகிறதா? அவர் தாமாகவே ஒதுங்கிக்கொண்டாரா அல்லது ஒதுக்கிவிட்டார் களா? ஆனால், ஏன்?

பதினொரு மணிக்குத் தொடங்கினார்கள். முதலில் மங்கள இசை. வந்தே மாதரம். பிறகு, இரண்டு நிமிட அமைதி அஞ்சலி. இந்திய சுதந்தரப் போரில் பங்குபெற்று இறந்துபோன தியாகிகளுக்காக.

மூடியிருந்த கண்களைப் பிரித்து கூட்டத்தினரை ஒரு முறை பார்த்தார் நேரு. மகிழ்ச்சியும் வியப்பும் துக்கமும் பயமும் பெருமிதமும் ஒருசேர அவரைத் தாக்கியது. அடுத்து அவர்தான் அழைக்கப்பட்டார்.

அன்றைய உரையை அவர் தயார் செய்திருக்கவில்லை. சுதந்தர இந்தியாவின் முதல் பிரதமர். தேச மக்களுக்குச் சொல்ல வேண்டிய சங்கதிகள் எக்கச்சக்கம் இருந்தன. எழுதலாம் என்று பேனா மூடியைக் கழற்றிவைத்துவிட்டு முந்தைய இரவு அமர்ந்தார். ஆரம்பித்தும்விட்டார். செய்திகள் பறந்து வர ஆரம்பித்துவிட்டன. இங்கே கலவரம், அங்கே வெட்டிக் கொள்கிறார்கள். பஞ்சாபில். வங்காளத்தில். கல்கத்தாவில். டெல்லியில். கராச்சியில். காகிதத்தையும் பேனாவையும் மேஜை மீது தூக்கிப்போட்டுவிட்டு படுக்கையில் சரிந்துவிட்டார்.

மைக்கை நெருங்கினார் நேரு. பேச ஆரம்பித்தார். எல்லோரும் தன்னைக் கவனித்துக்கொண்டிருக்கிறார்கள் என்று தெரிந்தது. அவர்கள் கண்களில் தெரிந்த ஆவலை அவரால் கண்டுகொள்ள முடிந்தது. ஏதோ பேசிக்கொண்டிருக்கிறோம் என்பதையும் அவர் உணர்ந்தே இருந்தார். அதே சமயம், தான் உச்சரிக்கும் வார்த்தைகள் தன் கட்டுப்பாட்டில் இல்லை என்பதை நினைக்கும் போது பயமாகவும் நடுக்கமாகவும் இருந்தது. சரியாகத்தான் பேசிக்கொண்டிருக்கிறேனா?

‘உலகம் உறங்கிக்கொண்டிருக்கும் இந்த வேளையில் இந்தியா வாழ்வுக்காகவும் சுதந்தரத்துக்காகவும் விழித்துக்கொள்கிறது. ஒரு சந்தர்ப்பம் வருகிறது. அந்த சந்தர்ப்பம் வரலாற்றில் மிகவும் அரிதானது. நாம் பழைமையில் இருந்து புதுமையில் அடி யெடுத்து வைக்கிறோம். ஒரு சகாப்தம் முடிவடைகிறது. நெடுங்காலம் அடக்கி வைக்கப்பட்ட ஒரு தேசத்தின் ஆன்மா இப்போது பேசப் போகிறது.’

இடி இடிக்கும் சத்தம் கேட்டது. மண்டபத்துக்கு வெளியே குழுமியிருந்தவர்கள் அதை ஒரு பொருட்டாகவே எடுத்துக் கொள்ளவில்லை. மழை பொழிந்தபோதும்கூட நின்ற இடத்தை விட்டு ஓர் அங்குலம் அசையவில்லை அவர்கள். உள்ளே, நேரு பேசிக்கொண்டிருக்கிறார். பன்னிரண்டு மணிக்குச் சுதந்தரம் கிடைத்துவிடும் என்று சொல்லியிருக்கிறார்கள். வாழ்நாளில் இதுபோன்ற அதிசயம் இன்னொன்று நிகழுமா?

'சுதந்தர இந்தியாவில் அதன் அனைத்து மக்களும் வாழ்வதற்குரிய பெருந்தன்மையான இல்லத்தை நாம் கட்டியெழுப்ப வேண்டும்.'

பன்னிரண்டு முறை அடித்து ஓய்ந்தது சுவர்க்கடிகாரம். முடித்துக் கொண்டு வெளியில் வந்தபோது, மழை நின்றிருந்தது. நேரு சற்றே பின்வாங்கினார். அத்தனை பெரிய கூட்டத்தை அவர் எதிர் பார்க்கவில்லை. 'நேருஜி!' ஆயிரக்கணக்கானவர்கள் முண்டி யடித்து முன்னேறினார்கள். காவலர்களால் கூட்டத்தைக் கட்டுப்படுத்த முடியவில்லை. பின்னால் செல்லுங்கள், பின்னால் செல்லுங்கள்! சத்தம் போட்டுக் கத்தினார்கள். பதிலுக்குச் சிலர் கத்தினார்கள். பழையபடி எங்களைப் பார்த்துக் கத்தலாம் என்று நினைக்காதே. நாங்கள் சுதந்தரமானவர்கள். தெரிந்ததா?

●

ஆகஸ்ட் 15. இந்தியா விழித்திருப்பதாக நேரு அறிவித்த அந்த நள்ளிரவில் காந்தி ஆழ்ந்த உறக்கத்தில் இருந்தார்.

●

வைஸ்ராய் கிளம்பிவிட்டார், பிரிட்டிஷ் சாம்ராஜ்ஜியம் முடிவுக்கு வந்துவிட்டது. யூனியன் ஜாக் கொடிகளை இன்றே அகற்றி விடலாம் என்று பலரும் ஜின்னாவிடம் சொன்னார்கள். மறுத்து விட்டார் ஜின்னா. இந்தியா என்ன வேண்டுமானாலும் செய்து கொள்ளட்டும் நாம் நிதானமாகவே செயல்படுவோம். நள்ளிரவு பன்னிரண்டு மணிக்கு நேரு சுதந்தரத்தை வரவேற்றதை கிண்டல் அடித்தார். நாங்கள் ஜோசியர்களை இதற்கெல்லாம் கலந்தாலோ சிக்க மாட்டோம். இரவோடு இரவாக அல்லாமல் மறுநாள், பதினைந்தாம் தேதி, வழக்கம் போல் எழுந்து வழக்கம் போல் காலை உணவு முடித்த பிறகே கொடி ஏற்றுவதற்குக் கிளம்பினார் ஜின்னா.

அமிர்தசரஸ் ரயில் நிலையத்தில் வந்து நின்ற ரயில் வண்டியில் முழுக்க முழுக்கப் பிணங்கள். ரயில் பெட்டியின் மீது சுண்ணாம் பால் யாரோ கிறுக்கியிருந்தார்கள். நேருவுக்கும் படேலுக்கும் எங்கள் சுதந்தரப் பரிசு.

இந்தியா கேட் அருகில் திறந்த வெளியில் அந்த நிகழ்ச்சி அரங்கேறிக்கொண்டிருந்தது. கிட்டத்தட்ட 30,000 பேர் கலந்து

கொள்வார்கள் என்று எதிர்பார்க்கப்பட்டது. திரண்டிருந்தவர்கள் 5 லட்சத்துக்கும் அதிகமானவர்கள். மவுண்ட்பேட்டனின் மகள் பமீலா உதவியாளர்களுடன் வந்து இறங்கினார். கூட்டத்தைக் கண்டு பயந்து நின்றுவிட்டார். ஐயோ என்னால் வரமுடிய வில்லை. மேடையில் இருந்த நேரு, சத்தம் போட்டுக் கத்தினார். பமீலா, உன் செருப்பைக் கையில் எடுத்துக்கொண்டு வா. பமீலா சிணுங்கினாள். அதெப்படி முடியும்? கை அசுத்தமாகிவிடுமே. நேரு கத்தினார். முட்டாள் பெண்ணே, விரைந்து வா.

எங்கும் மகிழ்ச்சி ஆரவாரம். கையில் குழந்தைகளை வைத்துக் கொண்டிருப்பது ஆபத்து என்பதை உணர்ந்த சிலர் தலைக்கு மேலாக குழந்தைகளைப் பிடித்துக்கொண்டனர். சிலர், குழந் தையை மேலே தூக்கிப்போட்டு விளையாட ஆரம்பித்தார்கள். அது நல்ல யோசனையாகப் படவே அங்கிருந்த பலரும் அதையே செய்தார்கள். காற்று வராமல் அழுதுகொண்டிருந்த குழந்தைகள் உற்சாகமாகச் சிரிக்க ஆரம்பித்தன. பமீலாவுக்கு அது விநோதமாகவும் வித்தியாசமாகவும் இருந்தது. இதென்ன இங்கே குழந்தைகள் மழை பொழிகிறதா?

பமீலா எப்படியோ உள்ளே வந்துவிட்டார். ஆனால், மவுண்ட் பேட்டனால் மேடையை நெருங்க முடியவில்லை. கார் கதவைத் திறக்கக்கூட முடியவில்லை. பேண்டு, வாத்தியத்துக்குச் சொல்லி, அவர்களும் வந்துவிட்டார்கள். ஆனால், மேடையை நெருங்க முடியவில்லை. வானைப் பிளக்கும் கரவொலிக்கு மத்தியில் சுதந்தர இந்தியாவின் தேசியக் கொடியை ஏற்றினார் நேரு.

•

பூனாவிலும் ஒரு விழா நடந்துகொண்டிருந்தது. கொடியேற்று விழா. ஒரே வித்தியாசம், அங்கே ஏற்றப்பட்டது மூவர்ணக்கொடி அல்ல. ஆரஞ்சு நிற முக்கோணக் கொடி. ஹிட்லரின் நாஜிக் கட்சி சின்னமான ஸ்வஸ்திகா இந்தக் கொடியில் பொறிக்கப்பட்டிருந் தது. கிட்டத்தட்ட ஐநூறு பேர் திரண்டிருந்தனர். ஆர்.எஸ்.எஸ். கட்சி முக்கியஸ்தர்கள். தொண்டர்கள். ஆதரவாளர்கள். ஜின்னா வையும் மவுண்ட்பேட்டனையும் கொல்ல முயன்று தோற்றவர் கள் இவர்களே. தோல்விகள் இவர்களைப் பாதிப்பதில்லை. இவர்களுக்கு கனவு இருந்தது. பற்றியெறியும் லட்சியம் இருந்தது.

நாதுராம் கோட்சே உரையாற்றிக்கொண்டிருந்தார்.

'நண்பர்களே, இந்தியாவைத் துண்டாடியவர்கள் தண்டிக்கப் படவேண்டியவர்கள். முஸ்லிம்களுக்கு இந்த அளவுக்கு இடம் கொடுத்திருக்கக்கூடாது. நாம் உயிருக்கு உயிராக நேசிக்கும் பசுக்களை இம்சித்துக் கொன்று தின்னும் கூட்டம் அது. ஆட்டைக் கடித்து, மாட்டைக் கடித்து கடைசியில் நம்மையும் வந்து கடித்திருக்கிறார்கள். ஒழித்துக்கட்டவேண்டாமா அவர் களை? அவர்கள் கேட்டார்களாம். உடனே, இந்தா என்று பாரதத்தை விண்டு கொடுத்துவிட்டார்களாம். அத்தனை கோழைகளாகவா மாறிவிட்டோம் நாம்? நண்பர்களே, எங்கே ஒழிந்து போனது நம் தேசப்பக்தி? எங்கே போனது நம் கலாசார அடையாளமும் வீர மரபும்? இப்படியே நடுநடுங்கிக் கொண்டிருந்தால் நாளை முழு ஹிந்துஸ்தானமும் ஜின்னாவின் கைகளுக்குப் போய்விடாதா? இப்படியே வாயைத் திறந்து வைத்துக்கொண்டு வேடிக்கை பார்க்கப்போகிறோமா?

சிந்து முதல் பர்மாவின் கிழக்குப் பகுதி வரை; திபெத் முதல் கன்னியாகுமரி வரை நீண்டிருக்கிறது ஹிந்துஸ்தான். இதுதான் நம் கனவு தேசம். இதை நாம் சிருஷ்டித்தாகவேண்டும். நாம் பாரதத்தாயின் புதல்வர்கள். வீரக் குழந்தைகள். நாம் யாரென் பதை இந்த உலகத்துக்குக் காட்டியாகவேண்டும். துண்டாடப் பட்ட பகுதிகளை எப்படியாவது இணைத்துவிடவேண்டும். அகண்ட ஹிந்துஸ்தானத்தை நிலைநிறுத்தவேண்டும். இது நமக்கு அளிக்கப்பட்டிருக்கும் புனிதப்பணி. இதை நிறைவேற்ற நாம் உயிரைக் கொடுக்கவும் தயங்கக்கூடாது. உயிரை எடுக்கவும்.

நான் கேட்கிறேன். இந்தியாவைத் துண்டாட இவர்கள் யார்? யார் கொடுத்த தைரியத்தால் இந்த நேருவும் பட்டேலும் வெள்ளைக் காரர்களுடன் சேர்ந்து கூத்தடித்துக்கொண்டிருக்கிறார்கள்? ஹிந்துஸ்தானம் அவர்கள் தாத்தாவின் சொத்தா, கேட்டவர் களுக்கு எல்லாம் பிரித்து கொடுக்க? காங்கிரஸை இனி நம்ப முடியுமா சொல்லுங்கள்? வெறும் கோழைகள் மட்டும்தானே அங்கே இருக்கிறார்கள்?

ஆ, இந்த காந்தியை நினைத்தால் என் வயிறு பற்றிக்கொண்டு எரிகிறது! ஹிந்துஸ்தான் இன்று பற்றி எரிவதற்கு மூலக் காரணமே அவர்தான். மகாத்மாவாம். அகிம்சைவாதியாம்.

116

சத்தியச் சோதனையாம். ஆச்சா போச்சாவென்றால் உண்ணா விரதம் இருக்க மட்டும்தான் தெரிகிறது அவருக்கு. பெயருக்குத்தான் ஹிந்து. மற்றபடி, முஸ்லிம்களுடன்தான் சதா சர்வகாலமும் கைகோர்த்துக்கொண்டு திரிந்துகொண்டிருக்கிறார். இவரை ஹிந்து என்று எப்படி ஏற்றுக்கொள்ளமுடியும் நம்மால்? எப்படி இவர் தலைமையை ஏற்று நடக்கமுடியும்? காந்தியால் ஆட்டு மந்தைகளை மட்டுமே உருவாக்கமுடியும். தொடை நடுங்கும் கோழைக்கூட்டத்தை மட்டுமே அவர் விரும்புவார். நாம் கத்தி எடுத்தால் உடனே உண்ணாவிரதம் என்று அமர்ந்துவிடுவார். முஸ்லிம்கள் வெட்டிப்போட்டாலும் கண்டுகொள்ளமாட்டார்.

நாம் நம்மை நம்புவோம். நம் வீரத்தை நம்புவோம். நம்மால் என்ன செய்யமுடியும் என்பதை மட்டுமே யோசிப்போம். செய்து முடிப்போம்.'

பேசி முடித்தபின் கொடியேற்றினார் நாதுராம் கோட்சே.

கூட்டம் முடிந்ததும் கோட்சே தன் நண்பர் ஒருவரிடம் சொன்னார். 'என் பிணத்தின் மீதுதான் இந்தியா துண்டாடப்பட வேண்டும்' என்றார் காந்தி. ஆனால், இன்னமும் அவர் உயிருடன் தான் இருக்கிறார்.'

சொல்லிவிட்டு நகைத்தார்.

●

நேரு, லியாகத் அலிகான் (பாகிஸ்தானின் பிரதமர்) இருவரையும் தனித்தனியே அழைத்து ஆளுக்கொரு கவரை கொடுத்து அனுப்பினார் மவுண்ட்பேட்டன். உங்கள் இருவருக்கும் தனித்தனி அறைகள் ஒதுக்கப்பட்டுள்ளன. இரண்டு மணி நேர அவகாசம். முழுவதுமாக படித்துப் பார்த்தபிறகு மீண்டும் சந்திப்போம். நன்றி. சொல்லிவிட்டு நகர்ந்துகொண்டார் மவுண்ட்பேட்டன். இனி மேல் செய்வதற்கு ஒன்றுமில்லை. இது கடைசி குண்டு. இதற்கு மேல் எதுவும் இல்லை. கொடுக்கப்பட்ட பணியை ராட்கிளிஃப் சரிவர முடித்துவிட்டார். தப்போ சரியோ, முடித்து விட்டார். இனி அவர்கள் பாடு. கடவுள் வந்து ரட்சிக்கப் போகிறாரா அல்லது சாத்தான் வந்து பிடுங்கித் திங்கப் போகிறதா என்பதை சரித்திரம்தான் முடிவுசெய்யவேண்டும்.

117

இரண்டு மணி நேரம் கழித்து இருவரும் வெளியில் வந்தனர். நேரு கோபமாக இருந்தார். லியாகத் அலிகானைப் பார்த்தார் மவுண்ட்பேட்டன். அவரும் கோபத்துடன்தான் இருந்தார். ஆராய்ந்தார். இருவரும் சமஅளவில் தங்கள் கோபத்தை வெளிப் படுத்தியிருப்பதாகத் தெரிந்தது. ஒருவருக்கும் திருப்தியில்லை. எனில், ராட்கிளிஃப் தன் வேலையைச் சரியாக செய்து முடித்திருக்கிறார்.

நேரு முணுமுணுத்தார்.

'உலகில் மொத்த சணல் உற்பத்தியில் வங்காளத்தின் பங்கு 85 சதவீதம். இந்தப் பகுதி பாகிஸ்தானுக்கு அளிக்கப்பட்டிருக் கிறது.'

மவுண்ட்பேட்டன் லியாகத் அலிகானைப் பார்த்தார். கடுமை யான இருந்தது அவர் முகம்.

'நேரு வருத்தப்படுவது நியாயம். முக்கிய வர்த்தக நகரம் உங்க ளுடன் இணைந்துவிட்டது. நீங்கள் ஏன் இதற்காக கோபத்துடன் உட்கார்ந்திருக்கவேண்டும்? குறைந்தது, உங்களுக்காவது மகிழ்ச்சி ஏற்பட்டிருக்கவேண்டுமே?.'

'மகிழ்ந்திருப்பேன். ஆனால், சணல் தயாரிக்கும், பதப்படுத்தும் தொழிற்சாலைகள் அமைந்த பகுதி பாகிஸ்தானுக்குக் கொடுக்கப் படவில்லை. வெறும் விளைநிலத்தை வைத்துக்கொண்டு நாங் கள் என்ன செய்வது? தொழிற்சாலைகள் அமைந்திருக்கும் பகுதியையும் சேர்த்து கொடுத்தால்தானே நாங்கள் பயன்பெற முடியும்?'

முரண்பாடுகள் இங்கிருந்து ஆரம்பித்தன.

14
ஆன்மாவின் பிளவு

பஞ்சாப் பிரிக்கப்பட்டது. முஸ்லிம்கள் பெரும் பான்மையினராக இருந்த மேற்கு பகுதி பாகிஸ் தானுக்குப் போனது. சீக்கியர்களும் ஹிந்துக்களும் நிறைந்திருந்த கிழக்குப் பகுதி இந்தியாவுக்கு. மேற்கு பகுதியில் ஹிந்துக்களும் சீக்கியர்களும்கூட தங்கி யிருந்தனர். அதே போல், கிழக்குப் பகுதியில் முஸ்லிம்கள் பரவியிருந்தனர். அமிர்தசரஸையும் லாகூரையும் வைத்துக்கொண்டு வெகு நேரம் குழம்பியது பிரிட்டன். பிறகு, இங்கே ஒன்று அங்கே ஒன்று என்று பிரித்தார்கள். சீக்கியர்கள் சமூகம் முற்றிலுமாகச் சீரழிக்கப்பட்டிருந்தது.

வங்காளம் இரண்டாக்கப்பட்டது. மேற்குப் பகுதி இந்தியாவுக்கு. கிழக்கு, பாகிஸ்தானுக்கு. 1955ல் கிழக்குப் பகுதி, கிழக்கு பாகிஸ்தான் என்று அழைக்கப்பட்டது. 1971ல் இது பங்களாதேஷாக மாறியது.

காஷ்மீர் இந்தியாவுக்கு.

ஒரு தேசத்தில் கால்வாய் தொடங்கும். தண்ணீரை பாதுகாக்கும் அணைகள் இன்னொரு தேசத்தில் முற்றுபெற்றிருக்கும். எப்படிப் பிரிப்பது இதை? கால்வாயை உடைத்தா? அணைகளைப் பெயர்த்து எடுத்துக்கொண்டு வந்து இன்னொரு இடத்தில் பொருத்தியா?

ஒரு கிராமத்துக்கு நடுவே கோடு இழுக்கப்பட்டிருந்தது. ஒரு பகுதி பாகிஸ்தான். ஒரு பகுதி இந்தியா. எப்படிப் பிரிப்பது அந்தக் கிராமத்தை? பத்துக் குடும்பங்கள் அங்கே; இருபது குடும்பங்கள் இங்கே என்றா? எனில், இதுவரை ஒரே குடும்ப மாக இருந்தவர்கள் இனி இரு தேசத்தவராக மாறிவிடுவார்களா?

உச்சக்கட்டமாக அந்த கோடு ஒரு வீட்டை இரண்டாகப் பிரித்து சென்றது. முன்பக்க வாசல் வழியாக வந்தால் இந்தியா. பின் பக்கம் வந்தால், பாகிஸ்தான்.

பஞ்சாபில் இருந்த அனைத்து சிறைச்சாலைகளும் இனி பாகிஸ் தானுக்குத்தான். பஞ்சாபில் இருந்த ஒரே ஒரு மனநோயாளிகளின் புகலிடம் பாகிஸ்தானுக்குப் போனது.

•

ஒட்டுமொத்த தேசத்துக்கும் சேர்த்து ஒரே சமயத்தில் மனநோய் பீடிக்குமா? ஆகஸ்ட், செப்டம்பர், அக்டோபர், 1947. இந்த மூன்று மாதங்களில் நடைபெற்ற வன்முறைகளைக் கூட்டிப் பார்த்தால் அப்படித்தான் நினைக்கத் தோன்றுகிறது.

மரணம் மட்டுமே நிச்சயம். ஓர் ஹிந்துவாக இருந்தால் ஒரு முஸ்லிம் மூலமாக. ஒரு முஸ்லிமாக இருந்தால் ஓர் ஹிந்துவால். அல்லது சீக்கியரால்.

நல்லவர்கள், கெட்டவர்கள் என்று யாரும் இல்லை. மொத்தம் இரண்டே ஜாதி. உயிர் வாழ விரும்புபவர்கள். உயிரை அழிக்க விரும்புபவர்கள். ஒருவரது பெயர் என்ன என்பதுகூட தெரி யாமல் அவர் மீது பாய்ந்து அவர் கழுத்தை தனியாக அறுத் தெடுக்க முடியும். முடிந்திருக்கிறது.

நேற்று வரை நண்பராக மட்டுமே அறியப்பட்டவர் திடீரென்று ஹிந்துவாகவும் முஸ்லிமாகவும் சீக்கியராகவும் மாறவேண்டிய கட்டாயம். என் எதிரி என்னை நெருங்குவதற்கு முன்னால் நான் அவனைக் கொன்றாகவேண்டும்.

நீ ஹிந்து. நான் முஸ்லிம். நீ என் எதிரி.

நீ முஸ்லிம். நான் சீக்கியன். நீ என் எதிரி.

நீ இந்தியா. நான் பாகிஸ்தான். உன் தேசத்தை நான் வெறுக் கிறேன். உங்களை முழுவதுமாக அழித்தொழிப்பேன்.

எதற்கும் கணக்குத் தெரியப்போவதில்லை. இறந்தவர்கள். தொலைந்தவர்கள். தம் குழந்தைகளைத் தொலைத்த தாய்கள். சகோதரர்களைத் தொலைத்த சகோதரிகள். பிரிந்த நண்பர்கள். உயிருடன் இருக்கிறார்களா இல்லையா என்பது தெரியாமலேயே இந்த நிமிடம் வரை சங்கடப்பட்டுக்கொண்டிருப்பவர்கள். துயர் தாங்காமல் தங்கள் உயிரை மாய்த்துக்கொண்டவர்கள். மனச்சிதைவுக்கு ஆளாகி சாலையில் இறந்துபோனவர்கள். துயரத்தின் வடுவை ஏந்திப் பிறந்த குழந்தைகள். கண்களை இமைப்பதற்கு முன்னரே இறந்துபோன குழந்தைகள். கர்ப்பிணிகளின் வயிற்றைக் கீறி வெளியில் இழுத்துக்கொளுத்தப்பட்ட சிசுக்கள்.

அதிகம் பலியானவர்கள் பெண்களும் குழந்தைகளும். பெண்களைத் தேடிப் பிடித்து, பாலியல் வன்முறைக்கு உள்ளாக்கி கொன்றொழித்தார்கள். எப்படியும் சாகப்போகும் பெண். அதற்கு முன் ஒரு தடவை. தவறில்லையே? இதில் மதவேறுபாடே இருந்ததில்லை. ஒவ்வொருவருக்கும் ஒரு நியாயம் இருந்தது. பெண் என்பவள் கலாசாரத்தின் அடையாளம். மதத்தின் அடையாளம்.

ஒரு மதத்தை இழிவுபடுத்தவேண்டும் என்றால் அந்த மதத்தைச் சேர்ந்த பெண்களை இழிவுப்படுத்தினால் போதும். பர்தா அணிந்த பெண்ணை பிடித்து இழுத்து வந்து அவள் அடிவயிற்றில் சூலத்தை பொறித்தால், இஸ்லாத்தை அவமதித்ததற்குச் சமம். ஓர் ஹிந்துப் பெண்ணின் மார்பில் பிறை நட்சத்திரத்தைப் பொறிப்பதன் மூலம், ஹிந்து மதத்தை இழிவு செய்யலாம். ஒரு சீக்கியப் பெண்ணைச் சித்திரவதை செய்வதன் மூலம் அவள் மதம் சாகும். இது அவர்களாகவே கற்பிதம் செய்து வைத்திருந்த ஒரு தத்துவம்.

இந்தத் தத்துவத்தைதான் அவர்கள் நடைமுறைப்படுத்தினார்கள். பிடிக்காத மதத்தை அழிக்க, பெண்களை வேண்டிய மட்டும் களங்கப்படுத்தினார்கள். என் மதத்தின் வாரிசு உனக்குள் முளைக்கட்டும் என்று சத்தம் போட்டு கத்தியபடி பலாத்காரத்துக்கு உட்படுத்தினார்கள். கர்ப்பிணிப் பெண்களின் வயிற்றைப் பிளந்து கொன்றார்கள். கொல்லும்போது பெருமிதத்துடன் கத்தினார்கள். என் எதிர்கால எதிரியை கொன்றொழித்து விட்டேன்.

பெண்கள் கடத்தப்பட்டனர். பெரும்பாலானோரின் மார்பகங்கள் அறுத்தெடுக்கப்பட்டன. ஆடைகளைக் களைந்து தெருக்களில் ஓடவிட்டார்கள். கட்டாயத் திருமணம் செய்துகொண்டார்கள். அவர்கள் மதம் மாறும்படி நிர்ப்பந்திக்கப்பட்டனர்.

வெற்றியைக் கொண்டாடுவதற்கும் பெண்களே தேவைப் பட்டார்கள். பெண் உடல் ஒரு சின்னமாக மாறிப்போனது. வெறுப்பா? துயரமா? கொண்டாட்டமா? கவலையா? தெரு வுக்குப் போ. கண்ணில் அகப்படும் மாற்று ஜாதிப் பெண்ணை இழுத்து வா. அனுபவி. கொன்று போடு.

ஆயிரக்கணக்கில், லட்சக்கணக்கில் பெண்கள் கடத்தப்பட்டதை அடுத்து, இந்தியாவும் பாகிஸ்தானும் ஓர் அவசரச் சட்டத்தை பின்னர் உருவாக்கிக்கொண்டன. குறிப்பிட்ட மதத்தைச் சேர்ந்த ஒரு பெண் தன் மதத்தைச் சாராத ஓர் ஆடவருடன் ஒரே வீட்டில் சேர்ந்து காணப்பட்டால் அந்தப் பெண் கடத்தப்பட்டவராகத் தான் இருக்கவேண்டும். மார்ச் 1, 1947க்குப் பிறகு இப்படி இணைந்திருப்பவர்கள் அனைவரும் கடத்தப்பட்டவர்கள். மாற்று ஜாதிப் பெண்களை ஒருவரும் திருமணம் செய்து கொள்ளப் போவதில்லை என்பதால் மிகச் சுலபமாக இப்படி ஒரு சட்டத்தைக் கொண்டுவர முடிந்தது.

ஆனால் அப்படிப்பட்ட பெண்களை மீட்டெடுப்பது அத்தனை சுலபமாக இருக்கவில்லை. அப்படியே மீட்டெடுத்தாலும் அந்தப் பெண்களை அவர்கள் குடும்பத்தினர் ஏற்றுக்கொள்ள வில்லை. அடச்சீ இன்னுமா நீ உயிருடன் இருக்கிறாய்? வேற்று ஆடவரின் நிழல் உன் மேல் படுவதற்கு முன்னரே நீ செத்துப் போயிருக்கவேண்டாமா? இத்தனை பெரிய அசிங்கத்தோடு இன்னுமா நீ வாழ்ந்துகொண்டிருக்கிறாய்? மன்னிக்கவும் அம்மா என்று செத்துப்போனார்கள்.

சற்றே தாராளமாக மனம் கொண்ட கணவன்கள் தங்கள் மனைவி யரை ஏற்றுக்கொண்டனர். ஒரு நிபந்தனையுடன். என் எதிரியின் வாரிசு உன் வயிற்றில் வளர்வதை நான் விரும்பவில்லை. இப்போதே அழித்துவிடு. அல்லது, பிறந்தவுடன் கழுத்தை நெறித்துக்கொல்.

முஸ்லிம்கள் மொத்தமாக வருகிறார்கள். பக்கத்துத் தெருவை முழுவதுமாக அழித்துவிட்டார்கள். இப்படியொரு செய்தி

வந்ததுமே ஆண்கள், தங்கள் குடும்பத்துப் பெண்களை அழைத்து வரிசையாக நிற்க வைத்து ஒவ்வொருவரையும் கொன்றார்கள். துப்பாக்கி. விஷம். அல்லது வெறுமனே கழுத்தை நெறித்து. அல்லது, கிணற்றில் தள்ளி. நம் குடும்பத்தின் மானத்தைக் காக்கத்தான் இந்த முடிவை எடுத்தேன் பெண்ணே என்று கட்டியணைத்து முத்தமிட்டு கண்ணீருடன் கொன்றார்கள். தற்கொலைக்குத் தூண்டினார்கள். கெரசின் ஊற்றி தீக்குச்சி கொளுத்திப் போட்டார்கள். பல சமயங்களில் வெறும் வதந்தி யால் பல நூற்றுக்கணக்கான பெண்கள் அவர்கள் குடும்பத் தினராலேயே கொல்லப்பட்டனர்.

என் எதிரியின் பெண் இனி என் உடைமை. ஆகவே அவளைக் கொல்கிறேன். என் மனைவி என் உடைமை. என் எதிரி அவளை அடைவதற்கு முன்னால் நான் அவளைக் கொல்கிறேன்.

என் மதத்தை ஏற்றுக்கொள். இது மற்றொரு வன்முறை. நண்பா, கொஞ்சம் மாட்டுக்கறி கொண்டுவா. இந்த ஹிந்துப் பெண்ணின் வாயைத் திற. உள்ளே தள்ளு. துப்பாதே. மென்று விழுங்கு. துப்பினால் இந்த இடத்திலேயே செத்துப்போவாய். ம், சாப்பிடு. முழுவதுமாகச் சாப்பிடு. எப்படி இருக்கிறது சொல்? அழாதே பெண்ணே. நீ அழுதுகொண்டே உண்பதைத்தான் நாங்கள் ரசித்துப் புசிக்கிறோம். இதென்ன நெற்றியில் பொட்டு? அழி. இந்த ஆடைகளைக் களைந்து பர்தா அணிந்துகொள். இதுதான் இனி உன் ஆடை. அல்லாதான் உன் கடவுள். இஸ்லாம்தான் உன் இறைவன்.

மற்றொரு பக்கம், இஸ்லாமியப் பெண்களின் பர்தாக்கள் தீயில் இட்டுக் கொளுத்தப்பட்டன. வெளுத்திருந்த அவர்கள் நெற்றி யில் குங்குமத்தை அள்ளிப் பூசினார்கள். கழுத்தில் வலுக்கட்டாய மாகத் துளசி மாலை. கைகளில், கால்களில், தொடைகளில் பச்சைக் குத்தப்பட்டது. திரிசூலம், வேல், அபயக்கரம், ஓம். மசூதிகளின் வாசலில் சாக்கு மூட்டைகள் வீசியெறியப்பட்டன. வெடிகுண்டோ என்று பதறிப் பாய்ந்த முஸ்லிம்கள், நீண்ட நேரத்துக்கு வெடிக்காமல் போகவே திறந்து பார்த்தனர். வெட்டப்பட்ட பன்றிகளின் தலைகள்.

மைதானத்துக்கு நடுவே பெரிதாக குழி தோண்டி உள்ளே நெருப்பு மூட்டப்பட்டது. தகவல் முன்கூட்டியே அனுப்பப் பட்டுவிட்டதால் பெற்றோர் தங்கள் குழந்தைகளோடு தயாராக

வந்திருந்தனர். ஒவ்வொருவராக முன்னால் வந்துநின்று தங்கள் குழந்தைகளை உள்ளே தூக்கிப்போட்டார்கள். மதம் மாறி வாழ்வதைக் காட்டிலும் இறப்பது மேலானதே. எங்கள் குடும்பத் தின் நற்பெயரை நாங்கள் காப்பாற்றிவிட்டோம். இறைவனுக்கு நன்றி. வீசிய பிறகு தாங்கிக்கொள்ள முடியாத சிலர் தாங்களும் உள்ளே விழுந்தனர்.

வயதானவர்களை, உடல் நலமில்லாதவர்களை, கர்ப்பிணிப் பெண்களை பல்லக்கில் வைத்துக் கொண்டு ஓடினார்கள்.

சீக்கியர்களின் தலைப்பாகைகள் அகற்றப்பட்டன. தலைமுடி கத்தரிக்கப்பட்டன. அவர்களது புனித நூல்கள் கொளுத்தப் பட்டன.

தெருக்களில் மனித உடல் பாகங்கள் இறைந்துகிடந்தன.

எங்கோ தொலைவில் கல்கத்தாவிலோ, கராச்சியிலோ, லாகூரிலோ, வங்காளத்திலோ அல்ல சுதந்தர இந்தியாவின் புதிய தலைநகரத்தில் வெட்டிக் கொண்டார்கள். முஸ்லிம் பெண்கள் உயிருடன் கொளுத்தப்பட்டனர். சீக்கியர்கள் சிலர் தெருவில் நின்று முழங்கினார்கள். முஸ்லிம்களை அடைகாப்பவர்கள் ஒழுங்கு மரியாதையாக அவர்களை வெளியில் விட்டுவிடுங்கள். அவர்கள் உங்களுக்குத் தேவைப்பட மாட்டார்கள். பாகிஸ்தான் என்று ஒரு தேசத்தைப் பிரித்துக்கொடுத்துவிட்ட பிறகு இங்கே என்ன வேலை அவர்களுக்கு?

புது தில்லியில் மட்டும் பத்தாயிரம் பிணங்கள். குப்பையைப் போல்தான் தள்ளி, அள்ளி சுத்தப்படுத்தினார்கள். ரத்தக்கறை களை தண்ணீரால், துடைப்பத்தால் கழுவினார்கள். தலைப் பாகைகளும், திரிசூலங்களும், பர்தா துணித் துண்டுகளும், வளையல்களும், செருப்புகளும் வண்டி வண்டியாகக் கிடைத் தன. ரத்தக்கறையுடன்.

ஹிந்துஸ்தான் ஜிந்தாபாத்! பாகிஸ்தான் ஜிந்தாபாத்!

15

வேண்டாம் விடுதலை!

தயங்கித் தயங்கி அல்ல, ஆழ்ந்த ஆலோசனைக்குப் பிறகே அந்தக் கோரிக்கையை மவுண்ட்பேட்டனிடம் கொண்டு சென்றார்கள் நேருவும் படேலும். வேறு வழி தெரியவில்லை அவர்களுக்கு. ஏதேனும் ஒரு பகுதியாவது அமைதியாக இருக்கிறதா? சுதந்தரத்தை யாராவது எங்காவது கொண்டாடிக்கொண்டிருக்கி றார்களா? பட்டொளி வீசிப் பறக்கும் பாரதக் கொடியை வணங்கி மகிழவேண்டாமா? இப்படியா அடித்துக்கொண்டு சாவார்கள்? இந்த அளவுக்கா மதம் இந்தியர்களை ஆட்டிப்படைக்கிறது? இருந்து இருந்து இப்போதுதான் சுதந்தரம் கிடைத்திருக்கிறது. போற்றிப் புகழ் பாடவேண்டாம். குறைந்தபட்சம் அமைதி காக்கலாமே!

நித்தம் நித்தம் தந்திகள் குவிந்துகொண்டிருந்தன. இங்கே இத்தனை பேர். இத்தனை வீடுகள். இத்தனை பெண்கள். இத்தனை குழந்தைகள். கிராண்ட் டோட் டல் இவ்வளவு. இதுவா சுதந்தரம்? இதற்காகவா இத்தனை காலம் முட்டி மோதினோம்? இதற்காகவா இத்தனை போராட்டங்கள்?

மவுண்ட்பேட்டனிடம் பொங்கினார் நேரு.

'வேண்டாம் மவுண்ட்பேட்டன். எங்களால் சமாளிக்க முடியவில்லை. இது எங்கள் சக்திக்கு அப்பாற் பட்டது.'

'புரிகிறது. என்னால் என்ன செய்யமுடியும் என்று நினைக் கிறீர்கள்?'

'ரத்தத்தில் மிதக்கும் இந்தத் தேசம் எங்களுக்கு வேண்டாம். இப்போது வேண்டாம். நீங்கள் கொடுத்த சுதந்தரம் வேண்டாம்.'

அதிர்ச்சியுடனும் மிரட்சியுடனும் விழித்தார் மவுண்ட்பேட்டன்.

'நீங்கள் என்ன பேசிக்கொண்டிருக்கிறீர்கள் நேரு? இதன் விளைவுகள் என்ன ஆகும் தெரியுமா?'

'யோசித்துப் பார்த்துவிட்டோம். வேறு வழியில்லை. நீங்கள் ஏற்று நடத்துங்கள். நாங்கள் விலகிக்கொள்கிறோம்.'

சொல்லிவிட்டு எழுந்துவந்துவிட்டார்கள் இருவரும். சுதந்தரம் அடைந்து மூன்று வாரங்கள்கூட பூர்த்தியாகவில்லை அப்போது.

•

'இந்த நிமிடம் முதல் உளவு அமைப்புகள் விழித்துக்கொள்ள வேண்டும். இந்தியா முழுவதும் பரவிச் செல்லுங்கள். நீங்கள் பார்ப்பதை, கேட்பதை உடனுக்குடன் அலுவலகத்துக்குத் தெரியப்படுத்துங்கள். வெடித்த பிறகு அல்ல, வன்முறை வெடிக்கும் முன்னர் மோப்பம் பிடிக்கவேண்டும். உங்களுக்குத் தேவையான அனைத்து வசதிகளும் உடனுக்குடன் செய்து தரப்படும். பஞ்சாப் மீது எப்போதும் விமானங்கள் பறந்து கொண்டிருக்கவேண்டும். ஓர் அணு தவறாக அசைந்தாலும் தெரியப்படுத்துங்கள். முடிவெடுங்கள். தைரியமாக முடிவெடுங் கள். தவறு செய்தால் பரவாயில்லை. எதுவும் செய்யாமல் இருப்பது தவறு செய்வதைக் காட்டிலும் ஆபத்தானது. ரயில் நிலையங்கள் அனைத்தும் பிணகாடாக மாறிக்கொண்டிருக் கின்றன. உடனடியாக அங்கே ஆள்களை அனுப்புங்கள். ஒவ்வொரு ரயில் நிலையமும் பாதுகாக்கப்படவேண்டும். வானொலி வசதிகள் தேவை. எல்லோரிடமும் வரைபடம் இருக்கவேண்டும்.'

விமானப் போக்குவரத்து இயக்குநர். ரயில்வே இயக்குநர். உளவு அதிகாரி. உடனுக்குடன் நியமனம். மருத்துவச் சேவையைக் கண்காணித்துக்கொள்ளும் பொறுப்பு எட்வினாவுக்கு. பதினேழு வயது பமீலாவுக்கும் ஒரு பணியை ஒதுக்கியிருந்தார் மவுண்ட்

பேட்டன். உளவு நிறுவனத்தைக் கவனித்துக்கொள்ளும் மேஜர் ஜெனரல் பீட்ரிஸ் என்பவருக்கு செயலாளர்.

மீண்டும் பிரிட்டன் இந்தியாவை ஆளத் தொடங்கியது. ராணுவத் தளபதியாக மாறியிருந்தார் மவுண்ட்பேட்டன்.

அகதிகள் நீளநீளமான வரிசையில் எறும்புக் கூட்டங்களைப் போல் நகர்ந்துகொண்டிருந்தனர். இந்திய வரலாற்றில் மட்டு மல்ல உலக வரலாற்றிலேயே ஆகப் பெரிய இடப்பெயர்வு இதுதான். ரவி, சட்லெஜ், பியாஸ். பஞ்சாபின் இந்த மூன்று முக்கிய நதிகளின் கரைகளிலும் கோடிக்கணக்கான மக்கள் ஆற்றைக் கடந்து செல்லக் காத்திருந்தனர். படகுகள் போது மானதாக இல்லை. ரயில் வண்டிகள் நிரம்பி வழிந்தன. ஆகவே, மக்கள் நடக்க ஆரம்பித்தனர். நத்தையைப் போல். ஊர்ந்து, ஊர்ந்து. தங்கள் வீடுகளைத் தலைக்குமேலே சுமந்துகொண்டு. இரு பக்க இடுப்புகளில் இரு குழந்தைகளை ஏந்திக்கொண்டார் கள் பெண்கள். மூன்றாவது இருந்தால், மார்போடு துணி கட்டி உள்ளே வைத்துக்கொண்டார்கள். ஆண்கள், கழுதைகள் சுமக்கும் மூட்டைகளைத் தலையில் வைத்து தூக்கிவந்தார்கள்.

சுமப்பது சிரமம். சுமந்தபடி நடப்பது அதைவிடச் சிரமம். எதைச் சுமப்பது எதை விட்டுவருவது என்று முடிவு செய்வது அதை விடச் சிரமமானது. எல்லாவற்றையும்விட வலி அளிப்பது மனச் சுமை. பிரிவுத் துயர். மரணத் துயர். எதிர்காலம் குறித்த பயம். உயிர் பயம்.

பாரம்தான். ஆனால், இதில் எதுவொன்றையாவது இறக்கி வைக்கமுடியுமா?

ஜின்னா வண்டி அனுப்புவார் என்று முஸ்லிம்களின் ஒரு குழு டில்லியில் காத்திருந்தனர். வீட்டு வாசற்படியில்தான் உட்கார்ந்து கொண்டிருந்தனர். ஒரு வண்டி கடந்து சென்றால் விரைந்து ஓடினார்கள். யார், யார், யார் அனுப்பிய வண்டி இது? ஏமாற்றத் துடன் திரும்பிவந்தார்கள். அனுப்புவேன் என்று சொன்னாரே? அப்படித்தானே நண்பர்கள் சொன்னார்கள்? ஒரு வேளை இதுவும் வதந்தியா?

சுதந்தரம் வந்துவிட்டால் ஒரு துளி ரத்தமும் ஒருவரும் சிந்த வேண்டியிராது என்று பேசித்திரிந்த காங்கிரஸ் குல்லாவாலாக் களை வெளியில் அவ்வளவாகப் பார்க்கமுடியவில்லை.

127

எல்லை முடிவான பிறகு, கிட்டத்தட்ட ஒன்றரை மில்லியன் பேர் இரு தரப்பில் இருந்தும் இடப்பெயர்ச்சி செய்ததாக சொல் கிறார்கள். 1951ம் ஆண்டுக்கான கணக்கெடுக்கின்படி 72,26,000 முஸ்லிம்கள் பாகிஸ்தானுக்குக் குடிபெயர்ந்தனர். 72,49,000 ஹிந்துக்களும் சீக்கியர்களும் பாகிஸ்தானில் இருந்து குடி பெயர்ந்தனர்.

பிரிவினையின் போது மொத்தம் 14,00,000 ஹிந்து சிந்தி மக்கள், சிந்துவில் இருந்தனர். ஹைதராபாத், கராச்சி, ஷிகர்புர், சுகூர் ஆகிய பகுதிகளில் பரவியிருந்தனர். இவர்களில் 12,00,000 பேர் இந்தியாவுக்குப் பலவந்தமாக அனுப்பிவைக்கப்பட்டனர். முஸ்லிம்கள் சிந்து பகுதியை ஆக்கிரமித்து ஹிந்துக்களின் இருப்பிடங்களைக் கைப்பற்றினார்கள். பஞ்சாப் இரண்டு பகுதிகளாகப் பிரிந்தது. வங்காளமும். ஆனால், சிந்து பிரிய வில்லை. முழுவதுமாக பாகிஸ்தானுக்கு அப்படியே போய் சேர்ந்தது.

சீக்கியர்களும் பஞ்சாபியர்களும் பஞ்சாப், டெல்லி ஆகிய இரு நகரங்களில் தஞ்சம் அடைந்தனர். கிழக்குப் பாகிஸ்தானில் (தற்போதைய பங்களாதேஷ்) இருந்து வெளியேறிய ஹிந்துக்கள் இந்தியாவில், கிழக்கிலும் வடகிழக்குப் பகுதிகளிலும் பரவ ஆரம்பித்தனர். குறிப்பாக, மேற்கு வங்காளம், அஸ்ஸாம், திரிபுரா. சிலர் அந்தமான் தீவுக்கு அனுப்பிவைக்கப்பட்டனர். இருப்பதிலேயே நாங்கள்தான் அதிக பாவப்பட்ட ஜீவன்கள் என்கிறார்கள் சிந்தி மக்கள். நாங்கள் வாழ்ந்த சிந்து பகுதி முழுவதையுமே நாங்கள் இழந்துவிட்டோம். எங்கள் அடை யாளத்தைத் தொலைத்துவிட்டோம். (2004ம் ஆண்டு நீதிமன்றத் துக்கு ஒரு புகார் வந்தது. இந்தியாவின் தேசிய கீதத்தில் இருந்து சிந்து என்னும் பெயரை நீக்கவேண்டும். சிந்து இருப்பது பாகிஸ்தானில். எப்படி அதை நீங்கள் உரிமை கொண்டாடி பாடலாம்? சிலிர்த்தெழுந்த சிந்து மக்கள் இந்தப் புகாருக்கு எதிராக ஆர்ப்பாட்டம் நடத்தினர்).

இந்தியாவின் பல்வேறு பகுதிகளில் இருந்தும் முஸ்லிம் மக்கள் பாகிஸ்தானுக்குக் குடிபெயர்ந்தனர். இதனால் பாகிஸ்தானுக்குச் சில ஆதாயங்கள் கிடைத்தது உண்மை. 1951ல் சுமார் 6,00,000 பேர் பாகிஸ்தானுக்குக் குடிபெயர்ந்தனர். அதே போல், பாகிஸ் தானில் இருந்து பெரும்பான்மையான ஹிந்துக்களும் சீக்கியர் களும் வெளியேறினார்கள். புதிதாக வந்த முஸ்லிம்களின் கல்வி

யறிவு விழுக்காடு. எழுதப்படிக்கத் தெரியாத ஹிந்துக்களின், சீக்கியர்களின் வெளியேற்றத்தால் கிடைத்த விழுக்காடு. இரண்டையும் கணக்கிட்டபோது பாகிஸ்தானின் கல்வியறிவு விழுக்காடு 91 சதவீதமாக உயர்ந்தது.

•

அதிர்ச்சியில் உறைந்துபோயிருந்தார் ஜின்னா. திரும்பத்திரும்பக் கேட்டார். மெய்தானா? நான் வரக்கூடாது என்று சொல்லி விட்டாரா? சொன்னவர் யார்? ஹரிசிங்கேதானா? என்ன சொல்லி கேட்டீர்கள்? எனக்கு உடல்நிலை சரியில்லை. ஓய் வெடுக்க வரலாமா என்றுதானே? பணிவாகத்தானே கேட்டீர் கள்? ஆமாம், ஆமாம், ஆமாம். சொல்லிவிட்டு நகர்ந்துவிட்டார் அந்த அதிகாரி. அதிர்ச்சி கோபமாக வெடித்தது ஜின்னாவின் முகத்தில். உடனே லியாகத் அலி கானுக்குச் சொல்லி அனுப்பி னார். அதிகாரிகள் அனைவரையும் அழையுங்கள். இப்போதே இதற்கு ஒரு முடிவு கட்டியாகவேண்டும்.

முக்கால்வாசி முஸ்லிம் மக்கள் தொகையை வைத்துக் கொண்டிருக்கும் காஷ்மீரை இந்தியா அபகரித்துக்கொண்டதை நினைத்து நினைத்து ஏற்கெனவே வாடிப் போயிருந்தார் ஜின்னா. சரி எப்படியாவது ஹரிசிங்கிடம் பேசி, அவர் சம்மதத்துடன் பாகிஸ்தானுடன் காஷ்மீரை இணைத்துக்கொண்டுவிடலாம் என்றுதான் நம்பினார் ஜின்னா. படேல் எத்தனை சமஸ்தானங் களைப் பேசியும் மிரட்டியும் வளைத்துக்கொண்டார்! காஷ்மீரை வளைக்கமுடியாதா என்ன?

பிற்பாடு பார்த்துக்கொள்ளலாம் என்று விட்டது தவறாகி விட்டது. ஓய்வெடுக்க அல்ல, சும்மா சுற்றிப் பார்க்கக்கூட வரக் கூடாதாம். ஆனானப்பட்ட பிரிட்டனிடம் இருந்தே பாகிஸ் தானைப் பெற்றுக்கொண்டாகிவிட்டது. பக்கத்து வீட்டு ராஜா விடம் இருந்து காஷ்மீர் ஆப்பிளைத் தட்டிப் பறிக்க முடியாதா என்ன?

நேரடியாகப் போர் தொடுக்கமுடியாது என்று ஜின்னாவுக்குத் தெரியும். இந்தியாவுக்கு என்று பிரித்துக்கொடுத்தாகிவிட்ட நிலையில், படையைத் திரட்டிக்கொண்டு போய் நிற்பது சரியாக இருக்காது. புதிய தேசத்தின் கட்டுமானப் பணிகள் பற்றி இன்னமும் யோசிக்கவே ஆரம்பிக்கவில்லை. அதற்குள் ஒரு

போர் சாத்தியமில்லை. நண்பர்களே, உங்கள் யோசனைகளைச் சொல்லுங்கள். வேறு வழிகளில்தான் நாம் காஷ்மீரை பெற்றாக வேண்டும்.

என்றால் தந்திரமான வழிகளில் என்று பொருள். காஷ்மீர் மக்களுக்கு மறைமுகமாக ஆயுதங்கள் தரலாம். ஹரிசிங்குக்கு எதிராக அவர்களைத் தூண்டலாம். முஸ்லிம்களே போயும் போயும் ஓர் ஹிந்து ராஜாவையா கட்டிக்கொண்டு அழவேண்டும் என்று தீவிரமாகப் பிரசாரம் மேற்கொள்ளலாம். மக்களை வைத்தே ஹரிசிங்கை வீழ்த்தலாம். என்ன சொல்கிறீர்கள்?

இந்த யோசனை நிராகரிக்கப்பட்டது. காரணம் குறைபாடுகள் அல்ல. அவகாசம். பிரசாரம், ஆயுதம் விநியோகம், ராணுவப் புரட்சி என்று நேரத்தைக் கடத்திக்கொண்டிருக்கமுடியாது. உடனே காஷ்மீர் கிடைத்தாகவேண்டும். இரண்டாவது யோசனை உடனே ஏற்றுக்கொள்ளப்பட்டது. முன்வைத்தவர் எல்லைப்புற மாகாணத்தின் முதலமைச்சர். வடமேற்கு எல்லைப் பகுதியில் உள்ள பதான்களை திரட்டலாம். ஆயுதங்கள் அளிக்கலாம். அவர்கள் கிளம்பிச் செல்லட்டும். காஷ்மீரை அவர்கள் கொள்ளையடிக்கட்டும். வேண்டியமட்டும் ரகளை செய்யட்டும். பிறகு, நாம் தலையிடலாம். தட்டிப்பறிக்கலாம். ஆப்பிள் நம் கையில்.

அக்டோபர் 22, 1947 அன்று சைரப் கயாத் கான் என்னும் தளபதியின் தலைமையில் ஒரு குழு புறப்பட்டது. பதானியர்கள் படை தயாராகவே இருந்தது. கவலைப்படாதீர்கள், நம் முஸ்லிம் தோழர்களை விடுவிக்கத்தானே இந்தப் போராட்டம். உதவி என்று சொல்லாதீர்கள். இது எங்கள் கடமை. கட்டளை யிடுங்கள், செய்துமுடிக்கிறோம். மறுபக்கம், ஹரிசிங்கின் ராணு வத்தில் உள்ள பாகிஸ்தான் ஆதரவு முஸ்லிம் துருப்புகள் ஹிந்து அதிகாரிகள் சிலரைக் கொன்று அகற்றிவிட்டு, ஸ்ரீ நகருக்குச் செல்லும் தொலைபேசி இணைப்பைத் துண்டித்தனர். வரலாம் நண்பா என்று கயாத் கானுக்கு சமிக்ஞை கொடுத்தாகிவிட்டது.

பதான்கள் முன்னேறினார்கள். வெகு சீக்கிரத்தில் முஸாஃபரா பாத் பணிந்துபோனது. அடுத்து, ஸ்ரீநகர். பதான்கள் நகரத்தைச் சுற்றி வளைக்கவேண்டும். கயாத் கான் தன் படையுடன் முன் னேறி அரண்மனையைச் சுற்றி வளைப்பார். தீர்ந்தது கதை. வரும் வழியில், பதான்கள் ஸ்ரீநகரைக் கொள்ளையடித்துக்

கொள்ளலாம். இது அவர்களுக்கான சன்மானம். உயிரைக் கொடுத்து ஆப்பிளை மீட்டெடுத்துக் கொடுப்பவர்களுக்கு இதுகூட செய்யமுடியாவிட்டால் எப்படி?

கவனமாகப் போட்டு வைத்த திட்டம்தான். ஆனால் சறுக்கி விட்டது. உறக்கத்தில் மூழ்கியிருந்த ஸ்ரீநகருக்குள் நுழைந்த மாத்திரத்தில் கட்டுப்பாட்டை இழந்தது பதானியர்கள் படை. அட இந்தக் கடைத்தெருவைப் பார்த்தாயா? ஆத்தாடி, இத்தனை பிரமாண்டமா? வா, ஒரு கை பார்க்கலாம் என்று உள்ளே நுழைந்துவிட்டார்கள். ஓடோடி வந்தார் கயாத் கான். பாவிகளா, இப்போது கொள்ளையடிக்காதீர்கள். நகரம் விழித்துக்கொண்டு விடும். நாம் வந்தது ஸ்ரீநகரை மீட்க. முதலில் அதைச் செய்து முடிப்போம். வரும் வழியில் இந்தக் கடைத்தெரு முழுவதையும் நீங்களே எடுத்துக்கொள்ளுங்கள்.

கேட்கவில்லை பதானியர்கள். அடிப்படையில் அவர்கள் முரடர்கள். ஒரு பீப்பாய் சாராயத்தை முன்னால் வைத்தால் ஒரே நாளில் குடித்துத் தீர்க்கக்கூடியவர்கள். தெரிந்தேதான் அழைத்து வந்தார்கள். தவறு புரிந்தது. ஒழியுங்கள் என்று பதானியர்களை கழற்றிவிட்டு காயத் கான் தன் படையுடன் ஸ்ரீநகரை நோக்கி முன்னேற ஆரம்பித்தார்.

நாற்பத்தெட்டு மணி நேரங்களுக்குப் பிறகுதான் டெல்லிக்கு விஷயம் கசிந்தது. ராவல்பிண்டியில் ஒரு தொலைபேசி கம்பம். புது தில்லியில் ஒரு தொலைபேசி கம்பம். உயிர்ப்புடன் இருந்த ஒரே ஒரு தொலைபேசி கம்பி இந்த இரு கம்பங்களையும் இணைத்தது. இந்திய ராணுவத் தளபதி, பாகிஸ்தான் ராணுவத் தளபதி இருவருமே பிரிட்டிஷார்கள். தவிரவும், நண்பர்கள். ஆகவே ராவல்பிண்டி தளபதி தில்லி தளபதியை அழைத்தார். காஷ்மீருக்கு ஆபத்து.

மவுண்ட்பேட்டனுக்குச் செய்தி போனபோது அவர் ஒரு விருந்தில் இருந்தார். நேருவுடன். விஷயம் கேள்விப்பட்டதும் துடித்துப்போனார் நேரு. காஷ்மீரை விட்டுக்கொடுப்பதை கனவிலும் நினைக்கமுடியாது. உடனே மீட்கவேண்டும். பிரிட்டிஷ் படைகளை அனுப்பலாம் என்றார் ஃபீல்ட் மார்ஷல். மவுண்ட்பேட்டன் ஒப்புக்கொள்ளவில்லை. பிரிட்டிஷ் படை களை இனி நாம் இந்தியாவுக்குள் பயன்படுத்தக்கூடாது. சட்டப் படி நாம் நம் படைகளைத் திரும்பப்பெற்றுக்கொண்டு

விட்டோம். இந்தியப் படைகளைதான் நாம் பயன்படுத்தியாக வேண்டும். தவிரவும், காஷ்மீர் விஷயத்தில் இன்னொரு பிரச்னை இருக்கிறது. அதிகாரபூர்வமாக ஹரிசிங் இன்னமும் நம் பக்கம் வந்து சேரவில்லை. பிரிவினை இலக்கணத்தின்படி காஷ்மீர் இந்தியாவுக்குச் சொந்தம். சந்தேகமில்லை. ஆனால், ஹரிசிங் இந்த நிமிடம் வரை தன் ஒப்புதலை வழங்கவில்லை. இந்தியாவால் எப்படி அங்கே பிரவேசிக்கமுடியும்?

என்ன செய்யவேண்டும் என்று முடிவு செய்தார்கள். ஒரு குழு உடனடியாக ஹரிசிங்கைச் சென்று சந்தித்தது. கலங்கிப் போயிருந்தார் ராஜா. மேலும் கலவரப்படுத்தியது இந்தியக் குழு. ஸ்ரீநகர் முழுவதையும் பாகிஸ்தான் ஆக்கிரமித்துவிட்டது. வெகு விரைவில் உங்கள் அரண்மனை கைப்பற்றப்படும். இனியும் நீங்கள் யோசித்துக்கொண்டிருப்பதில் பலனில்லை. உங்களுக்கு உதவ இந்தியா தயாராக இருக்கிறது. நீங்கள் எங்களுடன் இணைய சம்மதித்தால். இது உங்களுக்கான இறுதி வாய்ப்பு. பாகிஸ்தானும் வேண்டாம் இந்தியாவும் வேண்டாம், சுதந்தரமாக இருக்கிறேன் என்று இனியும் உங்களால் சொல்லிக் கொண்டிருக்கமுடியாது. முடிவெடுங்கள். இப்போதே. இந்த நிமிடமே.

ஹரிசிங்குக்கு வேறு வழி தெரியவில்லை. ஒப்புக்கொண்டார். தன் அரண்மனையைவிட்டு வெளியேறினார். இனியொரு முறை அவர் அங்கே திரும்பப்போவதில்லை.

அக்டோபர் 27, இந்தியா தனது முதல் யுத்தத்தில் பங்கெடுத்துக் கொண்டது. சுதந்தரத்துக்கு பிறகான முதல் யுத்தம். முந்நூறு சொச்சம் பேர் கொண்ட சீக்கியப் படை. எட்டு டன் தளவாடங் கள். ஒன்பது டிசி 3 விமானங்கள். இது முதல் தவணை. காஷ் மீரின் ஒரே விமான நிலையம் உடனடியாக இந்தியாவின் கட்டுப்பாட்டில் வந்து சேர்ந்தது. வெற்றி அங்கிருந்து ஆரம்பித்தது.

கொள்ளையடித்து முடித்திருந்த பதானியர்கள் கூட்டத்துக்கு தாம் எதற்காக காஷ்மீருக்கு அனுப்பப்பட்டோம் என்னும் விஷயம் திடீரென்று நினைவுக்கு வந்தது. வாருங்கள் போகலாம் என்று அவர்கள் ஸ்ரீநகருக்குக் கிளம்பினார்கள். கிட்டத்தட்ட வந்து விட்டார்கள். வழியில் பாராமுல்லா (ஸ்ரீநகரில் இருந்து 30 மைல்கள்) என்னும் பகுதியைக் கடந்துகொண்டிருந்தபோது

அந்த மிஷனரி கண்ணில் சிக்கியது. ஃப்ரான்ஸிஸன் மிஷனரீஸ் ஆஃப் மேரி. உள்ளே போனார்கள். ஏதாவது கிடைக்குமா என்று பார்க்க. பொருள் கிடைக்கவில்லை. பெண்கள் கிடைத்தார்கள். அவர்கள் கன்னியாஸ்திரிகளாகவும் இருந்ததை அந்த முரடர்கள் கணக்கில் எடுத்துக்கொள்ளவில்லை. மொத்தம் பதினான்கு பேர் இருந்தார்கள். தங்களுக்குள் பிரித்துக்கொண்டார்கள். மதர் சுபீரியர் இறந்துபோனார்.

முடிந்ததும் மீண்டும் பயணத்தைத் தொடங்கினார்கள். இந்தியப் படைகள் அங்கே அவர்களுக்காகக் காத்திருந்தனர். முரட்டுத் தனம் அங்கே செல்லுபடியாகவில்லை. அடங்கிப்போனார்கள். அழிந்துபோனார்கள். ஓடிப்போனார்கள். மேலும் பல படை களை தொடர்ந்து அனுப்பிப் பார்த்தது பாகிஸ்தான். காஷ்மீர் பள்ளத்தாக்கு முழுவதையும் தன் பிடிக்குள் கொண்டு வர இந்தியாவுக்குச் சில மாதங்கள் பிடித்தன.

முதல் போர். முதல் வெற்றி. காஷ்மீர் இந்தியாவுக்கே.

சில வாக்குறுதிகளை நேரு காஷ்மீருக்கு அளித்தார். மகாராஜா வின் ஒப்புதல் தாற்காலிகமானது. போர் முடியட்டும். அமைதி திரும்பட்டும். சட்டம், ஒழுங்கு இங்கே அமலில் வரட்டும். அதற்குப் பிறகு, நிதானமாக நாம் ஒரு முடிவுக்கு வருவோம். வாக்கெடுப்பு ஒன்று நடத்தலாம். காஷ்மீர் மக்கள் தங்கள் முடிவைத் தெரிவிக்கட்டும். காஷ்மீர் யாருக்குச் சொந்தம் என்பதை முடிவு செய்யவேண்டியது நீங்கள்தாம்.

நேருவின் வாக்குறுதி காஷ்மீர் பள்ளத்தாக்கில் விழுந்து இறந்து போனது.

16

ஹே ராம்!

உயிரைக் குடிக்கும் அந்த நோய் முதலில் அவர் உடலைத்தான் பிய்த்துத் தின்றுகொண்டிருந்தது. மூன்றே வாரங்களில் கிட்டத்தட்ட இருபது கிலோ எடை காணாமல் போனது போன்ற தோற்றம். இயலாமை முகத்தில் அப்பட்டமாக வெளிப்பட்டது. ஒரு நோயாளியாகத் தன்னை வெளிக்காட்டிக் கொள்ளப் பிடிக்காமல் மூன்று, நான்கு வாரங்கள் வீட்டில் அடைந்துகிடந்தார். போஷாக்கு உணவும், மருந்தும், வெளிநாட்டு மதுவும் அவர் விரும்பிய சக்தியைத் தரவில்லை. வெறுப்பே எஞ்சியது. சரி இவ்வளவுதான் போலும் என்று படுக்கையில் இருந்து எழுந்துகொண்டுவிட்டார்.

ஜின்னா படுக்கையில் இருந்த சமயங்களில், அவர் இடத்தில் வேறு யாரும் அமரவில்லை. அவர் பார்க்க வேண்டிய கோப்புகளை வேறு எவரும் பார்க்க வில்லை. அவர் கையெழுத்திடவேண்டிய ஆவணங் கள் அவர் மேஜையிலேயே படுத்துறங்கிக் கொண்டிருந்தன. வேறு யாரையும் தன் பிரதிநிதியாக நியமிக்கவில்லை ஜின்னா. மனமில்லை.

தன் உடல் நிலை பற்றிய கவலை கூட இல்லை அவரிடம். அவரை ஆக்கிரமித்து உலுக்கிக்கொண் டிருந்த நோய், இந்தியா. பாகிஸ்தானை நிம்மதியாக இருக்க விட்டுவிடுமா இந்தியா? நிச்சயம் செய்யாது. பாகிஸ்தானைப் பற்றி எனக்குத் தெரிந்ததைவிட

இந்தியாவைப் பற்றி எனக்கு அதிகம் தெரியும். குறிப்பாக, காங்கிரஸ்காரர்களைப் பற்றி. ஹிந்துக்களைப் பற்றி. அகண்ட ஹிந்துஸ்தான் பெற்றே தீரவேண்டும் என்னும் முனைப்பில் சில தீவிரவாத, மதவாத இயக்கங்கள் அங்கே இயங்கிக்கொண்டிருக் கின்றன. போர்வைக்குள்ளே நான் முனகிக்கொண்டிருக்கும் இந்த வேளையில் அங்கே அவர்கள் சதியாலோசனை நடத்திக் கொண்டிருக்கிறார்கள். எனக்குத் தெரியும்.

ஏதேனும் சூழ்ச்சி செய்து, ஏதேனும் கலகம் செய்து பாகிஸ் தானை மீண்டும் தம்முடன் இணைத்துக்கொள்ள இந்தியா சித்தமாக இருக்கிறது. நான் பலவீனமாக இருக்கும் இந்த சமயத்தைப் பயன்படுத்திக்கொண்டு அவர்கள் பாகிஸ்தானுக்குள் ஊடுறுவக்கூடும். அரசாங்கத்துக்கு எதிராக மக்களை அணி திரட்டக்கூடும்.

தான் மட்டுமல்ல தன் தேசமும் பலவீனமாக இருப்பதை ஜின்னா வால் புரிந்துகொள்ளமுடிந்தது. உண்மையில், பாகிஸ்தான் பலவீனமாக இல்லை; திவாலாகிக்கொண்டிருந்தது. பிரிவினை யின் போது இந்தியாவிடம் இருந்த கையிருப்பு ரொக்கம் நானூறு கோடி. அவசரத் தேவைக்காக பாகிஸ்தானுக்கு இருபது கோடியை அப்போதைக்கு அப்போதே பிரித்துக்கொடுத்து விட்டார்கள். இன்னும் ஐம்பத்தைந்து கோடி பாக்கி இருக்கிறது. அது வந்தால்தான் மேற்கொண்டு ஏதேனும் செய்யமுடியும். ஆனால், இந்தியா இந்தப் பணத்தைத் தர மறுத்துவிட்டது. அதற்கு அவர்கள் சொன்ன காரணம், காஷ்மீர். காஷ்மீரைவிட்டு முழுமுற்றாக வெளியேறும்வரை சல்லிக்காசு கிடையாது.

காஷ்மீர் தேவை. பணமும் தேவை. இந்தியா கொடுத்த இருபது கோடியில் மிஞ்சியிருப்பது இரண்டு கோடிகள் மட்டுமே. தண்ணீராகச் செலவழிந்துவிட்டது. ஊழியர்களுக்கும் அதிகாரி களுக்கும் ராணுவத்தினருக்கும் சம்பளப் பட்டுவாடா செய்ய வில்லை. பாக்கி. பிரிட்டிஷ் ஓவர்சீஸ் ஏர்வேஸ் நிறுவனத்துக்கு அளிக்கப்பட்ட செக் திரும்ப வந்துவிட்டது. அசிங்கம் இல்லையா?

•

'இது நமக்குத்தான் அசிங்கம். வேறு வார்த்தைகளில் சொல்ல வேண்டுமானால் மோசடி.'

'ஆனால் பாபுஜி, எந்த முகாந்திரத்தில் நாம் அவர்களுக்குப் பணத்தை அளிப்பது? காஷ்மீரில் இருந்து இந்த நிமிடம் வரை அவர்கள் அகலவில்லை. நமக்கென்று அளிக்கப்பட்ட ஒரு பிராந்தியத்தில் அத்துமீறி நுழைவது மகா பாதகச் செயல் அல்லவா?'

'அது மகாபாதகம் என்றால் இதுவும் மகாபாதகம்தான்.'

'பணம் கொடுத்தால் அதைக்கொண்டு அவர்கள் ஆயுதம்தான் வாங்குவார்கள். காஷ்மீரைக் கைப்பற்ற முயற்சி செய்வார்கள். நம் மக்கள்தான் அநியாயமாகச் செத்துப்போவார்கள். நமக்கான குழியை நாமே பறித்துக்கொண்டது போல் ஆகிவிடும்.'

'அதற்காக, கொடுத்த வாக்குறுதியை மீறலாமா?'

தர்க்கத்தை இங்கே முடித்துக்கொண்டு எழுந்துவிட்டார் காந்தி. மிகப் பெரிய நெருக்கடிக்கு காந்தி அளித்தது மிக எளிமையான ஒரு தீர்வை. அறம் சார்ந்த தீர்வை. நேருவை இது சங்கடப்படுத்தியது. அறம் முக்கியம். இல்லை என்று சொல்ல வில்லை. ஆனால் அறிவுப்பூர்வமாகவும் யோசிப்பது அதைவிட முக்கியம் அல்லவா? அறத்தை மட்டும் உயர்த்திப் பிடித்துக்கொண்டு வாழ்க்கையை நடத்துவதே சிரமம். ஓர் அரசாங்கத்தை?

காந்தி தன் முடிவில் இருந்து பின்வாங்க மாட்டார் என்று அவருக்குத் தெரியும். ஒரு முறை சாந்திநிகேதன் சென்றிருந்த போது, காந்தி ஒரு மாணவருக்கு கையெழுத்துப் போட்டுக் கொடுத்தார். வாக்குறுதி கொடுத்துவிட்டால் அதை உயிரைக் கொடுத்தாவது காப்பாற்றிவிடு. அருகில் இருந்து பார்த்த தாகூருக்கு இதில் உடன்பாடில்லை. அந்த நோட்டுப்புத்தகத்தை வாங்கி கீழே ஒரு வரி சேர்த்துக்கொடுத்தார். கொடுத்த வாக்குறுதி தவறு என்று தெரிந்தால், அதை நிறைவேற்றவேண்டிய அவசியம் இல்லை.

நேரு அப்படித்தான் நினைத்தார்.

●

புது தில்லியில் உள்ள பிர்லா மாளிகையில் இருந்து தன் உண்ணா விரதத்தைத் தொடங்கினார் காந்தி. ஜனவரி 13, 1948 அன்று.

136

இரண்டு காரணங்கள். கலவரமும் வன்முறையும் நிறுத்தப்பட வேண்டும். பாகிஸ்தானுக்குச் சேரவேண்டிய தொகையை உடனே பட்டுவாடா செய்யவேண்டும்.

மகாத்மா கீ ஜே என்றபடிதான் மக்கள் ஆரம்பத்தில் திரள ஆரம்பித்தார்கள். காந்தி தன் முதல் காரணத்தை விளக்கிய போது அவர்கள் அமைதியாகத்தான் இருந்தனர். பாவம், மகாத்மா. நமக்காக உயிரைக் கொடுக்கவும் தயங்காதவர். நல்லதைத்தானே சொல்கிறார். கேட்டுக்கொள்ளலாமே. முஸ்லிம்கள், ஹிந்துக்கள், சீக்கியர்கள் என்று பலரும் வந்து காந்திக்கு வாக்குறுதி அளித்தனர். தயவு செய்து உண்ணா விரதத்தை முடித்துக்கொள்ளுங்கள். வன்முறை எதுவும் நிகழாமல் நாங்கள் பார்த்துக்கொள்கிறோம். இங்குள்ள அனைவரும் உங்களுக்கு வாக்குறுதி கொடுக்கிறோம். நாங்கள் பிறரைத் தாக்கமாட்டோம்.

இதுபோதாது; இன்னொன்றையும் செய்யவேண்டும். உங்கள் அரசாங்கத்துக்கு அழுத்தம் கொடுத்து அதையும் நடத்திமுடிக்க வேண்டும் என்றார் காந்தி. அதென்ன பாபுஜி என்று கேட்டார்கள். அவர் சொன்னதும் அங்கேயே வெடித்தார்கள். வெளிப்படை யாகவே எதிர்ப்பு தெரிவித்தார்கள். சீறினார்கள். உத்தமர், நல்லவர், வயதானவர், பாவம், மகாத்மா போன்ற வார்த்தைகள் விடைபெற்றுக்கொண்டன. காந்தி துரோகம் செய்கிறார். இந்த ஒரு எண்ணம்தான் அங்கே தலை தூக்கியது.

என்ன மனிதர் இவர்? இங்கே இருந்துகொண்டு பாகிஸ்தானைப் பற்றியே சிந்தித்துக்கொண்டிருக்கிறார். இந்தியா அவருக்கு முக்கியமல்ல. இந்தியர்கள் முக்கியமல்ல. பாகிஸ்தானின் ஷேம நலன்தான் முக்கியம். முஸ்லிம்கள்முக்கியம். பார்க்கத்தானே செய்கிறோம்! எங்காவது ஒரு முஸ்லிம் தாக்கப்பட்டால் போதும். உடனே காலை மடக்கிக்கொண்டு உட்கார்ந்துவிடு வார். உண்ணாவிரதம். இதோ இப்போது மீண்டும்.

நேரு சொல்வது சரி. என்னத்துக்கு பாகிஸ்தானுக்கு அத்தனைப் பணத்தை தூக்கிக்கொடுக்கவேண்டும்? நம்மைக் கொன் றொழிக்கவா? இந்த எளிய உண்மையைகூட இந்த முதியவர் ஏன் ஏற்றுக்கொள்ள மறுக்கிறார்?

காந்தி பிரார்த்தனைக்கூட்டத்தில் பேசிக்கொண்டிருந்தார்.

'டில்லி மக்கள் எந்நேரமும் அமைதி காக்கவேண்டும். இந்தியா விலும் பாகிஸ்தானிலும் என்ன நடந்தாலும் இங்குள்ளவர்கள் சலனப்படக்கூடாது. பாகிஸ்தானில் உள்ள அத்தனை ஹிந்துக் களும் சீக்கியர்களும் கொல்லப்பட்டாலும் இங்குள்ளவர்கள் அமைதி காக்கவேண்டும். இந்தியாவில் உள்ள முஸ்லிம் களைப் பாதுகாப்பது நம் அனைவருடைய கடமை. ஒரு முஸ்லிம் குழந்தையும் இங்கே அவதிப்படக்கூடாது. இப்படி இருப்பவர்கள் மட்டுமே மெய்யான இந்தியர்கள்.'

ஆஹா, பிரமாதம். அங்கே நம் மக்களை அவர்கள் வெட்டிச்சாய்ப் பார்களாம். பதிலுக்கு நாம் இங்குள்ள முஸ்லிம்களைக் கொஞ்சிக் கொண்டிருக்கவேண்டுமாம்.

காந்தி தொடர்ந்து பேசிக்கொண்டிருந்தார். வெறுத்துப்போன ஒரு பகுதியினர் எழுந்து வெளியில் வந்தனர். கோஷம் போட ஆரம்பித்தனர். காந்தி தன் உதவியாளரை அருகில் அழைத்தார்.

'அவர்கள் என்ன கோஷம் போடுகிறார்கள்?'

'வேண்டாம், மகாத்மா. நீங்கள் அதைத் தெரிந்துகொள்ளாமல் இருப்பதுதான் நல்லது.'

'இல்லை, சொல்.'

'காந்தி செத்து ஒழியட்டும் என்கிறார்கள்.'

•

ஜனவரி 15ம் தேதி அந்த அறிவிப்பு வெளிவந்தது. இந்தியாவில் அமைதியை நிலைநாட்டும் பொருட்டும், தேசத்தின் ஆன்மா படும் இன்னல்களை முடித்து வைக்கும் பொருட்டும் உடனே பாகிஸ்தானுக்கு 55 கோடி கொடுக்கப்படுகிறது.

காந்தி தன் உண்ணாவிரதத்தைத் தொடர்ந்தார். வன்முறையை நிறுத்துவதாக அனைத்து இயக்கங்களும் முக்கிய நபர்களும் உறுதியளிக்கும் வரை ஒரு சொட்டு நீரும் அருந்த மாட்டேன். இந்த நிலையை நீடித்தால் காந்தி கோமா நிலைக்குப் போய் விடுவார் என்று ஜனவரி 18ம் தேதி அறிவித்தார் காங்கிரஸ் கட்சித் தலைவர் ராஜேந்திர பிரசாத்.

ஹிந்து மகா சபை. ஆர்.எஸ்.எஸ். இந்த இரு இயக்கங்கள் மட்டும் கையெழுத்திட தயங்கின. அவர்கள் நாளை போட்டு விடுவார்கள். நீங்கள் பழரசம் அருந்துங்கள் என்றார்கள் உதவி யாளர்கள். காந்தி மறுத்துவிட்டார். காந்தி இறந்துவிட்டால் ஆபத்து என்பதை உணர்ந்த இரு இயக்கங்களும், அரை மனத் துடன் கையெழுத்துப்போட்டுக்கொடுத்தன.

காந்தி திணறித்திணறிப் பேசினார்.

'இந்தியா ஹிந்துக்களுக்கு மட்டுமே சொந்தம். பாகிஸ்தான் முஸ்லிம்களுக்கு மட்டுமே சொந்தம். இப்படி நினைப்பது முட்டாள்தனம். இந்தியாவையும் பாகிஸ்தானையும் முழுவது மாகத் திருத்துவது கடினம். ஆனால் ஒரு விஷயத்தில் நாம் மனத்தைச் செலுத்திவிட்டால், அது நிஜமாகும்வரை கைவிட்டு விடக்கூடாது. நீங்கள் விரும்பினால் நான் உண்ணாவிரதத்தை முடித்துக்கொள்கிறேன். ஆனால் இந்தியா நல்லவிதமாக மாறவில்லை என்றால் நீங்கள் சொல்வதெல்லாம் ஏமாற்று வித்தையாகிவிடும். அப்போது, சாவைத் தவிர வேறு எதுவும் எனக்கு மிஞ்சியிருக்காது.'

●

அகதிகள் சிலர் காந்தியைப் பார்க்க வந்திருந்தனர். அவர்களில் ஒருவர் கத்தித் தீர்த்துவிட்டார்.

'நீங்கள்தான் எல்லா துயரங்களுக்கும் காரணம். உங்களால்தான் எங்களுக்கு இத்தனை சிரமங்கள். வீடு, வாசல், குடும்பம் எல்லா வற்றையும் இழந்து இன்று நடுத்தெருவில் நின்றுகொண்டிருக் கிறோம். பேசாமல் இமயமலைக்குப் போய்விடுங்களேன்! நாங்கள் நிம்மதியாக இருப்போம்.'

காந்தி மெல்லிய குரலில் முணுமுணுத்தார்.

'யார் பேச்சைக் கேட்பது என்று எனக்குத் தெரியவில்லை. சிலர் என்னை மெச்சுகிறார்கள். இங்கே இருக்கச் சொல்லி சிலர் கேட்கிறார்கள். இன்னும் சிலர் என்னைத் திட்டுகின்றனர். கண்டிக்கின்றனர். என்னை என்ன செய்யச்சொல்கிறீர்கள்? என் இமயமலை இதுதான்.'

●

139

ஜனவரி 30 பிற்பகல் படேல், காந்தியை சந்தித்தார். நேரு வுடனான மோதல் குறித்துப் பேச ஆரம்பித்தார். காந்தியால் அவருடன் அதிகம் பேசமுடியவில்லை. மன்னிக்கவும், எனக்குப் பிரார்த்தனைக் கூட்டத்துக்கு நேரமாகிவிட்டது. சென்றார். நாதுராம் அங்கே அவருக்காகத் துப்பாக்கியுடன் காத்திருந்தார்.

அதே 1948. செப்டம்பர் மாதம் 11ம் தேதி. ஜின்னா இறந்து போனார்.

17
சில இணைப்புகள்

இணைப்பு சாத்தியமேயில்லை, நாங்கள் தனித்து இருக்கிறோம் என்று வெகு காலம் சொல்லிவந்த ஹைதராபாத் நிஜாம் உஸ்மான் அலி கான் பின்னர் அரை மனத்துடன் இந்தியாவுடன் ஓர் ஒப்பந்தம் போட்டுக்கொண்டார். என் உரிமையைப் பறிக்கக் கூடாது என்னும் நிபந்தனையுடன். ஆனால் இரு தரப்பில் இருந்தும் மாறி மாறிப் புகார்கள் வந்து கொண்டே இருந்தன. ஒப்பந்தத்தின் ஷரத்துகளை நிஜாம் மீண்டும் மீண்டும் மீறுகிறார் என்றது இந்தியா. இந்தியா எங்களை ஆக்கிரமிக்க முயல்கிறது என்றார் நிஜாம்.

1948ல் நிலைமை மோசமடைந்தது. மவுண்ட் பேட்டன் எடுத்த முயற்சிகளும் தோற்றுப்போயின. இனக்கலவரமும் ஆங்காங்கே வெடித்தது. இந்தியா வன்முறையைத் தூண்டிவிடுகிறது என்று பகிரங்க மாகக் குற்றம்சுமத்திய நிஜாம் ஐ.நா.வைத் தொடர்பு கொள்ள எத்தனித்தார். விஷயம் கேள்விப்பட்டதும் துடிதுடித்துப்போன படேல் சீறினார். அதெப்படி இதை நம்மால் அனுமதிக்கமுடியும்? ஐ.நா.வின் உதவியுடன் ஹைதராபாத் சுதந்தரம் அடைந்து விட்டால் பிறகு இந்தியாவின் நிலைமை என்ன? உலக அரங்கில் இந்தியாவால் எப்படி தலைநிமிர்ந்து நிற்கமுடியும்?

செப்டம்பர் 13, 1948 அன்று இந்தியப் படைகள் ஹைதராபாத்தை நோக்கி முன்னேறின. ஆபரேஷன் போலோ. சட்டம் ஒழுங்கு சரியில்லை ஆகவே வருகிறோம் என்று ஒரு காரணத்தைச் சொன்னார்கள். ஐந்தே தினங்கள். ஹைதராபாத் இந்தியாவுடன் ஒண்டிக்கொண்டது. நிஜாமை மீண்டும் கொண்டு வந்து அமர்த்தி னார்கள். பதிலுக்கு, நிஜாம் ஐ.நா. யோசனையைக் கைவிட்டார்.

ஒன்றிணைப்பது என்பது வெறுமனே பிரதேசங்களை இணைத்துக்கொள்வது மாத்திரமல்ல. நிஜமான சவால், மன்னர்களின் நம்பிக்கைக்கும் மக்களின் நம்பிக்கைக்கும் பாத்திர மாவது. நான் ஹைதராபாத் சமஸ்தானத்தைச் சேர்ந்தவன், ஜுனாகத் பிரதேசத்தைச் சேர்ந்தவன் என்னும் அடையாளத்தைத் தகர்த்து, இந்திய குடியரசின் பிரஜை நான் என்று சொல்லவைக்க வேண்டும். உணர்வுபூர்வமாக மக்களை ஈர்க்கவேண்டும். 1947 தொடங்கி 1950 வரை இந்த இரண்டாம் கட்ட இணைப்புப் பணியில் ஈடுபட்டிருந்தது இந்தியா.

படேல் தன் முழுக்கவனத்தையும் இந்த ஒன்றிணைப்பில் செலுத்தினார். சமஸ்தானங்களை மட்டுமல்ல, துண்டுத் துண்டாகச் சிதறிக்கிடக்கும் வெவ்வேறு சிறிய பிரதேசங்களை யும் இந்தியாவுடன் உடனுக்குடன் இணைக்கவேண்டும் என்றார் படேல். கவனிக்காமல் விட்டுவிட்டால் பிறகு, நானே ராஜா என்று யாராவது ஒருவர் வந்து உட்கார்ந்துகொள்ள வாய்ப் புண்டு. அடுத்தடுத்துப் பல இணைப்பு ஒப்பந்தங்கள் தயாரிக்கப் பட்டன. துண்டு துண்டாக இருக்கும் சிறிய பிரதேசங்களை அருகில் இருக்கும் பெரிய மாகாணங்களுடன் ஒன்றிணைப்பது தான் திட்டம்.

ஜனவரி 1, 1948 அன்று ஒரிஸ்ஸா, பீகார், மத்திய மாகாணங்கள் ஆகியவற்றுடன் சில பகுதிகள் இணைக்கப்பட்டன. குஜராத் திலும் தக்காண பீடபூமியிலும் (Deccan Plateau) பகுதியிலும் உள்ள 66 மாநிலங்களையும் ஒன்றிணைத்து, பம்பாய் (இப்போது மும்பை) உருவாக்கப்பட்டது. மற்ற பிரதேசங்கள் மெட்ராஸ் (இப்போது சென்னை), கிழக்கு பஞ்சாப், மேற்கு வங்காளம், அஸ்ஸாம் போன்றவற்றுடன் ஒன்றிணைக்கப்பட்டன. ஜனவரி 1948ல் குஜராத்திலுள்ள கத்தியவார் தீபகற்பத்தில் உள்ள 222 சிறு பகுதிகளை ஒன்றிணைத்து, சவுராஷ்டிரா உருவாக்கப்பட்டது. குவாலியர், இந்தோர் மற்றும் பல சிறு பகுதிகள் ஒன்றிணைந்த தால் மத்திய பாரத் (என்னும் மால்வா யூனியன்) உருவானது.

ஜூலையில் பஞ்சாபில், பாட்டியாலாவும் கிழக்கு பஞ்சாப் மாநிலங்களின் யூனியனும் உருவானது. 1949ல் ராஜஸ்தான். 1949ல் திருவாங்குகூரும் கொச்சினும் இணைந்தன. இந்திய எல்லையை ஒட்டி அமைந்துள்ள நேபாளம், பூடான், சிக்கிம் ஆகிய மூன்று சமஸ்தானங்களும் இந்தியாவுடன் இணைக்கப்பட வில்லை.

●

ஜனவரி 26, 1950ம் ஆண்டு இந்திய அரசியலமைப்புச் சட்டம் அமலுக்கு வந்தது. (குடியரசு தினம்). அடிப்படை அரசியல் கொள்கைகள், அரசாங்கத்தின் கடமைகள், மக்களின் உரிமைகள், அடிப்படைச் சட்டங்கள் போன்ற பல அம்சங்கள் இதில் இடம்பெற்றிருந்தன. தனியுரிமை ஆட்சியுடைய மக்களாட்சி குடியரசாக இந்தியா மாறியது. 1956ல் மாநிலங்கள் மீளமைப்புச் சட்டம் கொண்டுவரப்பட்டது. ஒவ்வொரு மாநிலத்துக்குமான எல்லைகள் தெளிவாக வரையறுக்கப்பட்டன. மொழி வாரியாக மாகாணங்கள் பிரிக்கப்பட்டன.

நவம்பர் 1, 1956ல் இந்தியா கீழ்கண்டவாறு பிரிக்கப்பட்டது. ஆந்திரப் பிரதேசம். அஸ்ஸாம். பீகார். பம்பாய். ஜம்மு காஷ்மீர். கேரளா. மத்திய பிரதேசம். மெட்ராஸ். (1969ல் சென்னை). மைசூர். ஒரிஸ்ஸா. பஞ்சாப். ராஜஸ்தான். உத்தரப் பிரதேசம். மேற்கு வங்காளம். பிறகு, ஒன்றிய பிரதேசங்கள். அந்தமான், நிகோபர் தீவுகள். டெல்லி. ஹிமாச்சல பிரதேசம். லட்சத்தீவுகள். பாண்டிச்சேரி. திரிபுரா. மணிப்பூர்.

பின்னர், வட இந்தியப் பகுதிகளில் சில புதிய மாநிலங்கள் உருவாக்கப்பட்டன. மாநிலங்களும், ஒன்றியப் பகுதிகளும் சிறிய நிர்வாக அலகுகளாகப் பிரிக்கப்பட்டன. இவை மாவட்டங்கள் என்று அழைக்கப்படுகின்றன. தற்போது 600 மாவட்டங்கள் இந்தியாவில் உள்ளன.

இன்றைய இந்தியாவில் (2008) மொத்தம் இருபத்தெட்டு மாநிலங்கள். ஆந்திரப் பிரதேசம், அருணாச்சல் பிரதேசம், அஸ்ஸாம், பிஹார், சத்தீஸ்கர், கோவா, குஜராத், ஹரியானா, இமாசலப் பிரதேசம், ஜம்மு காஷ்மீர், ஜார்க்கண்ட், கர்நாடகம், கேரளா, மத்தியப் பிரதேசம், மகாராஷ்டிரம், மணிப்பூர், மேகாலயா, மிசோரம், நாகாலாந்து, ஒரிஸ்ஸா, பஞ்சாப், ராஜஸ்தான், சிக்கிம், தமிழ் நாடு, திரிபுரா, உத்தரகண்ட், உத்தரப்

பிரதேசம், மேற்கு வங்காளம். ஒன்றிய பிரதேசங்கள், ஏழு. அந்தமான் நிகோபர் தீவுகள், சண்டிகர், தாத்ரா மற்றும் நகர் ஹவேலி, தாமன், தியு, லட்சத்தீவுகள், புதுச்சேரி, தில்லி.

மன்னர்களும் நவாப்புகளும் திவான்களும் இந்தியாவுடன் இணைய ஒப்புக்கொண்டது ஏன்? அவர்கள் அனைவரும் தான் உண்டு தன் அரண்மனை உண்டு என்று முழுக்க முழுக்க உல்லாசத்தில் திளைத்திருந்தனர். மிகவும் பகட்டான வாழ்க்கை முறையைக் கடைப்பிடித்துவந்தார்கள். மக்களைவிட்டு ஒட்டு மொத்தமாக விலகியிருந்தனர். அள்ளிக்கொடுக்க பிரிட்டன் இருந்தது. மாதா மாதம் ராஜ சம்பளம். அலங்காரமான பட்டங் கள். அந்தப்புரங்கள். பிரத்தியேகப் படைகள். உம் என்றால் ஓடி வரப் பணியாளர்கள். சமஸ்தானத்துத் தலைவர்களைப் பற்றி நேரு பல சமயங்களில் வெளிப்படையாகக் கவலைப்பட்டிருக் கிறார். இவர்களால் மக்களுக்கு எந்தப் பயனும் நேரப்போவ தில்லை என்று உறுதியாக அவர் நம்பினார்.

ஹிட்லர்கூட தோற்றுப்போவார் என்றார் காந்தி. அந்த அள வுக்குச் சட்டம் ஒழுங்கு மோசம். வன்முறையும் கொலையும் கொள்ளையும் பட்டவர்த்தனமாக நடந்தாலும் கேள்வி கேட்க நாதியில்லை. மன்னர்களின் கவனத்துக்கு இதுபோன்ற சில்லறைக் கவலைகள் சென்றதில்லை. அப்படியே சென்றாலும் அவை கவனத்துக்குள்ளாவதில்லை. உள்ளானாலும், நட வடிக்கை எடுக்கப்படமாட்டா. மன்னருக்கே அக்கறை இல்லாத போது, பிரிட்டன் அலட்டிக்கொள்ளுமா?

வெளியேறப்போகிறோம் என்று பிரிட்டன் அறிவித்தவுடன் ராஜ ரத்தம் துடிக்க ஆரம்பித்துவிட்டது. பயம் பிடித்துக்கொண்டது. மானியங்கள் என்ன ஆகும்? அதிகாரம் என்ன ஆகும்? அரண் மனை? உல்லாசம்? அந்தப்புரம்? கஜானா? எல்லாவற்றையும் விட பெரிய பயம், மக்கள் மீது. ஏமாற்றியிருக்கிறோம். சும்மா விடுவார்களா? அதிகாரம் இனி இல்லை என்று தெரிந்தால் பாய்ந்துவிடமாட்டார்களா? கபளீகரம் செய்துவிட மாட்டார் களா? வா, கவனித்துக்கொள்கிறேன் என்கிறது இந்தியா. இந்த வாய்ப்பைப் பயன்படுத்திக்கொள்வதுதான் நல்லது. சலுகை களை அப்படி அப்படியே தொடரப்போவதாகச் சொல்லியிருக்கி றார்கள். பாதுகாப்புக்கும் பஞ்சம் இருக்காது. அந்த எஜமான ருக்குப் பதிலாக இந்த எஜமானர். அவ்வளவுதானே?

144

18
கேள்விகள்

மவுண்ட்பேட்டன் விடைபெற்றுச் சென்ற பிறகு இந்தியாவை சிறிது சிறிதாக மறக்க ஆரம்பித்தது பிரிட்டன். அதிகாரம் கைமாற்றப்படும் காலகட்டத் தில், அதாவது 1947ம் ஆண்டு மட்டும் இந்தியாவைப் பற்றி 1479 செய்திக்குறிப்புகளை தி டைம்ஸ் வெளியிட்டது. 1950ல் இந்த எண்ணிக்கை 680 ஆக குறைந்தது. 1955ல் 406 குறிப்புகள் மட்டுமே. இத்தனைக்கும், பாகிஸ்தானுக்கும் இந்தியாவுக்கும் இடையே காஷ்மீர் தொடர்பாக பல்வேறு எல்லைப் பிரச்னைகள் நிலவிவந்த சமயம் அது. ஆனால் பிரிட்டிஷ் பத்திரிகை உலகத்துக்கு எதுவொன்றும் பிரசுரிக்கத்தக்க நல்ல கதையாக இல்லை. இந்தியா வின் கவர்ச்சி அவர்களைப் பொறுத்தவரை தொலைந்துவிட்டது. கிளம்பிவிட்டபிறகு, வேறு என்ன இருக்கிறது அங்கே?

எல்லோரும் கிளம்பிவிடவில்லை. இந்தியாவிலும் பாகிஸ்தானிலும் பணியாற்றிக்கொண்டிருந்த பிரிட்டி ஷார் பலர் தொடர்ந்து பணியில் இருந்தனர். வாய்ப்பு களைத் துண்டித்துக் கொண்டுவர மனமில்லை அவர் களுக்கு. கிறிஸ்தவ மதப் பிரசாரகர்கள், பைபிளை மூடி பெட்டியில் போட்டுக்கொண்டு கிளம்பிவிட வில்லை. அவர்களும் தங்கிவிட்டனர்.

இந்தியாவில் இருப்போம் என்று முடிவுடன் இருந் தனர் சணல் உற்பத்தியாளர்கள். வெள்ளை

முதலாளிகள். இந்தியாவும் இந்தியர்களும் பிடித்துப்போனது மட்டுமல்ல காரணம். பிரிட்டனுக்குத் திரும்பிப்போக அவர்களுக்குப் பயம். இந்தியாவில் வசதியாக வாழ முடிகிறது. வியாபாரத்துக்கு வியாபாரம். லாபத்துக்கு லாபம். கிட்டத்தட்ட ராஜ வாழ்க்கை. பிரிட்டனில் போனால் இது சாத்தியப்படாது. இந்தப் பணத்தை வைத்துக்கொண்டு அங்கே காலம் தள்ள முடியாது. தவிரவும், அங்கே போருக்குப் பிறகான சூழல். எதிர்காலம் எப்படி இருக்கும் என்று ஒருவராலும் உறுதியாகச் சொல்லமுடியாது. எதற்கு வம்பு? இந்தியா மேல்.

தேசத்தைக் கட்டமைக்கும் பணி தொடங்கியிருக்கிறது. எல்லாப் பொருள்களும் எல்லோருக்கும் தேவைப்படும் சமயம் இது. நல்ல வாய்ப்பு. இங்கேயே மேலும் சில காலம் இருந்தால் கை நிறைய அள்ளிக்கொள்ளமுடியும். மீண்டும் பிரிட்டன் போக வேண்டுமா என்பதைப் பிறகு யோசிக்கலாம். இது வேறு சிலரின் முடிவு.

●

கர்ஸனின் வாக்கு இது. இந்தியா நம் வசம் இருக்கும்வரை நாம்தான் முதல் முக்கிய சக்தி. இந்தியா நம் கையைவிட்டுப் போய்விட்டால், நாம் மூன்றாம் தரத்துக்கு தாழ்ந்துவிடுவோம். 1947க்குப் பிறகு பல அரசியல் பிரமுகர்கள் கர்ஸனைத்தான் நினைவுப்படுத்தினார்கள். பார்த்தீர்களா? உலக வல்லரசாக கொடி கட்டிப் பறந்த பிரிட்டன் இப்போது சுணங்கிபோய் கிடக்கிறது. இனிமேலும் பிரிட்டனை உலக சக்தியாகக் கொண்டாட முடியுமா? இந்தியாவை ஏன்தான் பிரிட்டன் விடுவித்ததோ! அட்லியையும் அவரது தொழிலாளர் கட்சியும் இடித்துக்காட்டிக் கொண்டே இருந்தது பிரிட்டன் அரசியல் வட்டம். காலம் காலமாகக் கட்டிக்காத்த கோட்டையை இப்படி அநியாயமாக இடித்துவிட்டீர்களே!

●

பிரிவினைக்கு யார் காரணம்? இரு தேசங்களிலும் உள்ள வரலாற்று ஆசிரியர்களும் ஆய்வாளர்களும் பிரிவினையை அலச ஆரம்பித்தனர்.

காரணங்கள் பட்டியலிடப்பட்டன. காங்கிரஸின் அகண்ட பாரத கனவு. முஸ்லிம்களோடு சமரசம் ஏற்படுத்திக்கொள்ளாத பண்பு.

ஹிந்துக்களின் அமைப்பாகத் தன்னை காங்கிரஸ் சுருக்கிக் கொண்டது அல்லது அப்படி ஒரு தோற்றம் ஏற்படுவதைத் தவிர்க் காமல் விட்டது. காந்தியை நம்பியது. காந்தியை நம்பாமல் போனது. காந்தியின் முஸ்லிம் அரவணைப்பு. காந்தியின் ஹிந்து மதச் சார்பு. ஜின்னாவை அலட்சியம் செய்த நேரு. முஸ்லிம் லீகின் இரு தேச கோரிக்கை. ஹிந்துக்களின் முஸ்லிம் துவேஷம். முஸ்லிம்களின் ஹிந்து துவேஷம். ஹிந்துத்துவாவின் சூழ்ச்சி. முஸ்லிம் அடிப்படைவாதிகளின் சூழ்ச்சி. மதம். மதச்சார் பின்மை. பெரும்பான்மையினரின் தவறான அணுகுமுறை. சிறு பான்மையினரின் தவறான அணுகுமுறை. பிரிட்டனின் பிரித் தாளும் சூழ்ச்சி. கடவுள் செயல். சாத்தான் செயல்.

காந்திக்கும் ஜின்னாவுக்கும் இடைப்பட்ட விரோதமா? காங் கிரஸுக்கும் முஸ்லிம் லீகுக்கும் இடையில் ஏற்பட்ட பிளவா? ஹிந்துக்களுக்கும் முஸ்லிம்களுக்கும் இடையில் ஏற்பட்ட முரண்பாடுகளா? எனில் மதம்தான் பிரச்னையா? குறிப்பாக, ஹிந்துக்களுக்கும் முஸ்லிம்களுக்கும் இடையில் மட்டும் ஏன் பகையுணர்ச்சி தோன்றவேண்டும்? முஸ்லிம்களைப் போலவே கிறிஸ்தவர்களும்தான் சிறுபான்மையினராக இருந்தனர். அவர்கள் ஏன் பிரச்னையில் மாட்டிக்கொள்ளவில்லை?

ஜின்னாவை வில்லனாக்குவதில் பல செளகரியங்கள் உள்ளன. அவர்தான் பாகிஸ்தானை விரும்பினார். அவர்தான் பிடிவாத மாக, தேசத்தைத் துண்டாடினார். காந்தி, நேரு, மவுண்ட் பேட்டன் என்று பலரும் அவரிடம் பேசிப் பார்த்து தோல்வியே அடைந்தனர். பஞ்சாபிலும், வங்காளத்திலும், லாகூரிலும் ரத்த ஆறு ஓடியதற்குக் காரணம் ஜின்னாவும் அவரது முஸ்லிம் லீகும்தான். பிரித்துக்கொடுத்தால் ஆச்சு என்று பிடிவாதம் பிடித்து தேசத்தைத் துண்டாடிவிட்டார் ஜின்னா.

அனைத்தும் உண்மை என்றே வைத்துக்கொள்வோம். ஜின்னா கேட்டார் என்ற ஒரே காரணத்துக்காக பாகிஸ்தானை வெட்டிக் கொடுத்துவிட்டதா காங்கிரஸ்? கேட்பவருக்கு கேட்டதைக் கொடுக்கும் வழக்கத்தைதான் காங்கிரஸ் கடைபிடித்ததா? எனில், காஷ்மீரையும் அல்லவா பாகிஸ்தான் கேட்டது? உங்களுடன் இணையமாட்டோம். நாங்கள் சுதந்தரமாக இருக்க விரும்புகிறோம் என்று ஹரிசிங் கேட்டுக்கொண்டபோது சரி வைத்துக்கொள்ளுங்கள் ராஜா என்று ஒதுங்கிக்கொண்டதா காங்கிரஸ்? இல்லையே. ஏன்?

முஸ்லிம் லீகின் பிரச்னையைத் தீர்க்க காங்கிரஸ் என்ன செய்தது? முஸ்லிம்களை அரவணைத்துக்கொள்ள ஏதேனும் திட்டங்கள் வைத்திருந்ததா? காங்கிரஸ் பிரிவினையை விரும்பவே யில்லையா? காங்கிரஸால் பிரிவினை கோரிக்கையை நிராகரித் திருக்கமுடியுமா? 'என் சடலத்தின் மீதுதான் தேசம் துண்டாடப் படவேண்டும்' என்று சொன்ன காந்தி, பின்னர் பிரிவினையை ஏற்றுக்கொண்டது ஏன்? காந்தி நினைத்திருந்தால் பிரி வினையைத் தவிர்த்திருக்கமுடியுமா? அல்லது, காந்தியால் காங்கிரஸின் முடிவை மாற்றமுடியவில்லையா? எனில், இது காந்தியின் தோல்வியா?

பெரும்பான்மையினருக்கும் சிறுபான்மையிருக்கும் இடையில் ஏற்பட்ட பகையுணர்ச்சிதான் பிரிவினைக்குக் காரணம் என்னும் வாதம் ஏற்கத்தக்கதா? சிறுபான்மையினர் என்னும் பதத்தை சில வரலாற்றாசிரியர்கள் பயன்படுத்திய விதமும் கவனிக்கத்தக்கது. சீக்கியர்களையோ கிறிஸ்தவர்களையோ இந்தப் பதம் அப்போது குறிக்கவில்லை. தேசிய அளவில் முஸ்லிம்களை மட்டுமே இந்தச் சொல் குறித்தது. தேர்தல் சமயங்களில், முஸ்லிம்கள் சிறுபான்மையினராக இருந்த பகுதிகளில் காங்கிரஸ் சிறு பான்மையினர் துறை என்னும் அமைப்பை ஏற்படுத்தியது. முஸ்லிம் பெரும்பான்மையினராக இருந்த பகுதிகளில் ஹிந்துக் கள் குறைவான எண்ணிக்கையில் இருந்தபோது அங்கே சிறு பான்மையினர் துறை உருவாக்கப்படவில்லை. இதன் பொருள் என்ன? தவிரவும், 1947க்கு முன்பு ஹிந்துக்களுக்கும் முஸ்லிம் களுக்கும் இடையே பெரிய அளவில் மோதல்கள் எதுவும் உருவாகாமல் இருந்தது எப்படி?

முஸ்லிம் லீக் தனி தேசம் கேட்டபோது காங்கிரஸ் அதற்கு எதிர்ப்புத் தெரிவித்தது. ஆனால் 1942ல் நேரு தன் முடிவை மாற்றிக்கொண்டார். 'என்ன செய்வது? இதில் எனக்குத் துளியும் விருப்பம் இல்லைதான். ஆனால் இந்தியாவில் வசிக்க முடியாது என்று மக்களில் ஒரு பகுதியினர் விரும்பும்போது, அதை ஏற்றுக்கொண்டுதானே தீரவேண்டும்? பாகிஸ்தான் தேவை என்று முஸ்லிம்கள் உண்மையிலேயே விரும்பினால், அதை எங்களால் மறுக்க முடியாது.'

முஸ்லிம் மக்கள் விரும்பினார்கள். எனவே, காங்கிரஸ் பிரிவினைக்கு ஒப்புக்கொண்டது. இதுதான் விடையா?

இதே நேரு ஜுன் 3, 1947ல் ஆல் இந்தியா ரேடியோவில் உரையாடும்போது முரண்பட்டார்.

'இந்தியாவின் எதிர்காலம் எப்படி இருக்கவேண்டும் என்பதை முடிவு செய்யவேண்டியவர்கள் மக்கள்தாம். சந்தேகமில்லை. ஆனால் மக்கள் முடிவெடுப்பார்கள் என்று காத்துக்கொண்டிருப் பதும் சரியல்ல. சில முடிவுகளை நாங்கள் எடுத்தாகவேண்டும். அந்த முடிவுகளை மக்களுக்குப் பரிந்துரை செய்தாகவேண்டும். அவர்கள் சம்மதத்தைப் பெற்றாகவேண்டும்.'

எனில், பிரிவினைக்கான முடிவை காங்கிரஸ் முதலில் எடுத்து, பின் மக்களிடம் பரிந்துரை செய்ததா?

மக்களுக்கும் குழப்பம் இருக்கவே செய்தது. பிரிவினை நிரந்தர மானது அல்ல என்று பலர் நம்பினார்கள். ஏதோ சில அரசியல் காரணங்களுக்காக, அதிகார மாற்றம் நிமித்தமாக, சில நிர்வாக வியல் காரணங்களுக்காக, சில தலைவர்களின் விருப்பத்தைப் பூர்த்தி செய்வதற்காக இந்தியா இரண்டாகத் துண்டிக்கப்பட்டிருக் கிறது. மற்றபடி, இது நிரந்தரப் பிரிவு அல்ல. கூடியவிரைவில் இரு தேசங்களும் பழையபடி ஒட்டிக்கொண்டுவிடும்.

காங்கிரஸ் தலைவர்கள் பலரும்கூட இதே போல் சிந்தித்தனர். எங்களை இணைத்துக்கொள்ளுங்கள் என்று கேட்டு பாகிஸ்தான் மீண்டும் நம்மை அணுகுகிறதா இல்லையா என்பதைப் பொறுத்திருந்து பாருங்கள். 1947 வாக்கில் நேருவுக்கும் இந்தக் கனவு இருந்திருக்கிறது. பிரிவினைக்குப் பிறகு நிச்சயம் இணைப்பு சாத்தியமாகும். இன்னும் சொல்லப்போனால் அழுத்தமான ஓர் இணைப்பு பின்னால் உருவாகவேண்டும் என்பதற்காகத்தான் இந்தப் பிரிவினை திட்டம் உருவாகியிருக்கிறது.

நேருவின் கனவைக் கேள்விப்பட்ட பாகிஸ்தான் முறைத்தது. ஓஹோ அப்படி ஒரு எண்ணம் உங்களுக்கு இருக்கிறதா? மறுபடி யும் பாகிஸ்தானை இந்தியாவோடு இணைத்துக்கொள்ளப் போகிறீர்களா? இதென்ன புது வம்பு என்று நினைத்த நேரு, ஜுன் 17, 1947ல் எழுதிய கடிதத்தில், பாகிஸ்தான் என்னும் பெயரைப் பயன்படுத்தாமல் பார்த்துக்கொண்டார். நிலைமை சீரான பிறகு, 'பிரிந்த போன சில பகுதிகளுக்கும்' இந்தியா வுக்கும் இடையில் மீண்டும் நல்லுறவு பூக்கும் என்று நம்புகிறேன்.

ராஜேந்திர பிரசாத்தும் இதே கருத்தைத்தான் வெளியிட்டார். காந்தியின் நம்பிக்கையும் இதுவேதான். ஜூன் 4 அன்று பிரார்த்தனை கூட்டத்தில் காந்தி மக்களை அமைதிப்படுத்த முயன்றார்.

'நீங்கள் அனைவரும் வருத்தத்தில் இருப்பீர்கள் என்று எனக்குத் தெரியும். கவலைப்படாதீர்கள். வைஸ்ராயிடம் இதுபற்றி நான் பேசியிருக்கிறேன். அவர் என்ன சொன்னார் தெரியுமா? நாம் அனைவரும் ஒன்று சேர்ந்து அவரை அணுகி, இந்த முடிவை மாற்றிக்கொள்ளுங்கள் என்று கேட்டுக் கொண்டால், அவ்வாறே செய்வதாக உறுதியளித்திருக்கிறார்.'

காந்தியின் இந்தச் செய்தி குறிப்பிடத்தகுந்த மாற்றத்தை ஏற்படுத்தவில்லை. அவர்கள் அமைதியாக அவரை பார்த்துக் கொண்டிருந்தனர்.

காந்தி புன்னகைக்க முயன்றார்.

'நான் சொல்வது உங்களுக்குப் புரிகிறது அல்லவா? இந்தப் பிரிவினையை நீங்கள் ஏற்றுக்கொள்ளவில்லை இல்லையா?'

சில நிமிட அமைதிக்குப் பிறகு, ஒரு குரல் ஒலித்தது.

'இல்லை. நாங்கள் ஏற்றுக்கொள்கிறோம்'

ஆம், ஆம் என்று மேலும் பல குரல்கள்.

காந்தி தடுமாறினார்.

'வேண்டாம். இதை ஏற்றுக்கொள்ளாதீர்கள். உங்கள் இதயத்தில் இந்தக் கோடு பதியக்கூடாது.'

பதில் வராததால் மீண்டும் தொடர்ந்தார்.

'நிலத்தைப் பங்கு போடுவதைப் போலவே இதயத்தையும்கூடப் பங்கு போட முடியும். ஆனால் அதை நாம் செய்ய வேண்டிய தில்லை. நம் இதயத்தில் சத்தியம் இருந்தால், இதை நாம் ஏற்றுக்கொள்ளமாட்டோம். இப்படி ஒரு கோடு விழுந்திருப்பதையே நம்மால் மறந்துவிடமுடியும். பிரிவினை என்று ஒன்று ஏற்படவேயில்லை என்றுகூட நம்மால் இருந்துவிடமுடியும்.'

பிரிவினையை காங்கிரஸ் ஒப்புக்கொண்டதற்குக் காரணம் வன்முறையை நிறுத்துவதற்குத்தான். இது மற்றொரு வாதம்.

பாகிஸ்தானை அளித்தால்தான் ஜின்னா அமைதியடைவார். ஜின்னா அமைதியடைந்தால்தான் முஸ்லிம் லீக் அமைதி யடையும். அப்போதுதான் மக்களும் அமைதியடைவார்கள். இல்லாவிட்டால் வன்முறை தீ ஒட்டுமொத்த இந்தியாவையும் தின்று சாம்பலாக்கிவிடும்.

படேல் இதை ஊர்ஜிதப்படுத்தினார். பாகிஸ்தானில் முஸ்லிம்கள் மாத்திரமல்ல ஹிந்துக்களும் சீக்கியர்களும்கூட இருக்கிறார்கள். அவர்களைப் பாதுகாப்பது பாகிஸ்தானின் கடமை. சிறுபான்மை யினரின் நலன்மீது பாகிஸ்தான் அக்கறை எடுத்துக்கொள்ளும் என்று நம்புகிறேன். நாங்களும் எங்கள் தேசத்தில் உள்ள சிறு பான்மையினரைப் பாதுகாப்போம்.

இதுவும் பொய்த்துப்போனது. பிரிவினைக்குப் பிறகும், சுதந்தரத் துக்குப் பிறகும் வன்முறை பரவவே செய்தது. குறிப்பாக, பஞ்சாபில். சிறுபான்மையினரைப் பாதுகாப்போம் என்று பெருமையாக அறிவித்துக்கொண்ட நேருவும், படேலும் தங்கள் முடிவை மாற்றிக்கொண்டார்கள். முஸ்லிம்கள் பயப்பட வேண்டாம். அவரவர் இருக்கும் பகுதியிலேயே தொடர்ந்து இருக்கலாம். பாகிஸ்தானுக்குக் குடிபெயரவேண்டாம் என்று முன்னர் கேட்டுக்கொண்ட நேரு, பின்வாங்கினார். ‘உங்கள் உயிருக்கு ஆபத்து நேரும்போது, உங்களை இருக்கச் சொல்வதில் பயனேதுமில்லை’ என்று கைகளை விரித்துவிட்டார்.

பெருகி வரும் வன்முறையை ஒருவராலும் தடுத்து நிறுத்தமுடிய வில்லை. ஆட்சியும் அதிகாரமும் இருந்த போதிலும் காங்கிஸால் செயல்படமுடியவில்லை. பிரிட்டனிடமும் அதிகாரம் இருந் தது. படைபலமும்தான். ஆனால், அவர்களாலும் வன்முறை யாளர்களைத் தடுத்து நிறுத்த இயலவில்லை. பஞ்சாப் கவர்ன ருக்குக் கடிதம் எழுதினார் நேரு. காவல்துறையை வைத்துக் கொண்டு கட்டுப்படியாகாது. நீங்கள் ஏன் ராணுவப் படைகளைப் பயன்படுத்தக்கூடாது?

ஆக, வன்முறையை நிறுத்துவதற்காகத்தான் பிரிவினை என்பது ஏற்றுக்கொள்ளத்தக்கதல்ல. பிரிவினைக்குப் பிறகும் வன்முறை தொடரவே செய்தது.

காங்கிரஸ் பிரிவினையை ஏற்றுக்கொண்டதற்குக் காரணம், அதைத் தவிர அவர்களுக்கு வேறு வழி தெரியவில்லை என்பது

தான். சுதந்தரத்துக்கு சில தினங்கள் முன்பு (ஆகஸ்ட் 9) அனைத்திந்திய காங்கிரஸ் கமிட்டியில் நேரு ஒப்புக்கொண்ட உண்மை இது. மிகுந்த சங்கடத்துடன் படேல் இதை ஏற்றுக்கொண்டார். 'உண்மையைச் சொல்லவேண்டுமானால் இதை ஒருவரும் விரும்பவில்லை. எல்லோருமே பிரிவினையை வெறுக்கிறோம். ஆனால் இதைத்தவிர வேறு வழி தெரியவில்லை.'

●

பிரிவினை குறித்துப் பல்வேறு சமயங்களில் காந்தியிடம் எழுப்பப்பட்ட சில கேள்விகளும் அவர் பதில்களும்.

'ஹிந்துக்களும் முஸ்லிம்களும் வெவ்வேறு இனங்கள் என்பது உண்மையா?'

பொய். இந்திய முஸ்லிம்களில் பெரும்பாலானோர் ஹிந்துக்கள் வழிவந்து பிறகு இஸ்லாத்துக்கு மாறியவர்கள். மதம் மாறியதால் இவர்களை வேறு இனம் என்று அழைப்பது பொருத்தமாகாது. வங்காளி முஸ்லிம், வங்காளி ஹிந்து பேசும் மொழியையே பேசுகிறான். அதே உணவை அருந்துகிறான். அந்த வகையில், இந்திய ஹிந்துக்களும் முஸ்லிம்களும் இரு தேசிய இனங்கள் அல்ல.

'இந்தியப் பிரிவினையை நீங்கள் ஏற்றுக்கொள்கிறீர்களா?'

என் உடலின் மீதுதான் ஹிந்துஸ்தான் பிரிக்கப்படவேண்டும். பிரிவினையை ஏற்றுக்கொள்ள என்னால் முடியாது.

'எனில், ஏன் பிரிவினை ஏற்பட்டது?'

ஏன் பிரிவினை ஏற்பட்டது என்று எங்களிடம் கேட்காதீர்கள். உங்கள் கோரிக்கையின்படிதான் பாகிஸ்தான் உருவாகியிருக்கிறது. (ஜூன் 4, 1947ல் பிரார்த்தனை கூட்டத்தில்).

'எனில், நீங்கள் ஏன் இதை ஏற்றுக்கொண்டீர்கள்?'

நான் எங்கே ஏற்றுக்கொண்டேன்? என் பேச்சைக் கேட்க யார் விரும்புகிறார்கள்? என் பேச்சுக்கு இங்கே என்ன மதிப்பு? என்னால் என்ன செய்ய முடியும், என்ன செய்யமுடியாது என்பது எனக்குப் புரிந்துவிட்டது.

'உங்களிடமுள்ள விசேஷ சக்தியைக் கொண்டு எந்த மாற்றத்தை யும் கொண்டுவர முடியவில்லையா?'

விசேஷ சக்தியா? உங்கள் யாரிடமும் இல்லாத ஒரே ஒரு தகுதிதான் என்னிடம் இருக்கிறது. மக்களின் மனத்தில் என்ன இருக்கிறது என்பதை என்னால் கண்டுபிடிக்கமுடியும். சிறிய அளவில் அவர்கள் மனத்தில் நன்மை இருந்தாலும் அதைப் பிடித்துக்கொண்டு பெரும் இயக்கங்களை என்னால் கட்டமைக்க முடியும். அவர்களும் அதற்கு ஒத்துழைக்கிறார்கள். நான் எதையும் இங்கே சாதிக்கவில்லை. என்ன நடக்கவேண்டும் என்று இருக்கிறதோ அதற்கு உருவம் கொடுத்தேன். ஆனால், இன்று எனக்கு நல்ல சமிக்ஞைகள் எதுவும் கிடைக்கவில்லை. ஆகவே தக்க தருணத்துக்காகக் காத்திருப்பதைத் தவிர வேறு வழி இல்லை எனக்கு.

'நீங்கள் பிரிவினை கூடாது என்கிறீர்கள். ஆனால், காங்கிரஸ் பிரிவினையை ஏற்றுக்கொண்டுவிட்டது. நீங்கள் வேறு, காங் கிரஸ் வேறா? ஏன் நீங்கள் காங்கிரஸுக்கு எதிராகப் போராட வில்லை? எதற்கெல்லாமோ உண்ணாவிரதம் இருந்திருக்கிறீர் கள். இந்தப் பிரச்னையை முன்வைத்து ஏன் உண்ணாவிரதம் இருக்கக்கூடாது? நீங்கள் சாதிக்க நினைத்ததை ஏன் சாதிக்கக் கூடாது?'

ஏன் செய்யவில்லை? ஏன் அவர்கள் பாதையில் குருட்டாம் போக்கில் நடக்கிறேன்? காங்கிரஸின் ஊழியராக ஏன் இருக் கிறேன்? ஏன் உண்ணாவிரதம் இருக்கவில்லை? இதற்கு ஒரு விடைதான் இருக்கமுடியும். யாரோ சொன்னார்கள் என்பதற்காக என்னால் இறக்க முடியாது. இன்னொருமுறை மட்டுமே உண்ணாவிரதம் இருப்பேன். எதற்காக என்பதை நானே முடிவு செய்வேன். மற்றவர்கள் சொல்கிறார்கள் என்பதற்காக என்னால் உண்ணாவிரதத்தைத் தொடங்கமுடியாது. கடவுள் எப்போது கட்டளையிடுகிறாரோ அப்போதுதான் அந்த ஆயுதத்தைப் பிரயோகிப்பேன்.

'காங்கிரஸின் முடிவை நீங்கள் தட்டாமல் ஏற்றுக்கொண்டு விட்டீர்கள் என்று சொல்லலாமா?'

காங்கிரஸுடன் நான் இணைந்திருப்பதற்குக் காரணம் அது மிகப் பெரிய ஸ்தாபனமாக வளர்ந்துவிட்டது. அதற்கு எதிராகப்

போராடமுடியாது. ஆனாலும், பெரிய நெருப்புப் பள்ளத்தில் விழுந்தது போல்தான் என் மனம் துடித்துக்கொண்டிருக்கிறது. இருப்பினும் நான் என் உயிரை ஏன் கையில் பிடித்திருக்கிறேன் என்பதை கடவுள் மட்டுமே அறிவார்.

நான் காங்கிரஸின் ஊழியன். காங்கிரஸுக்கு மனநோய் வந்து விட்டால் நானும் மனநோயாளியாக மாறிவிடவேண்டுமா? நான் சரியானவன் என்பதை மெய்ப்பிக்க என் உயிரை மாய்த்துக் கொள்ளவேண்டுமா? (ஜூன் 5, 1947ல்).

'எங்களால் ஒரு லட்சம் சேவகர்களைக் கொண்டு வந்து தர முடியும். அவர்களை வைத்துக்கொண்டு பிரிவினையை உங்க ளால் தடுத்துநிறுத்தமுடியுமா?' (பத்திரிகையாளர்கள் சிலர் காந்தியிடம் கேட்ட கேள்வி.)

பிரிவினைக்காக என்னைத் தவிர வேறு யாரும் இத்தனை வருத்தப்படமாட்டார்கள். ஆனால், இது உறுதி என்று தெரிந்து விட்டபிறகு அதற்கு எதிராகப் போராடுவதில் அர்த்தம் ஏதும் இருப்பதாக எனக்குத் தெரியவில்லை. எனக்குப் பிரிவினை பிடிக்கவில்லைதான். அதை நான் ஒப்புக்கொள்ளவில்லைதான். ஆனால், காங்கிரஸ் இதை ஏற்றுக்கொண்டுவிட்டது. காங்கிரஸ் ஏற்றுக்கொண்ட பிறகு என்னால் இதைத் தடுத்து நிறுத்த முடியாது. அப்படிச் செய்வதை என்னால் நினைத்துக்கூடப் பார்க்கமுடியவில்லை. (ஜூன் 2, 1947. பிரார்த்தனை கூட்டத்தில்)

'எனில், காங்கிரஸை எதிர்க்கவே மாட்டீர்களா? காங்கிரஸ் வைத்ததுதான் சட்டமா?'

எதிர்ப்பேன். முதலாளிகளின் கையில் காங்கிரஸ் போய்விட்டது என்று தெரிந்தால் எதிர்ப்பேன். இதுவரை காங்கிரஸ் ஏழை களுக்காகத்தான் இயங்கிக்கொண்டிருக்கிறது என்பது என் நம்பிக்கை. காங்கிரஸ் அற்புதமான ஒரு ஸ்தாபனம். நல்ல வேலைகளை அது செய்துகொண்டிருக்கிறது.

உலகம் முழுவதும் காங்கிஸுக்கு நல்ல பெயர். இத்தனை காலமும் நாம் காங்கிரஸைத்தான் ஆதரித்துக்கொண்டிருந்தோம். திடீரென்று எதிர்ப்பது முறையல்ல. பெரும் தவறு எதையாவது செய்தால்தான் நாம் எதிர்க்கவேண்டும். என்னைப் பொறுத்த வரை பிரிவினை என்பது தெரிந்தே செய்யப்பட்ட தவறு அல்ல.

அது நடைமுறை யதார்த்தம். (ஜூன் 5, 1947. பிரார்த்தனைக் கூட்டத்தில்).

'நீங்கள் காங்கிரஸை விமரிசனம் செய்து பல சமயங்களில் பேயிருக்கிறீர்கள். காங்கிரஸ் தலைவர்களுக்கும் உங்களுக் கிடையே கருத்து வேற்றுமைகள் பல இருப்பதாகச் சொல்லி யிருக்கிறீர்கள். சமயத்தில் நீங்கள் சொல்வதும் காங்கிரஸ் சொல்வதும் ஒன்றுக்கொன்று முரணாக இருக்கிறது. ஏன்?'

மறுக்கவில்லை. காங்கிரஸை விமரிசித்தேன். தலைவர்களை விமரிசித்தேன். அவர்கள் செய்வது அனைத்தும் எனக்கு ஏற்புடையதல்ல. அதற்காக? என்னால் ஒரு நேருவாகவோ படேலாகவோ ராஜேந்திர பிரசாத்தாகவோ மாறிவிடமுடியுமா? என்னை அவர்கள் இடத்தில் நீங்கள் பொருத்தினாலும் என்ன செய்யவேண்டும் என்பதை நான் அறியேன்.

இந்தியாவைப் பிரிப்பது உண்மையாகிவிட்டது. இந்நிலையில், என்னுடைய கடமையும் உங்களுடைய கடமையும் என்ன? நான் காங்கிரஸின் ஊழியன். ஏனெனில், நான் தேசத்தின் ஊழியன். எனவே, ஒரு காலத்திலும் காங்கிரசிடமோ தேசத்திடமோ நான் விசுவாசமற்றவனாகிவிட மாட்டேன். (ஜுன் 6, 1947).

'இந்தியா முழுவதும் பல கொடுமைகள் அரங்கேறியுள்ளன. முஸ்லிம்கள் ராஜ்ஜியம் அமைவதுதான் கலவரத்தை அடக்க ஒரே வழி என்பதாகப் பேசிக்கொண்டிருக்கிறார்கள். ஒப்புக்கொள் கிறீர்களா?'

தனி முஸ்லிம் ராஜ்ஜியம் அமைவதை நான் ஆட்சேபிக்கவே யில்லை. ஆனால், அப்படி அமையும் தனி ராஜ்ஜியம் எப்படி இருக்கும் என்பதுதான் விஷயம். பாகிஸ்தானை எதிர்த்து நான் சண்டை போடவில்லை. பிரிக்கப்படுவதுதான் இந்தியாவின் விதியாக இருந்தால் நான் அதைத் தடுத்துவிட முடியாது. ஆனால், பாகிஸ்தானை பலாத்காரத்தைக் கொண்டு மட்டும் அடைந்துவிடமுடியாது. ஒழுக்கத்தின் சிறந்த தன்மைகளைக் கொண்டு அத்தேசம் அமையப்போகிறது என்றால், எல்லோரும் அதை வரவேற்பார்கள்.

அக்டோபர் 6, 1946 அன்று ஹரிஜன் பத்திரிகையில் இப்படி எழுதினார் காந்தி. தனி இஸ்லாமிய தேசம் கோரி போராடிவரும் முஸ்லிம் லீகின் நடவடிக்கை இஸ்லாத்துக்கு எதிரானது.

பாவகரமான செயலும்கூட. இஸ்லாம் சகோதரத்துவத்தைப் போதிக்கிறது. ஒன்றுபட்ட சமுதாயத்தை மட்டுமே ஆதரிக் கிறது. இந்தியாவைப் பிரிக்கவேண்டும் என்று சொல்பவர்கள் இந்தியாவுக்கு மாத்திரமல்ல இஸ்லாத்துக்கும் எதிரானவர்களே.

ஜின்னாவுக்கு, பின்னர் எழுதிய ஒரு கடிதத்தில் சமரசம் பேசு கிறார். இப்போதைக்குப் பிரிவினை வேண்டாம். காங்கிரஸும் முஸ்லிம் லீகும் கைகோர்த்து இடைக்கால அரசாங்கத்தை அமைப்போம். சுதந்தரம் கிடைக்கட்டும். பிறகு பாகிஸ்தான் பற்றி விவாதிக்கலாம். வாக்கெடுப்பு நடத்தலாம். என்ன முடிவு கிடைக்கிறது என்று பார்ப்போம்.

பிறகு, காங்கிரஸ் ஒப்புக்கொண்டுவிட்டது. காங்கிரஸை ஆதரிப் பதைத் தவிர வேறு வழியில்லை என்கிறார்.

அதற்கும் பிறகு, நான் சொல்வதை இங்கே யார் கேட்கிறார்கள் என்றும் அங்கலாய்க்கிறார்.

காந்தியிடம் இதுபோல் பல குழப்பங்கள் இருந்திருக்கின்றன. ஹிட்லருக்கு எதிராகப் போராடிய பிரிட்டிஷாருக்கு காந்தி அருளிய அறிவுரை இது. உங்கள் துப்பாக்கியைக் கீழே போடவும். ஹிட்லரையும் முசோலினியையும் வரவேற்கவும். அவர்களுக்குத் தேவைப்படுவதை எடுத்துக்கொள்ளச் சொல்லுங் கள். உங்கள் வீட்டை அவர்கள் முற்றுகை இட விரும்பினால் நீங்கள் உடனே காலி செய்துவிடுங்கள். அவர்கள் உங்களைவிட்டு அகல மறுத்தால், ஆண்களும் பெண்களும் குழந்தைகளுமாக நீங்களே உங்கள் உயிரை அவர்களுக்கு அர்ப்பணியுங்கள். பிறிதொரு சமயம் இப்படிச் சொன்னார் காந்தி. யூதர்கள் தாமாகவே முன்வந்து துப்பாக்கிகளுக்குத் தங்களை பலி யாக்கிக்கொள்ளவேண்டும். உயரத்தில் இருந்து குதித்துத் தற் கொலை செய்துகொள்ளவேண்டும். இப்படிச் செய்வது அத் தனை சுலபமானதல்ல என்று எனக்குத் தெரியும். ஆழ்ந்த நம்பிக்கையும் துணிச்சலும் இருந்தால்தான் இது சாத்தியம்.

19

காவி அழைக்கிறது!

பிரிவினையில், ஹிந்துத்துவா அமைப்புகள் வகித்த முக்கிய பங்கை மறந்துவிடக்கூடாது.

முஸ்லிம்களுக்கான தனி தேசம் உருவாகப்போகிறது என்னும் அறிவுப்பு ஜூன் 3, 1947 அன்று அதிகார பூர்வமாக வந்து சேர்ந்தது. சரி அப்படியானால் இந்தியாவை ஹிந்துக்களின் தேசமாக அறிவிக்க வேண்டும் என்னும் கோரிக்கையைத் தூக்கிப்பிடித்தது ஹிந்து மகா சபை. பார்த்தீர்கள் அல்லவா? நம் கண் முன்னால் ஹிந்துஸ்தானை இரண்டாக வெட்டி ஒரு துண்டை எடுத்துக்கொண்டு போய்விட்டார்கள். நம்மால் என்ன செய்யமுடிந்தது? ராமா, ராமா, ராமா என்று ராட்டையைச் சுற்றிக்கொண்டிருந்தோம். காங்கிரஸை நம்பிக்கொண்டிருக்கவேண்டும் என்று இனியும் இங்கிருப்பவர்கள் யாராவது நம்பினால் அவர்களை நினைத்து சிரிக்க மட்டுமே முடியும். ஆகவே, திரண்டு வாருங்கள், ஹிந்துக்களே! நமக்கான தேசத்தை நாமே உருவாக்குவோம்.

அகில பாரத ஹிந்து மகா சபை, 1915ல் உருவாக்கப் பட்டது. முஸ்லிம் லீக். இந்திய தேசிய காங்கிரஸ். இரு அமைப்புகளுக்கும் எதிராகத் தொடங்கப்பட்ட அமைப்பு இது. ஒன்று முஸ்லிம்களின் அமைப்பு. இன்னொன்று மதச்சார்பில்லை என்று சொல்லி ஆரம்பிக்கப்பட்ட அமைப்பு. இரண்டுமே வீண்.

இரண்டாலும் உபயோகமில்லை. தேவை ஹிந்துஸ்தான். அகண்ட ஹிந்துஸ்தான். ஹிந்துக்களின் தேசம். ஹிந்துக்களால் ஆளப்படும் தேசம். நம் உடனடித் தேவை, நீண்டகாலத் தேவை இரண்டும் ஒன்றுதான்.

ஹிந்து மகா சபையின் தலைவர் வி.டி. சாவர்க்கர். சாவர்க்கரை 'வீர சாவர்க்கர்' என்று அழைப்பது முரண்நகை. அந்தமான் சிறையில் அவர் அடைக்கப்பட்டபோது, பிரிட்டிஷாருக்கு விழுந்து வணங்கிப் பணிந்து மன்னிப்புக் கடிதங்கள் பல அனுப்பி வெளியில் வந்தவர் அவர். சிறையில் இருந்தபோது (1922ல்) அவர் எழுதிய நூல், ஹிந்துத்துவா. ஹிந்துஸ்தான் ஹிந்துக் களுக்கு மட்டும் என்பதுதான் இதன் ஒற்றை வரி கோட்பாடு. அந்த ஒற்றை வரியை நீட்டி இழுத்தால் பல அபாயகரமான கருத்துகள் வெளியில் வரும்.

ஹிந்துஸ்தானில் ஹிந்துக்களே பிரதானமானவர்கள். அவர்கள் ஒரே தேசத்தைச் சேர்ந்தவர்கள். மற்றவர்கள் அனைவரும் சிறுபான்மையினரே. ஆனால், ஹிந்துக்கள் ஹிந்துக்களாக இருக்கக்கூடாது என்று தேச பக்தர்கள் விரும்புகிறார்கள். அரசியல் ரீதியாக அவர்கள் ஒன்றிணையக்கூடாது என்று ஆசைப்படுகிறார்கள். சிலர், தங்களை ஹிந்துக்கள் என்று சொல்லிக்கொள்ளக் கூச்சப்படுகிறார்கள். ஆனால் முஸ்லிம்கள் எப்போதும் முஸ்லிம்களாகவே இருக்கிறார்கள். அவர்கள் இந்தியர்களாக இருந்ததேயில்லை.

ஹிந்துக்கள் தேச பக்தர்கள். பிற மதத்தைச் சேர்ந்தவர்கள் விரோதி கள். முஸ்லிம்களும் கிறிஸ்தவர்களும் இந்தியாவை தங்கள் புனித பூமியாகக் கொள்வதில்லை. அவர்களுக்கு தேச பக்தி இல்லை. அவர்களது புனித பூமி அரேபியாவிலும் பாலஸ்தீனத் திலும் இன்னும் தொலைதூரத்திலும் அமைந்துள்ளது. அவர் களது புராணங்கள், கடவுள்கள் நமக்கு அந்நியமானவர்கள். அவர்கள் கருத்துகள் இந்த மண்ணைச் சேர்ந்தவை அல்ல. அவர்கள் தேசம் பிளவுப்பட்டு கிடக்கிறது.

பாகிஸ்தான் பற்றி ஜின்னா கனவு காண்பதற்கு முன்பாகவே தனி தேசக் கோரிக்கையை முன்வைத்தவர் சாவர்க்கர். இந்தச் சூரிய மண்டலத்தில் ஹிந்துக்களாகிய நாம் நமக்கென்று ஒரு நாட்டைக் கொண்டிருக்கவேண்டும். பலம் பொருந்திய மக்களின் வாரிசுகள் என்ற வகையில் நாம் அங்கே செழித்து வாழவேண்டும்.

எப்படி அடைவது அந்த ஹிந்து தேசத்தை? வன்முறை, பழிக்குப் பழி, அடிதடி, வெட்டுக்குத்து. அநீதியை (பிற மதங்களை) அழித்து நீதியை (ஹிந்து மதத்தை) நிலைநாட்டவேண்டும். அவரே விவரிக்கிறார். தனது விடுதலைக்காக நீதி, இத்தகைய பயங்கரமான வழிமுறைகளைக் கைக்கொள்ளும்போது, அந்தப் பழியும் பாவமும் நீதியின் மீது விழாது. கோர அநீதியின் மீதே விழும். புரூட்டசின் வாள் புனிதமானது. சிவாஜியின் புலிநகம் தூய்மையானது. இத்தாலிய புரட்சிகளில் சிந்தப்பட்ட ரத்தம் புகழ்மிக்கது. சார்லஸின் தலையைச் சீவியது நல்லதே. வில்லியம் டெல்லின் அம்பு தெய்வீகமானது. அநீதியைத் தூண்டி விடுபவர்களின் தலை மீதே மிருகத்தனம் என்னும் பாவம் விழும்.

அதாவது, வஞ்சகம் செய்யலாம். உயிரைப் பறிக்கலாம். காட்டிக் கொடுக்கலாம். ராஜதந்திர ரீதியில் மற்றவர்களை அழிக்கலாம். தகாதவர்கள் என்று அடையாளம் கண்டுகொண்டுவிட்டால் தயங்காமல் ஒழிக்கலாம். சாவர்க்கரின் ஹிந்துத்துவாவை வாசித்து உத்வேகம் பெற்ற, கேசவ பலிராம் ஹெட்கேவர், அவரை நேரில் சந்தித்து ஆசி பெற்றார். ஹிந்து மகா சபையின் உப தலைவராக சிறிது காலம் பணியாற்றிய ஹெட்கேவர். பின்னர் ராஷ்ட்ரிய ஸ்வயம் சேவக்கை (RSS) ஆரம்பித்தார். ஆர்.எஸ்.எஸ். அமைப்புக்கு ஹிந்துத்துவாவே அடித்தளக் கோட்பாடாக அமைந்தது.

எஞ்சியிருக்கும் முஸ்லிம்களை அடித்துத் துரத்துங்கள். அவர்கள் நமக்குத் தேவையில்லை. முஸ்லிம்கள் இங்கே இருந்தால் இந்திய இறையாண்மைக்குக் குந்தகம் வந்துவிடும். மேலும் தேசத்தை இவர்கள் கூறுபோடுவார்கள். அடித்து விரட்டுங்கள். ஆர்.எஸ்.எஸ்ஸின் மதவாதப் பிரசாரம் சுதந்தரத்துக்குப் பிந்திய காலத்தில் வலுவடைந்தது. இவர்கள் சொல்வதில் நியாயம் இருக்கிறது என்று பல ஹிந்துக்கள் நினைத்தனர். இயக்கத்தின் பால் ஈர்க்கப்பட்டனர்.

நாதுராம் கோட்சே தொடக்கக் காலத்தில் காந்தியின் சீடராகவே இருந்திருக்கிறார். சாவர்க்கரின் ஹிந்துத்துவா இவரை ஈர்த்தது. ஆர்.எஸ்.எஸ். இயக்கத்தில் இணைந்துகொண்டார். இயக்கத் துக்குத் தலைமை தாங்க வருமாறு சாவர்க்கரை பலமுறை கேட்டுக்கொண்டார் கோட்சே. சாவர்க்கருக்கு அப்போது ஏதோ தயக்கம். தலைமை தாங்க விருப்பம் காட்டவில்லை. ஆனால்,

கோட்சேவின் ஞான குருவாக நீடிக்க அவருக்குத் தயக்கமில்லை. இருவரும் பல்வேறு கடிதங்கள் பறிமாறிக்கொண்டார்கள். கோட்சே சொந்தமாக ஒரு செய்தித்தாள் ஆரம்பிப்பதற்கு சாவர்க்கர் உதவினார். ஹிந்து மத வெறியைத் தூண்டும் பத்திரிகை அது. அக்ரானி என்று பெயர். அது தடை செய்யப் பட்டதும் ஹிந்து ராஷ்டிரா என்னும் பத்திரிகையைத் தொடங்கி னார். பின்னணியில் சாவர்க்கர்.

இந்தியா பாகிஸ்தான் பிரிவினை நடந்த அன்று ஹிந்து ராஷ்டிரா நாளேட்டில் தலையங்கம் பகுதி காலியாகவே இருந்தது. கறுப்பு நிறத்தில் ஒரு கட்டம் மட்டும் இடம்பெற்றிருந்தது. வெறுப்பு. கோபம். ஆத்திரம். சுதந்தர தினம் கோட்சேவுக்கும் அவர் இயக்கத்துக்கும் துக்க தினம். தன் தோழர்களுடன் உரையாடும் போது, வெடித்துச் சீறினார் கோட்சே. இந்தியப் பிரிவினை என்பது கோடிக்கணக்கான இந்தியர்களுக்கு பயங்கரமான துன்பங்களைத் தந்துள்ள பேரழிவு. செய்தது காங்கிரஸ். முக்கியமாக, காந்தி.

காந்தி சுட்டுக்கொலை செய்யப்பட்டதை அடுத்து ஹிந்து மகா சபை தலைவர்கள் நாடு முழுவதிலும் கைது செய்யப்பட்டார் கள். ஆர்.எஸ்.எஸ். தடை செய்யப்பட்டது. இந்தத் தடை ஹிந்து மகா சபைக்கு இல்லை. சாவர்க்கர் வீட்டில் கற்கள் வீசியெறியப் பட்டன. காவல் துறை அவரைப் பத்திரமாக மீட்டெடுத்துக் கைது செய்தது.

நேருவுக்கும் உள்துறை அமைச்சராக இருந்த படேலுக்கும் இடையில் பிளவு ஏற்பட்டது இந்தச் சமயத்தில்தான். 'ஆர்.எஸ்.எஸ். மீது மட்டும் நடவடிக்கை எடுத்த காவல் துறை, ஹிந்து மகா சபையைத் தடை செய்யாதது ஏன்? காந்தி மீது முன்னரே நடந்த கொலைத் தாக்குதலை ஏன் கண்டுகொள்ளாமல் இருந்துவிட்டீர்கள்? கோட்சே கொலை பற்றிக் கிடைத்த துப்புகளை ஏன் விசாரிக்கவில்லை? ஏன் இந்த மெத்தனம்?' படேல் அதிகம் அலட்டிக்கொள்ளவில்லை. ஹிந்து மகா சபையை இதில் இழுக்கமுடியாது. தனிப்பட்ட ஒரு நபரின் தவறு இது. காந்தி கொலை விவகாரத்தில் மர்மம் எதுவும் இல்லை. சட்டம் தன் கடமையைத்தான் செய்திருக்கிறது.

நேருவுக்குத் திருப்தி இல்லை. ஒரு பைத்தியக்கார மனிதனின் தனிப்பட்ட தவறு அல்ல இது. அப்படிக் கூறுவது ஆபத்தானது.

தவறானது. காந்தியின் கொலை வழக்கில் நிச்சயம் பெரிய அளவில் சதி வேலைகள் நடந்திருக்கின்றன. அதைக் கண்டுபிடிக்கப் போதிய முயற்சிகள் எடுக்கப்படவில்லை. காந்தியின் கொலை ஒரு தனிப்பட்ட வேலையல்ல. ஆர்.எஸ்.எஸ். இயக்கத்தின் விரிவான செயல்பாட்டில் இதில் ஒரு பகுதி என்று நான் சந்தேகிக்கிறேன். டில்லியில் உள்ள போலீஸார் பலர் ஆர்.எஸ்.எஸ்.சிடம் அனுதாபம் காட்டுபவர்களாக இருப்பது அதிர்ச்சியளிக்கிறது. பலமான நடவடிக்கை என்பது பெரும் கும்பலைக் கைது செய்வது அல்ல. விபரீத வேலைகளைச் செய்யக்கூடியவர்களைக் கண்டறிந்து அவர்களைக் குறிவைப்பதாகும்.

ஆர்.எஸ்.எஸ்., ஹிந்து மகா சபை இரு ஸ்தாபனங்களும் அப்பழுக்கற்றவை; சாவர்க்கருக்கும் காந்தி கொலைக்கும் சம்பந்தம் இல்லை என்றார் படேல். பின்னர், அழுத்தம் தாங்காமல் சாவர்க்கர் கைது செய்யப்பட்டாலும், விரைவில் அவர் விடுவிக்கப்பட்டார். நாதுராம் கோட்சே நீதிமன்றத்தில் அளித்த வாக்குமூலத்தில், தனக்குப் பின்னால் எந்தத் தனி நபரும் இயக்கமும் இல்லை என்று சொன்னதே சாவர்க்கரை விடுவிக்கப் போதுமானதாக இருந்தது. ஆர்.எஸ்.எஸ். மீது ஒப்புக்கு விதிக்கப்பட்ட தடையும் திரும்பப்பெறப்பட்டது. இந்தியாவின் பிரதம மந்திரி நேரு. அவராலேயே ஹிந்து மகா சபையையும் ஆர்.எஸ்.எஸ். இயக்கத்தையும் கட்டுப்படுத்தமுடியவில்லை. சாவர்க்கர் மீது நடவடிக்கை எடுக்க முடியவில்லை.

இந்திய அரசாங்கத்தால் கட்டுப்படுத்தப்பட முடியாத சக்தியாக இந்த ஹிந்துத்துவா அமைப்புகள் இருந்தன. நேருவையும் படேலையும் ஆஸாதையும் தூக்கில் போடுங்கள் அவர்கள் ஹிந்துக்களின் விரோதிகள் என்று பட்டவர்த்தனமாக அவர்களால் அறிவிக்க முடிந்தது. ஹிந்துஸ்தான் ஹிந்துக்களின் தேசம்தான் என்று பிரசாரம் மேற்கொள்ள முடிந்தது. முஸ்லிம்களின் கோரிக்கைக்குச் செவிகொடுக்கும் காங்கிரஸ் தேவையில்லை. எங்கள் தேசத்தை நாங்களே உருவாக்கிக்கொள்கிறோம் என்று மிரட்ட முடிந்தது. ‘ஹிந்து மதத் தீவிரவாதிகளிடம் நாம் எச்சரிக்கையாக இருக்கவேண்டும். இல்லாவிட்டால் தேசம் குட்டிச்சுவராகிவிடும்’ என்று நேரு வருந்தும் அளவுக்கு நிலைமை மோசமடைந்தது.

காங்கிரஸ், ஹிந்து மகா சபை இரண்டையும் ஒப்பிட்டார் அம்பேத்கர். அதிக வித்தியாசங்களை அவரால் கண்டுபிடிக்க

முடியவில்லை. 'காங்கிரஸ் ஓர் ஹிந்து அமைப்பல்ல என்று கூறு வதில், வாதிடுவதில் பயனில்லை. அர்த்தமில்லை. உருவாக்கத் தில், இயல்பில், உள்ளடக்கத்தில், ஹிந்துவாக உள்ள ஓர் அமைப்பு ஹிந்துவின் மனத்தையே பிரதிபலிக்கும். ஹிந்துவின் சர்வ விருப்பங்களையே, அபிப்பிராயங்களையே ஆதரித்து நிற்கும். அவ்வாறு பார்க்கும்போது, காங்கிரசுக்கும் ஹிந்து மகா சபைக்கும் இடையில் ஒரே ஒரு வேறுபாடுதான் உள்ளது. மகா சபை தனது சொற்களில் முரட்டுத்தனமாகவும், செயல்களில் காட்டு மிராண்டித்தனமாகவும் நடந்துகொள்கிறது. காங்கிரஸ் சற்று பண்பட்ட முறையில் ஆனால் சூழ்ச்சித் திறனுடன் நடந்து கொள்கிறது. அவ்வளவுதான் வித்தியாசம்.'

சாவர்க்கரின் இருதேசக் கொள்கை. ஜின்னாவின் தனிதேச கொள்கை. இரண்டும் மேலோட்டமாகப் பார்ப்பதற்கு ஒரே மாதிரியாகத் தோற்றமளித்தாலும் ஒரு முக்கிய அம்சத்தில் இவர்கள் வேறுபடுகிறார்கள். அந்த வேறுபாட்டை அம்பேத்கர் மிகச் சரியாகக் குறிப்பிட்டுள்ளார்.

'ஒரு தேசமா அல்லது இரு தேசங்களா என்ற கருத்து சம்பந்தமாக ஒருவரையொருவர் எதிர்த்துக் கொள்வதற்குப் பதிலாக திரு. சாவர்க்கரும் திரு. ஜின்னாவும் அதுகுறித்து முற்றிலுமாக உடன் படுகின்றனர் என்பது விநோதமாகும். ஹிந்து தேசம், முஸ்லிம் தேசம் என்று இந்தியாவில் இரு தேசங்கள் இருப்பதை இருவரும் ஒப்புக்கொள்கிறார்கள். வலியுறுத்தவும் செய்கிறார்கள். இரு தேசங்களும் எந்த நிபந்தனைகளின் அடிப்படையில் வாழ வேண்டும் என்பது தொடர்பாக இருவரும் கருத்து வேறுபடு கின்றனர்.

திரு. ஜின்னாவின் கூற்று இது. இந்தியாவை பாகிஸ்தான் என்றும் ஹிந்துஸ்தான் என்றும் இரண்டாகப் பிரிக்கவேண்டும். முஸ்லிம் கள் பாகிஸ்தானிலும் ஹிந்துக்கள் ஹிந்துஸ்தானிலும் வசிக்க வேண்டும். திரு. சாவர்க்கரின் வாதம் இதற்கு முரணானது. அவரது கூற்று இது. இரு மதப்பிரிவுகள் இருந்தாலும் ஹிந்துஸ் தான் இரண்டாகப் பிரிக்கப்பட மாட்டாது. இரு இனப்பிரிவு களும் ஒரே தேசத்தில்தான் (ஹிந்துஸ்தானில்) இருந்தாக வேண்டும். ஒரே அரசியல் சட்டத்தின் கீழ்தான் இணங்கியிருக்க வேண்டும். ஹிந்து இனத்தவர் மேலோங்கி இருக்கவேண்டும். முஸ்லிம் இனத்தவர் ஹிந்துக்களுக்குக் கட்டுப்பட்டும் ஒத்துழைத் தும் வாழவேண்டும்.'

20

மதமும் மனிதர்களும்

1943ல் ஆர்.எஸ்.எஸ்.ஸின் பலம் 76,000. இது 1948ல் ஆறு லட்சமாக உயர்ந்தது. மக்களின் ஒரு பகுதி யினரிடையே ஆர்.எஸ்.எஸ். இயக்கத்துக்கு ஆதரவு பெருகிக்கொண்டே வந்தாலும், அந்த ஆதரவால் அரசியல் ரீதியில் ஆதாயம் எதையும் அவர்களால் பெறமுடியவில்லை. அதாவது, நேரடியாக. காந்தி கொலையான பிறகு, இயக்கம் சிறிய பின்னடைவைச் சந்தித்தது. ஆனால், விரைவில் தன்னைப் புதுப்பித்துக் கொண்டது.

1965ல் விஷ்வ ஹிந்து பரிஷத் தொடங்கப்பட்டது. ஹிந்துக்களின் நலனைக் காக்க. ஹிந்துக்களின் பாரம்பரியத்தையும் கலாசாரத்தையும் பாதுகாக்க. ஹிந்து மதத்தை செழிப்பாக வளர்க்க. அப்படித்தான் சொல்லிக்கொண்டார்கள். ஹிந்து மதத்துக்கு ஆகப்பெரிய ஆபத்தாக இவர்கள் முதலில் அடை யாளம் கண்டது கிறிஸ்துவ மிஷினரிகளை. இந்தியா மட்டுமின்றி, வட அமெரிக்கா, பிரிட்டன் ஆகிய நாடு களில் வசித்து வந்த ஹிந்துக்களும் வி.ஹெச்.பி.க்கு ஆதரவு அளித்தனர். ஆம், தாங்கள் சொல்வது உண்மைதான். மதமாற்றம் செய்பவர்களை அவசியம் துரத்தியாகவேண்டும். இல்லாவிட்டால் பாரம் பரியமான ஹிந்து மதத்தையே அவர்கள் காலி செய்து விடுவார்கள்.

ஏப்ரல் 5, 1980ல் பாரதீய ஜனதா கட்சி (பி.ஜே.பி) தொடங்கப் பட்டது. பிறகு, விஷ்வ ஹிந்து பரிஷத். இந்த இரு இயக்கங் களுக்கும் அறிவிக்கப்படாத எதிரி முஸ்லிம். ஹிந்து மதத்தின் பெருமையை நிலைநாட்டுவதாகச் சொல்லிகொண்டு ராமா யணம், மகாபாரதம் போன்ற இதிகாசங்களை அரசியல் சாயம் பூசி மறுஅறிமுகம் செய்துவைத்தார்கள். 1920ல் சாவர்க்கர் முன்வைத்த ஹிந்துத்துவா கோட்பாடு இந்த மதவாத இயக்கங் களின் அரசியல் சாசனமாக மாறியது. நேருவின் மதச்சார்பின் மையை இவர்கள் ஓரங்கட்டினார்கள். முஸ்லிம்கள் குறித்த அச்சத் தக்க பிம்பம் உருவாக்கப்பட்டது. பிரிவினைவாதிகள். அடிப் படைவாதிகள். மதவாதிகள். ஹிந்து மதத்துக்கு விரோதிகள். இந்தியாவுக்கு எதிராக எப்போதும் சதி செய்துகொண்டிருப் பவர்கள். தீவிரவாதிகள். பயங்கரவாதிகள்.

ஒரு முக்கியமான விஷயத்தை இவர்கள் மறந்துபோனார்கள். இந்தியாவில் உள்ள முஸ்லிம்களில் கணிசமானோர் ஹிந்து மதத்தில் இருந்து விடுவித்துக்கொண்டு இஸ்லாத்தைத் தழுவிக் கொண்டவர்கள். குறிப்பாக, பிரிவினைக்குப் பிறகே இவர்கள் அதிக எண்ணிக்கையில் மதம் மாறினார்கள். ஹிந்து மதத்தில் பரவியிருந்த ஜாதி ஒடுக்குமுறையை எதிர்கொள்ள முடியாமல் போனதும் இந்த மதமாற்றத்துக்கு முக்கிய காரணமாகும்.

தாடி வைத்த, பர்தா அணிந்த எவரையும் முதலில் சந்தேகப்பட்டு விடு, அவர்கள் உன்னைக் கொல்வதற்காகவே வந்திருக்கலாம். முஸ்லிம்களிடம் இருந்து தள்ளியே இரு. அவர்களோடு கைகுலுக்கிக்கொள்ளாதே. நட்பு பாராட்டாதே. திருமணமா? மூச்! இஸ்லாத்தையும் இஸ்லாமியர்களையும் வெறுக்கும் மனோ பாவத்தை ஹிந்துத்துவா இயக்கங்கள் வளர்த்துவிட்டன. இன்று வரை எரிந்துகொண்டிருக்கும் ஹிந்து முஸ்லிம் பிரச்னைக்கு ஆதாரம் இந்த முஸ்லிம் பயம். கடுமையான அடக்குமுறையை முஸ்லிம்கள் மீது ஹிந்துத்துவா இயக்கம் கட்டவிழ்த்தப்பட்டா லும் பிரிவினை கோரிக்கையை அவர்கள் முன்வைக்கவில்லை. முன்வைத்தவர்கள் சீக்கியர்கள். இந்தியா ஹிந்துக்களுக்கு. பாகிஸ்தான் முஸ்லிம்களுக்கு. சீக்கியர்களாகிய நாங்கள் எங்கே போவது? காலிஸ்தான் என்றொரு தனி தேசம் கொடு!

சீக்கியர்களை பலவந்தமாக அடக்கி ஒடுக்குவதற்குள் இன் னொரு தனி தேசக் கோரிக்கை. (இந்திய) காஷ்மீரில் இருந்து. இந்தியாவோடு எங்களை இணைத்துக்கொள்ளும்போது என்ன

சொன்னீர்கள்? வாக்கெடுப்பு நடத்துகிறோம், மக்களின் முடிவை அறிந்துமுடிவெடுக்கிறோம் என்று வாக்குறுதி கொடுத் தீர்களா இல்லையா? என்ன ஆனது? தினம் தினம் இங்கே குண்டுகள் வெடித்துக்கொண்டிருப்பது உங்களுக்குத் தெரிய வில்லையா? எங்களுக்கு என்னதான் தீர்வு?

இன்று வரை காஷ்மீர் பிரச்னை தீர்க்கப்படவில்லை. தனிதேசம் கேட்டு போராடும் இயக்கங்கள், தீவிரவாத இயக்கங்களாக முத்திரை குத்தப்படுகின்றன. மற்றொரு பக்கம், காஷ்மீரை ஆக்கிரமிக்கும் நோக்கத்தோடு பாகிஸ்தான் குறுக்கு வழியில் வன்முறையை வளர்த்துக்கொண்டிருக்கிறது. இரண்டுக்கும் இடையில் மாட்டிக்கொண்டு விழி பிதுங்கி கிடக்கிறார்கள் மக்கள்.

பிறகு, பாபர் மசூதியைக் கையில் எடுத்துக்கொண்டனர். மசூதி கட்டப்படுவதற்கு முன்னால் அங்கே ராமர் கோயில் ஒன்று இருந்தது. ராமர் அவதரித்தது இந்தப் புண்ணிய இடத்தில்தான். நம் இறைவனின் கோயிலை இடித்துவிட்டு முஸ்லிம்கள் மசூதியைக் கட்டியிருக்கிறார்கள். இது அநியாயம் இல்லையா? அக்கிரமம் இல்லையா? துடிக்கவில்லையா உங்கள் குருதி? எங்கே போனது உங்கள் வீரம்? வாருங்கள். ராமர் கோயிலை மீண்டும் அமைப்போம். மசூதியைப் பிளப்போம். கையில் கிடைக்கும் ஆயுதத்தைக் கொண்டு வாருங்கள். உங்களால் முடிந்ததைச் செய்யுங்கள். ஒரே ஒரு செங்கலைப் பிளந்தாலும் போதும். உங்களுக்குப் புண்ணியம் உண்டாகட்டும். ராம, ராம, ராம!

டிசம்பர் 1992ல் பிஜேபியும் அதன் தோழைமை இயக்கங்களும் (வி.ஹெச்.பி., பஜ்ரங் தள், சிவ சேனா) ஆயிரக்கணக்கான காவி பக்தர்களும் அனுதாபிகளும் பொது மக்களும் நெற்றியில் குங்குமத்தைப் பூசிக்கொண்டு கையில் கிடைத்த ஆயுதங்களோடு மசூதியைப் படையெடுத்தார்கள்.

மசூதியைத் தகர்த்து முடித்த கையோடு மதக்கலவரம் ஆரம்பித்து வைக்கப்பட்டது. ஆயிரக்கக்கான முஸ்லிம்கள் கொல்லப் பட்டனர். *மேலும் 3000 மசூதிகளைப் பார்த்து வைத்திருக் கிறோம். எல்லாவற்றையும் இடிக்கப்போகிறோம்* என்றன ஹிந்துத்துவா அமைப்புகள். பாகிஸ்தான் பதிலளித்தது. பஞ்சாப் பகுதியில் இருந்த சில ஹிந்து கோயில்கள் இடித்துத்

தரைமட்டமாக்கப்பட்டன. ஹிந்துக்கள் சிலர் உயிரிழந்தனர். கவலைப்பட்டுக்கொண்டிருக்கமுடியுமா? ராமர் கோயிலை மீண்டும் அமைப்போம் என்னும் கொள்கையுடன் வாக்கு வேட்டையில் இறங்கியது பிஜேபி.

பால் தாக்கரேவிடம் ஒரு வழி இருந்தது. முஸ்லிம்களுக்கு எதற்கு இந்தியக் குடியுரிமை? என்னத்துக்கு அவர்களுக்கு நாம் வேலையும் கல்வியும் சாப்பாடும் போடவேண்டும்? பேசாமல் அவர்களுடைய குடியுரிமையை ரத்து செய்துவிடலாமே?

2002 கோத்ரா ரயில் எரிப்புச் சம்பவத்தை இங்கே நினைவுகூற வேண்டியிருக்கிறது. ரயிலில் பயணம் செய்துகொண்டிருந்த 58 கரசேவகர்கள் கொல்லப்பட்டதை அடுத்து முஸ்லிம்களுக்கு எதிரான மாபெரும் வன்முறை வெடித்தது. வன்முறைகூட அல்ல அது. அழித்தொழிப்பு நடவடிக்கை. கரசேவகர்கள் கொலைக்கு முஸ்லிம்கள்தான் காரணம் என்பது நிரூபிக்கப்படாமலேயே இந்த அழித்தொழிப்பு நடத்தப்பட்டது. அரசாங்கக் கணக்குப் படி, 790 முஸ்லிம்களும் 254 ஹிந்துக்களும் இந்தக் கலவரத்தில் பலியானார்கள். 223 பேர் காணாமல் போனார்கள். காயமடைந்தவர்கள் 2548 பேர்.

மனித உரிமை அமைப்பு கொடுக்கும் புள்ளிவிவரம் இதற்கு நேர்மாறாகவும் அச்சுறுத்தக்கூடியதாகவும் இருக்கிறது. இரண்டாயிரத்துக்கும் அதிகமானோர் கொல்லப்பட்டதாகவும் அதில் பெரும்பாலானோர் முஸ்லிம்கள்தான் என்றும் அவர்கள் அழுத்தமாகச் சொல்கிறார்கள். 'குஜராத் அரசாங்கம் இந்தக் கலவரத்துக்குக் கொடுத்த ஆதரவு அச்சமூட்டக்கூடியதாக இருக்கிறது. கோத்ரா வன்முறையை அடுத்து முஸ்லிம்கள் கலவரப் பகுதியைவிட்டு அதிக அளவில் வெளியேறியது பிரிவினையை நினைவுபடுத்துகிறது. எங்கள் உயிருக்கு என்ன உத்தரவாதம் என்று வெடிக்கும் அழுகைக்கு மத்தியில் அவர்கள் கேட்டபோது, ஐம்பது ஆண்டுகளுக்கு முன்பு வெளிப்படுத்திய அதே பயத்தைத்தான் வெளிப்படுத்தினார்கள்.'

•

சுதந்தரத்துக்கு மூன்று தினங்கள் முன்பு (ஆகஸ்ட் 11, 1947) ஜின்னா ஆற்றிய உரை பலரது புருவங்களை உயர்த்தியது. நீங்கள் சுதந்தர மானவர்கள். நீங்கள் விரும்பிய மதத்தைக் கடைபிடிக்கலாம்.

விருப்பப்பட்ட வழிபாட்டுத் தலத்துக்குச் செல்லலாம். உங்க ளுக்கு விருப்பமான இறைவனை வணங்கலாம். அனைத்து மதத்தைக் கடைபிடிப்பவர்களும் சமமானவர்களாகவே நடத்தப்படவேண்டும். அத்தகைய சமநிலையை அடைவதுதான் நம் லட்சியம். அதற்கு உங்கள் அனைவருடைய ஒத்துழைப்பும் தேவை. இன்னும் சிறிது காலத்தில், இங்கே முஸ்லிம்கள் என்று யாரும் இருக்கமாட்டார்கள். ஹிந்துக்கள் என்று யாரும் இருக்கமாட்டார்கள். அதாவது, தனிப்பட்ட முறையில் நீங்கள் முஸ்லிமாகவோ ஹிந்துவாகவோ இருந்துகொள்ளலாம். ஆனால், தேசம் என்று வரும்போது உங்கள் அடையாளம் பாகிஸ்தானியர் மட்டுமே. பாகிஸ்தான் ஜிந்தாபாத்!

விசித்திரமான உரை. மதத்தை முன்வைத்துதான் பிரிவினை நடத்தப்பட்டது. புதிய தேசம் கிடைத்தவுடன், மதம் முக்கிய மல்ல என்று சொல்வது முரண் அல்லாமல் வேறென்ன? மதச்சார்பின்மை என்கிறது இந்தியா. நாம் என்ன சொல்வது? இஸ்லாமிய தேசம் என்றா? எப்படியிருந்தாலும், இந்தியாவிடம் இருந்து வேறுபட்டு நிற்கவேண்டிய அவசியம் பாகிஸ்தானுக்கு ஏற்பட்டது. மார்ச் 7, 1949 அன்று லியாகத் அலி அறிவித்தார். இன்று முதல் நம் தேசம் ஜனநாயகத்தைத் தழுவுகிறது. அதாவது, இஸ்லாமிய நெறிகளுக்கு உட்பட்ட ஜனநாயகம். எல்லா வற்றையும்விட இறைவன் பிரதானமானவர். உயர்வானவர். சிறுபான்மையினரின் நலன் காக்கப்படும்.

1956 அரசியலமைப்புச் சட்டம், இஸ்லாத்துக்கு ஏற்றாற்போல் அனைத்து சட்டங்களும் இயற்றப்படும் என்னும் உத்திர வாதத்தை அளித்தது. 1973ல் மூன்றாவது அரசியலமைப்புச் சட்டம் உருவாக்கப்பட்டது. முதல் இரண்டு சட்டங்களின் ஷரத்துகள்படி அதிபர் ஓர் இஸ்லாமியராக இருக்கவேண்டும். மூன்றாவது அரசியலமைப்புச் சட்டம் ஒரு திருத்தத்தைக் கொண்டு வந்தது. பிரதம மந்திரியும் ஓர் இஸ்லாமியராக இருக்கவேண்டும். இந்தியாவில் ஜனவரி 26, 1950ம் ஆண்டு அரசியலமைப்புச் சட்டம் அமலுக்கு வந்தது.

ஜின்னாவுக்குப் பிறகு ஆட்சிக்கு வந்தவர்களுக்கு பாகிஸ்தானை எந்தத் திசையில் செலுத்துவது என்பதில் மிதமிஞ்சிய குழப்பம் இருந்தது. ஆட்சி மாற்றங்கள் சர்வ சாதாரணமாக மாறியது. வேண்டாத அதிபரை சுலபமாக ராணுவத்தின் துணை கொண்டு

தூக்கியடிக்க முடிந்தது. 1971 பிற்பகுதியில் கிழக்கு பாகிஸ்தான் (இப்போது பங்களாதேஷ்) கழண்டுகொண்டது. மத அடிப்படை வாதிகள் அதிக எண்ணிக்கையில் பெருகிப்போனார்கள்.

1977ல் ஆட்சியைக் கைப்பற்றிய ஜியா உல் ஹக், பகிரங்கமாக இப்படி அறிவித்தார். பாகிஸ்தானை இஸ்லாமியமயமாக்கப் போகிறேன். இது இறைவனின் கட்டளை. இரண்டு ஆண்டுகளில் சட்டத்தில் மாற்றங்கள் கொண்டுவரப்பட்டன. இஸ்லாமிய நெறிப்படி தண்டனை வழங்குவோம் என்று அறிவிக்கப்பட்டன. ஒரு பெண் நீதிமன்றத்தில் அளிக்கும் சாட்சி அரை சாட்சி என்று அளவிடப்பட்டது. ஒரு பெண் ஒழுக்கக்கேடு செய்துவிட்டால் (காதலிப்பதும் இதில் அடங்கும்) அவள் குடும்பத்தினரால் அவள் கொல்லப்படலாம்.

1985ல் இஸ்லாமியர் அல்லாதவர்களுக்கான தனி வாக்காளர் தொகுதிகள் அமைக்கப்பட்டன. இந்தத் தொகுதியில் இருக்கும் மக்கள் இஸ்லாமியர் அல்லாத ஒரு பிரதிநிதியைத் தேர்ந் தெடுக்கலாம். மற்றபடி, இஸ்லாமியர்களால் தேர்ந்தெடுக்கப் படும் அரசாங்கத்தில் இவர்கள் பங்கேற்கமுடியாது. இவர்கள் முடிவு அங்கே செல்லுபடியாகாது. ஒரு ஓரமாக ஒதுங்கி வாழ்ந்துகொள்ளலாம். அவ்வளவே! புனித தூதர் குறித்து தவறாக பேசினால், நடந்துகொண்டால் மரண தண்டனை கொடுக்கலாம் என்கிறது 1986ல் அறிமுகம் செய்துவைக்கப்பட்ட சிறப்புச் சட்டம். பின்னர் ஆட்சிக்கு வந்த பேனசிர் புட்டோ, நவாஸ் ஷெரீஃப் போன்றவர்கள் இதைப் போன்ற அடிப்படை வாத தன்மையை கண்டுகொள்ளாமல் இருந்துவிட்டனர்.

வேறு வழி? இஸ்லாத்தை உயர்த்திப்பிடிக்காமல் அங்கே ஒரு நிமிடம் கூட ஆட்சி செய்ய முடியாது. இந்தியாவை எதிரி தேசமாகச் சித்தரிக்க வேண்டிய அவசியம் கிட்டத்தட்ட அனைத்து பாகிஸ்தானிய தலைவர்களுக்கும் ஏற்பட்டது. காஷ்மீரை மீட்டெடுப்பேன் என்று சூளுறைக்காமல் அரசியல் நடத்துவது இயலாமல் போனது.

இரு தேசங்களும் சில புள்ளிகளில் ஒன்றிணைகின்றன. என் ராணுவ பலத்தை நான் பெருக்கிக்கொள்ளவேண்டும். எப்போது வேண்டுமானாலும் என் எதிரி தேசம் என் நாட்டின் மீது போர் தொடுக்கலாம். என் எதிரி தேசம் எப்போதும் என்னைக் கண்காணித்துக்கொண்டிருக்கிறது. எனக்கு எதிராகச் சதி

செய்துகொண்டிருக்கிறது. என் எதிரியைவிட நான் பலமானவன். என் எதிரி தேசத்தைவிட நான் அதிகம் வளர்ந்திருக்கிறேன். பேச்சுவார்த்தைகள். ஒப்பந்தங்கள். போர் நிறுத்தம். நட்புறவு நடவடிக்கை. எதுவொன்றையும் முழுக்க நம்பிவிடக்கூடாது. விழாக்காலச் சிறப்புச் சலுகையாக எப்போதாவது எதிரியுடன் கைகுலுக்கிக்கொள்ளலாம். மற்றபடி, அவர்களோடு ஒத்துப் போவது முடியாத சங்கதி.

இந்தியப் பிரிவினை ஏற்படுத்திக்கொடுத்த புள்ளிகள் இவை.

21
விலை

பிரிவினைக்கான காரணம் யார் என்பது பற்றியும் காரணமான வரலாற்று உண்மை எது என்பது குறித்தும் அபிப்பிராயங்கள் மாறுபடலாம். ஆனால், பிரிவினையின் விளைவுகள் பற்றிய மாற்றுக் கருத்து களில் ஒருவருக்கும் வேறுபட்ட அபிப்பிராயங்கள் இருக்கமுடியாது. எல்லோருக்கும் தெரியும்படியான விளைவுகள் அவை. லட்சக்கணக்கான மக்களின் சரித்திரம் காணாமல் போயிருக்கிறது.

தொலைந்துபோன தன் மகளைத் தேடி பாகிஸ் தானில் இருந்து பலமுறை இந்தியா வந்து வீதி வீதியாகத் தேடி அலைந்திருக்கிறார் அந்தத் தந்தை. பதின்மூன்றாவது வயதில் சில ஹிந்துக்கள் கடத்திக் கொண்டு சென்றிருக்கிறார்கள். என் மகள் எத்தனை அழகு தெரியுமா என்று நண்பர்கள் அனைவரிடமும் சொல்லிச் சொல்லிப் பிதற்றியிருக்கிறார். கடைசியாக ஒரு முறை வந்தபோது, இந்திய காவல்துறை அவரைக் கைது செய்திருக்கிறது. பாகிஸ்தான் உள வாளி என்னும் குற்றச்சாட்டுடன். தற்போது அவர் சிறையில் இருக்கிறார். தன் மகளை அவர் இனி பார்க்கவே போவதில்லை.

பிர் பகதூர் சிங் என்பவர் இப்படி நினைவுகூர்கிறார். முஸ்லிம்களுடன் நாங்கள் நன்றாகவே பழகி வந்தோம். எங்கள் வீட்டில் ஒரு பண்டிகை என்றால்

அவர்களை நிச்சயம் நாங்கள் அழைப்போம். எங்களுடன் சேர்ந்து அவர்களும் நன்றாகக் கொண்டாடுவார்கள். நாங்கள் ஒன்றாக அமர்ந்து பேசுவோம், சிரிப்போம், விளையாடுவோம். ஆனால், சாப்பிடும்போதுதான் ஒரு வித்தியாசத்தை உணரமுடியும். டேபிளில் அனைவரும் ஒன்றாகத்தான் அமர்வோம். பக்கத்துப் பக்கத்தில். எங்களுக்கு தட்டு வைக்கப்பட்டிருக்கும். ஆனால் அவர்களுக்கு மட்டும் இருக்காது. ஒரு ஓரத்தில் வைக்கப் பட்டிருக்கும் தனி தட்டுகளை அவர்களாகவே எடுத்து வைத்துக்கொள்ளவேண்டும். பிறகு, ஒன்றாகச் சாப்பிடுவோம். சாப்பிட்டுமுடித்தபிறகு அவர்கள் மட்டும் தங்கள் தட்டுகளைச் சுத்தப்படுத்தி வைக்கவேண்டும். பாகிஸ்தான் என்று ஒரு தனி தேசம் உருவானதற்கு இதுதான் காரணம் என்று நினைக்கிறேன்.

•

பிரிவினை நடந்து அறுபது ஆண்டுகள் கழிந்ததையடுத்து பிபிசி சிலரைப் பேட்டியெடுத்தது.

நார்விச்சில் குடியேறி இருக்கும் ரவி ஷர்மாவின் அனுபவம் இது. எனக்கு அப்போது ஏழு வயது. என் அப்பாவுக்கும் அம்மாவுக்கும் லாகூரைவிட்டுக் கிளம்ப மனமே இல்லை. எல்லாம் சரியாகி விடும் என்று அம்மா நினைத்திருந்தாராம். பிறகு, அவருக்குத் தெரிந்த இரண்டு பேர் (ஹிந்துக்கள்) சில முஸ்லிம்களால் கொல்லப்பட்ட செய்தி கிடைத்திருக்கிறது. அவர்கள் யாரிடம் வேலை பார்த்தார்களோ அவர்களாலேயே கொல்லப்பட்டிருந் தார்கள். அப்போது முடிவெடுத்திருக்கிறார்கள். சரி இதுதான் கடைசி சமிக்ஞை, கிளம்பிவிடலாம். டில்லிக்குக் கிளம்பி விட்டோம். அமைதியாக டெல்லியை வந்தடைந்த இறுதி ரயில் எங்களுடையது. எங்களுக்குப் பிறகு கிளம்பியவர்களில் பலரும் பாதி வழியிலேயே கொல்லப்பட்டு விட்டார்களாம்.

இன்னும் சிலரின் ஏக்கங்கள் இவை.

'இந்தியாவும் பாகிஸ்தானும் அவ்வப்போது போரிட்டுக் கொள்ளாமல் இருந்திருந்தால், இரு தேசங்களும் இன்னமும் வளமாக இருந்திருக்கலாம்.'

'மதம் என்று ஒன்று இல்லாமல் இருந்திருந்தால், இரு தேசங் களும் பிரிந்திருக்காது.'

171

'பிரிவினை நடக்காமலே இருந்திருக்கக்கூடாதா என்று தினம் தினம் வருந்திக்கொண்டிருக்கிறேன். இந்த இரு தேசங்களிடம் இருந்தும் உலகம் பாடம் கற்றுக்கொள்ளவேண்டும். இதுபோல் இனியொரு முறை நடக்கக்கூடாது.'

●

பெண்கள் சிலரைச் சந்தித்திருக்கிறார்கள். சுதந்தரம் கிடைத்தது பற்றி நீங்கள் என்ன நினைக்கிறீர்கள்? மூதாட்டி ஒருவர் நடுங்கும் விரல்களால் தன் மார்பைத் திறந்து காட்டியிருக்கிறார். இரு குழிகள் இருந்தன அங்கே.

உங்கள் அனுபவங்களைச் சொல்லுங்கள் என்று கேட்டபோது சில பெண்கள் விழித்திருக்கிறார்கள்.

என்ன அனுபவம்? எதைச் சொல்ல? அழுகை வெடித்துக்கிளம்பு கிறது. மீண்டும் மீண்டும் எங்களைத் துன்பப்படுத்தாதீர்கள். தயவுசெய்து இங்கிருந்து போய்விடுங்கள். எங்கள் கதைகளை யாரும் கேட்கவேண்டாம். யாரும் படிக்கவேண்டாம்.

பின்னிணைப்பு 1

பிறகு

ஜவாஹர்லால் நேரு

மே 27, 1964ல் இறக்கும்வரை பிரதம மந்திரியாக நீடித்தார். அணி சேராக் கொள்கையை உருவாக்கினார். மூன்றாம் உலக நாடுகளில் மதிக்கத்தக்கத் தலைவராக விளங்கினார். போர்ச்சுகலின் பிடியில் இருந்த கோவாவை விடுவித்து இந்தியாவுடன் இணைத்துக்கொண்டார். 1962 அக்டோ பரில் லடாக் பகுதியிலும் வடகிழக்கு எல்லைப் பகுதியிலும் சீன ஆக்கிரமிப்பு நடைபெற்றது. 1964 ஜனவரி முதல் உடல் நிலை சீர்கெட்டது. மரணத்துக்குப் பிறகு சாம்பலை வயல் வெளிகளில் விமானத்தின் மீதிருந்து தூவ வேண்டும் என்று தன் உயிலில் குறிப்பிட்டார்.

வல்லபபாய் படேல்

காந்தி படுகொலைக்குப் பொறுப்பேற்றுக்கொண்டு பதவி விலகவேண்டும் என்னும் கோரிக்கை உள்துறை அமைச் சரான படேலிடம் எழுப்பப்பட்டது. சமஸ்தானங்களை யும் ஏனைய சிறு பகுதிகளையும் ஒன்றிணைக்கும் பணியில் படேல் நடந்துகொண்ட விதத்தில் அதிருப்தி கிளம்பியது. 1948 மார்ச் மாதம் படேலுக்கு நெஞ்சுவலி ஏற்பட்டது. நேருவுடன் கருத்துவேறுபாடு. 1950 டிசம்பர் 15ல் மாரடைப்பு ஏற்பட்டு இறந்துபோனார்.

லூயி மவுண்ட்பேட்டன்

இந்தியாவில் இருந்து விடைபெற்றதும், மால்டாவில் உள்ள கப்பல்படை பிரிவின் தளபதியாகப் பொறுப்பேற்றுக் கொண்டார். 1955 ஏப்ரல் 18 அன்று முதலாவது கடற்படை பிரபு என்னும் கனவுப் பதவியை அடைந்தார். 1965ல் ஓய்வு. 1979 ஆகஸ்டில் மோட்டார் படகில் கடலில் சென்றுகொண்டிருந்த போது அயர்லாந்து புரட்சி ராணுவத்தினரால் (IKA) கொல்லப் பட்டார்.

முகமது இக்பால்

இறுதிவரை ஜின்னாவுடன் நெருக்கமாக இருந்தார். பாகிஸ் தானின் சிந்தனையாளர் (Muffakir-e-Pakistan) என்றும் கிழக்கின் கவிஞர் (Shair-e-Mashriq) என்றும் கொண்டாடப்பட்டார். பாகிஸ்தானின் தேசியகவிஞர் என்னும் அங்கீகாரமும் கிடைத் தது. இக்பாலின் நினைவாக அவர் பிறந்த நவம்பர் 9 விடுமுறை தினமாக பாகிஸ்தானில் அனுசரிக்கப்படுகிறது. ஏப்ரல் 21, 1938 அன்று இக்பால் மரணமடைந்தார்.

சாவர்க்கர்

குற்றமற்றவர் என்று விடுதலை செய்யப்பட்டாலும், சாவர்க்கர் தொடர்பான சர்ச்சைகள் அடங்கவில்லை. பம்பாயில் இருந்த அவர் வீட்டின் மீது கற்கள் வீசப்பட்டன. நாளடைவில் சாவர்க்கர் வெளியில் வருவதையும் உரையாடுவதையும் தவிர்த்துக்கொண்டார். பிப்ரவரி 27, 1966 அன்று இறந்துபோனார்.

நாராயண் கோட்சே

மே 27, 1948 அன்று கோட்சே மீதான விசாரணை ஆரம்பமானது. தயக்கம் எதுவும் இன்றி, ஆம், நான்தான் காந்தியைக் கொன்றேன் என்று ஒப்புக்கொண்டார் கோட்சே. கொன்றதற்கான காரணத் தையும் தனது அரசியல் நிலைப்பாட்டையும் நீதிமன்றத்தில் சமர்ப்பித்தார். கோட்சே சிறையில் இருந்த சமயங்களில் அவர் செயலைப் பாராட்டி தினமும் நூற்றுக்கணக்கான கடிதங்கள் வந்ததாகச் சொல்லப்படுகிறது. கோட்சேவுக்கும் அவர் சகா வான நாராயண் ஆப்தேவுக்கும் நவம்பர் 15, 1949 அன்று மரண தண்டனை நிறைவேற்றப்பட்டது.

இந்திய தேசிய காங்கிரஸ்

இந்தியாவின் முக்கியக் கட்சி. இந்திரா காந்தி, ராஜீவ் காந்தி, சோனியா காந்தி, ராகுல் காந்தி என்று நேருவின் பரம்பரையினரே தொடர்ந்து கட்சியில் செல்வாக்குடன் இருந்து வருவது பரவலான விமரிசனத்துக்கு உள்ளானது. 1998-ல் சோனியா காந்தி கட்சித் தலைவராகப் பொறுப்பேற்றுக் கொண்டார். காங்கிரஸ் தலைமையிலான ஐக்கிய முற்போக்குக் கூட்டணி, 2004-ல் ஆட்சியை அமைத்தது.

ஹிந்து மகா சபை

காந்தி கொலைக்குப் பிறகு, பலரும் எஸ்.பி. முகர்ஜி என்பவரின் தலைமையில் இயங்கி வந்த பாரதிய ஜன சங் என்னும் அமைப் பில் இணைந்துகொண்டனர். ஆர்.எஸ்.எஸ். இயக்கத்தின் கட்டுப்பாட்டின் கீழ் செயல்படும் அமைப்பு அது. தனித்த அரசியல் கட்சியாக நீண்ட காலம் இருந்தது ஹிந்து மகா சபை. போதிய வோட்டுகள் பெறாததால் ஒரு கட்டத்தில், அதன் கட்சிச் சின்னம் பறிமுதல் செய்யப்பட்டது. வெவ்வேறு சின்னங்களைப் பயன்படுத்தி வெவ்வேறு தேர்தல் களங்களைச் சந்தித்து, தோல்வியடைந்தது. 1952ல் கலைக்கப்பட்டது. அத்தோடு அவ்வளவுதான் என்று எல்லோரும் மறந்துவிட்ட சமயத்தில், 2008 குண்டுவெடிப்பில் ஹிந்து மகா சபையின் பெயர் வெளிச்சத் துக்கு வந்தது.

முஸ்லிம் லீக்

சுதந்தரத்துக்குப் பிறகான முதல் அரசாங்கத்தை முஸ்லிம் லீக் அமைத்தது. ராணுவக் கலகத்துக்குப் பிறகு, 1950 களில் கட்சி பிளவுண்டது. 1947 முதல் இன்று வரை பாகிஸ்தானில் நடந்த அனைத்துத் தேர்தல்களிலும் முஸ்லிம் லீகின் ஏதாவதொரு பிரிவு (அல்லது ஒன்றிணைந்த பிரிவுகள்) வெற்றி பெற்று ஆட்சி அமைத்துக்கொண்டிருக்கிறது. பங்களாதேஷில் 1976ல் முஸ்லிம் லீக் உயிர்பெற்று, சில இடங்களைக் கைப்பற்றியது. அதற்குப் பிறகு, கிட்டத்தட்ட காணாமல் போனது. இந்தியாவில், சுதந்தரத்துக்குப் பிறகு, கேரளாவில் சிறுபான்மை கட்சியாக முஸ்லிம் லீக் நீடித்தது. இன்றுவரை உயிர்ப்புடன் இருக்கும் இக்கட்சி, அவ்வப்போது கூட்டணி அமைத்து ஆட்சியில் இருக்கும்.

இந்திய மகாராஜாக்கள்

மகாராஜாக்கள் படிப்படியாக மங்கிப்போனார்கள். அவர்கள் அரண்மனைகள் அருங்காட்சியகங்களாகவும் உணவுக்கூடங் களாகவும் மாறின. உல்லாச வாழ்க்கை முடிவுக்கு வந்தது. சிலர் வியாபாரத்தில் ஈடுபட ஆரம்பித்தனர். சிலர், அரசுப் பணிகளில் இணைந்துகொண்டனர். சிலர் அரசியலில் ஆர்வம் செலுத்தினர். 1973ல் இந்திரா காந்தி கொண்டு வந்த சட்டத்தின்படி, மகாராஜாக் களின் மானியங்கள் நிறுத்திக்கொள்ளப்பட்டன.

பாகிஸ்தான்

இஸ்லாமிய குடியரசு தேசமாக உருமாறியது. 1956ல் அரசியல் அமைப்புச் சட்டம் உருவானது. 1971ல் கிழக்கு பாகிஸ்தானில் நடைபெற்ற உள்நாட்டு போரினால், பங்களாதேஷ் உதய மானது. பாகிஸ்தானின் வளர்ச்சியை மீண்டும் மீண்டும் பாதிக் கும் அம்சங்கள் மூன்று. ராணுவக் கலகம். அரசியல் நிலை யின்மை. அடிப்படைவாதம். 97 சதவிகித மக்கள் இஸ்லாமியர் கள். (70 சதவீத சன்னி முஸ்லிம்கள், 30 சதவீதம் ஷியா முஸ்லிம்கள்). ஹிந்து மதம் (1.85 சதவீதம்), கிறிஸ்துவம் (1.6 சதவீதம்) உள்ளிட்ட பிற மதங்கள் வெகு குறைவானவர்களால் கடைப்பிடிக்கப்படுகின்றன. அரசாங்க மொழி, உருது. முஸ்லிம் மக்கள்தொகையில் உலகில் இரண்டாவது இடம். (முதலாவது இந்தோனேஷியா).

இந்தியா

குடியரசு நாடு. பரப்பளவில் ஏழாவது இடம். மக்கள்தொகை யில் இரண்டாவது இடம். இந்திய அரசு நிர்வாகம், சட்டப் பேரவை, செயலாற்றுப் பேரவை, சுதந்தர நீதியமைப்பு ஆகிய மூன்று கூறுகளால் பேணப்படுகின்றது. ஆங்கிலேய நிர்வாக அமைப்புகளைப் பின்பற்றி கட்டமைக்கப்பட்டுள்ளது. சுதந்தரத்துக்குப் பிறகான காலகட்டத்தில், தனியார் தொழில் முயற்சிகள், வெளிநாட்டு வணிகம், வெளிநாட்டு நேரடி முதலீடு ஆகியவற்றில் இறுக்கமான கட்டுப்பாடுகளை அரசு விதித்திருந்தது. சோஷலிச அணுகுமுறையை அரசு கடைப் பிடித்தது. 1991ல் பொருளாதாரச் சீர்திருத்தங்கள் அறிமுகப் படுத்தப்பட்டன. கட்டுப்பாடுகள் தளர்த்தப்பட்டன. இருப் பினும், கல்வியறிவிலும் ஏழைமையிலும் பின்தங்கியுள்ளது. 83

சதவீத மக்கள் ஹிந்துக்கள். இஸ்லாத்தைப் பின்பற்றுபவர்கள் அதிகம் வாழும் நாடுகளில் இந்தியாவுக்கு இரண்டாவது இடம்.

மதவெறி

இன்னமும் சாகவில்லை.

பின்னிணைப்பு 2

இந்தியப் போராட்டக்களம் – காலவரிசை

1600	பிரிட்டிஷ் கிழக்கிந்திய கம்பெனி உரு வாக்கம்
1857	முதல் இந்திய சுதந்தரப் போர். சிப்பாய் புரட்சி
1858	பிரிட்டனின் நேரடி கட்டுப்பாட்டின் கீழ் இந்தியா வந்து சேர்கிறது
1885	ஏ.ஓ. ஹியூம் என்பவரால் இந்திய தேசிய காங்கிரஸ் ஆரம்பிக்கப்படுகிறது
1905	முதல் வங்காளப் பிரிவினை
1906	அனைத்திந்திய முஸ்லிம் லீக் தொடக்கம்
1909	வங்காளப் பிரிவினை திட்டம் திரும்பப் பெறப்படுகிறது
1914	முதல் உலகப் போர் தொடக்கம்
1916	லக்னோ உடன்படிக்கை. காங்கிரஸ், முஸ்லிம் லீக் இரண்டும் ஒரே நோக்கத் துடன் ஒன்றிணைவதற்காக இந்த உடன் படிக்கை கையெழுத்தாகிறது
1918	முதல் உலகப் போர் முடிவடைகிறது

1919 ரவுலட் சட்டம் கொண்டுவரப்படுகிறது. பலத்த எதிர்ப்புகள் உருவாகின்றன. ஜாலியன்வாலாபாகில் ஜெனரல் டயர் துப்பாக்கிச்சூடு. மாண்டேகு-செம்ஸ் ஃபோர்ட் சீர்த்திருத்தம் அறிமுகப்படுத்தப் படுகிறது.

1920 ஒத்துழையாமை இயக்கத்தைத் தொடங்கி வைக்கிறார் காந்தி

1922 சௌரி சௌராவில் நடைபெற்ற கிளர்ச்சி யில் 21 காவலாளிகள் பொதுமக்களால் கொல்லப்படுகின்றனர். ஒத்துழையாமை இயக்கத்தை காந்தி திரும்பப்பெற்றுக் கொள்கிறார்

1928 இந்திய அரசியல் நிலவரத்தை ஆய்வு செய்வதற்காக சைமன் கமிஷன் வருகை. கட்சிகளின், மக்களின் ஒத்துழைப்பு கிடைக்காததால், கமிஷன் தோல்வி யடைகிறது

1929 பகத் சிங்கின் பாராளுமன்ற குண்டு வீச்சு.

1930 அலகாபாத்தில் நடைபெற்ற முஸ்லிம் லீக் மாநாட்டில் கலந்துகொண்ட கவிஞர் இக்பால், இஸ்லாமியர்களுக்குத் தனி தேசம் வேண்டும் என்னும் கோரிக்கையை முன்வைக்கிறார். ஒத்துழையாமை இயக் கம். உப்புக்கு விதிக்கப்படும் வரியை எதிர்த்து தண்டி யாத்திரை புறப்படுகிறார் காந்தி

1930 - 31 முதல் வட்ட மேஜை மாநாடு. காங்கிரஸ் தலைவர்கள் கலந்துகொள்ளாததால் இந்த மாநாடு பிசுபிசுத்துப்போகிறது. இரண்டா வது வட்ட மேஜை மாநாட்டில் கலந்து கொண்ட காந்தி, ஒட்டுமொத்த இந்தியா வின் ஒரே பிரதிநிதி காங்கிரஸ்தான் என்று அறிவிக்கிறார். காந்தி&இர்வின் ஒப்பந்தம்

கையெழுத்தாகிறது. பகத் சிங்கும் அவர்
தோழர்களும் தூக்கிலிடப்படுகின்றனர்

1932	மூன்றாவது வட்ட மேஜை மாநாடு. முஸ்லிம் லீக் இதைப் புறக்கணிக்கிறார்கள். ஒத்துழையாமை இயக்கத்தை மீண்டும் தொடங்குகிறார் காந்தி
1935	ஃபெடரல் முறையில் மக்களால் தேர்ந் தெடுக்கப்பட்ட உள்ளூர் அரசாங்கம் அமைக்கலாம் என்று திட்டம் முன்வைக்கப் படுகிறது
1937	முதல் தேர்தல். பெரும்பான்மையான இடங்களில் காங்கிரஸ் வெற்றி பெறுகிறது
1939	இரண்டாம் உலகப் போர் தொடக்கம்
1940	பாகிஸ்தான் கோரிக்கையை எழுப்புகிறார் ஜின்னா
1942	அனைத்துக் கட்சிகளுடனும் பேச்சு வார்த்தை நடத்தி, கேபினட் அரசாங்கம் அமைப்பதற்காக க்ரிப்ஸ் மிஷன் இந்தியா வருகை. முயற்சி தோல்வியடைகிறது
1942-43	தேர்தலில் வெற்றி பெற்று அதிக இடங் களைக் கைப்பற்றுகிறது முஸ்லிம் லீக். இந்திய தேசிய ராணுவம் தொடங்கப் படுகிறது.
1944	காந்தி - ஜின்னா பேச்சுவார்த்தை தோல்வி.
1945	இரண்டாம் உலகப் போர் முடிவடைகிறது. பிரிட்டனில் தொழிலாளர் கட்சி ஆட்சியைப் பிடிக்கிறது. இந்தியாவுக்கு அதிகாரத்தை மாற்றிக்கொடுக்கும் நட வடிக்கைகள் ஆரம்பமாகின்றன. ஜின்னா வின் நேரடி நடவடிக்கைக்கான அறை கூவல். பிரிவினை இன்றியமையாதது என் பதை பிரிட்டன் ஏற்றுக்கொள்கிறது. சுபாஷ் சந்திர போஸ் மரணமடைந்து

விட்டார் என்றும் காணாமல் போய்
விட்டார் என்றும் செய்திகள் வெளிவரு
கின்றன.

1946   தாற்காலிக அரசாங்கத்தில் முஸ்லிம் லீக்
பங்கேற்கிறது. இந்தியக் கப்பல் படை
எழுச்சி.

1947   இந்திய பாகிஸ்தான் பிரிவினை. இரு
தேசங்களும் பிரிட்டனின் பிடியில் இருந்து
அகன்று சுதந்தர தேசங்களாகின்றன.

1948   காந்தி சுட்டுக்கொல்லப்படுகிறார். காஷ்மீர்
தொடர்பாக பாகிஸ்தானுடன் போர்.

1949-50   இந்திய அரசியலமைப்புச் சட்டம் உரு
வாக்கப்பட்டு அமலுக்கு வருகிறது.

1951-52   சுதந்தரத்துக்குப் பிறகு நடைபெற்ற முதல்
தேர்தலில் நேருவின் தலைமையில் காங்
கிரஸ் வெற்றி பெறுகிறது.

1956   மொழி வாரியாக மாகாணங்களைப் பிரிக்
கும் மாநில சீரமைப்புச் சட்டம் கொண்டு
வரப்படுகிறது

1964   நேரு மரணம்.

1965   பாகிஸ்தானுடன் இரண்டாவது போர்.

1966   இந்திரா காந்தி பிரதமராகிறார்.

1971   பாகிஸ்தானுடன் மூன்றாவது யுத்தம்.
மேற்கு பாகிஸ்தானில் இருந்து பிரிந்த
கிழக்கு பாகிஸ்தான், பங்களாதேஷாக
மாறுகிறது.

பின்னிணைப்பு 3

ஆதாரங்கள்

1. Independence and Partition, Sucheta Mahajan, Sage Publications

2. The Life of Mahatma Gandhi, Louis Fischer, Grafton Books

3. India's Struggle for Independence, Bipan Chandra, Penguin

4. Jinnah of Pakistan, Stanley Wolpert, Oxford University Press

5. The Last Days of the Raj, Trevor Royle, Rupa & Co

6. India from Curzon to Nehru & after, Durga Das, Rupa & Co

7. Towards India's Freedom and Partition, S.R. Malhotra, Rupa & Co

8. India's Partition : Process, Strategy and Mobilization, Edited by : Mushirul Hasan, Oxford University Press

9. Pakistan cut to size, D.R. Mankekar, Indian Book Company

10. The Communist Party of India & A Short History, M.R. Masani, Bharatiya Vidya Bhavan

11. Indian Tales of the Raj, Zareer Masani, BBC Books

12. Reflections on Trends and Themes in History, Edited by S. Manickam, Madurai Kamaraj University

13. A Study of Nehru, Edited by Rafiq Zakaria, A Times of India Publication

14. கோட்சேயின் குருமார்கள், அருணன், வசந்தம்

15. சுதந்திரப் போராட்டம், பிபன் சந்திரா, அமலேஷ் திரிபாதி, பாரூன் டே, தமிழாக்கம்: கா. திரவியம், நேஷனல் புக் டிரஸ்ட்

16. மகாத்மா காந்தி படைப்புகள் ஐந்து தொகுதிகள், நவஜீவன் ட்ரஸ்ட்

17. தேசப் பிரிவினையின் சோக வரலாறு, ஹொ.வெ. சேஷாத்ரி, சக்தி புத்தக நிலையம்

18. காந்தியும் காங்கிரஸூம் - ஒரு துரோக வரலாறு, கீழைக்காற்று

19. 1947, ச. தமிழ்ச்செல்வன், பாரதி புத்தகாலயம்

20. நள்ளிரவில் சுதந்தரம், டொமினிக் லேப்பியர் &லேரி காலின்ஸ், தமிழில்: வி.என். ராகவன், மயிலை பாலு, அலைகள் வெளியீட்டகம்

21. இந்திய தேசப் பிரிவினை, அனிதா இந்தர் சிங், தமிழாக்கம்: மா.சேது ராமலிங்கம், நேஷனல் புக் டிரஸ்ட்

22. புதிய காலத்தில் இந்தியா, கொ.அ. அன்தோனவா, கி.கி. கத்தோவ்ஸ்கி, முன்னேற்றப் பதிப்பகம்

23. ஜவஹர்லால் நேரு போராட்டகாலச் சிந்தனைகள், தொகுப்பு அர்ஜூன் தேவ், தமிழாக்கம்: நா. தர்மராஜன், நேஷனல் புக் டிரஸ்ட்

24. மகாத்மா மதச்சார்பின்மை மதவெறி, பிபன் சந்திரா, தமிழில்: அ. குமரேசன், பாரதி புத்தகாலயம்

25. தீண்டப்படாதவர்களுக்கு காங்கிரசும் காந்தியும் சாதித்தது என்ன? பி.ஆர். அம்பேத்கர், நூல் தொகுப்பு, தொகுதி 16, டாக்டர் அம்பேத்கர் பவுண்டேஷன்

26. பாக். ஒரு புதிரின் சரிதம், பா. ராகவன், கிழக்கு பதிப்பகம்

27. காந்தியார் சாந்தியடைய, ப. திருமாவேலன், தென்திசை

28. இந்திய விடுதலைப் போர் செந்தமிழ் தந்த சீர், அ.மா. சாமி, நவமணி

29. பிரிட்டன் வரலாறு, கி.ர. அநுமந்தன், தமிழ்நாட்டு பாடநூல் நிறுவனம்

30. முஸ்லிம் மன்னராட்சியில் இந்தியாவின் முன்னேற்றம், கரைகண்டம் கி. நெடுஞ்செழியன், இஸ்லாமிய நிறுவனம் ட்ரஸ்ட்

31. 1857, அசோக் மேத்தா, தமிழில்: நா. தர்மராஜன், பாரதி புத்தகாலயம்

32. பாகிஸ்தான் அல்லது இந்தியப் பிரிவினை, அம்பேத்கர், அம்பேத்கர் நூல் தொகுதி.

www.ingramcontent.com/pod-product-compliance
Lightning Source LLC
Chambersburg PA
CBHW020157090426
42734CB00008B/857
9788184930382